యండమూరి వీరేంద్రనాథ్

స్వరబేతాళం

నవసాహితి బుక్ హౌస్

ఏలూరు రోడ్ ● విజయవాడ-520 002.

SWARA BETALAM

By :
YANDAMOORI VEERENDRANATH
36, U.B.I. Colony,
Road No. 3, Banjara Hills,   **SARASWATHi VIDYA PEETAM,**
HYDERABAD - 500 034.   Kakinada - Samalkot Road,
Ph : 924 650 2662   MADHAVAPATNAM.
yandamoori@hotmail.com
yandamoori.com

17th Edition :
April, 2023

Publishers :
NAVASAHITHI BOOK HOUSE
Eluru Road, Near Ramamandiram,
Vijayawada - 520 002.
Ph : 0866 - 2432 885
navasahithiravi@gmail.com

Printers :
Nagendra Enterprises
Vijayawada-3, Ph : 94901 96963

Price :
₹ 100/-

ముందొక మాట

"మారా ... మారా... బచావ్"

(చంపుతున్నాడు - చంపుతున్నాడు - రక్షించండి)

జనవరి 31, 1982 పొద్దున్న 7-50కి నాంపల్లి రైల్వేస్టేషన్ పక్కనున్న ఇంటినించి వినిపించిన కేకలివి...

హోటల్లో టీ తాగుతున్న ఒకరిద్దరు; రాయల్ లాడ్జి బయటనున్న ఆటో డ్రైవర్లు ముగ్గురు అటువైపు పరుగెత్తారు.

కత్తి పట్టుకుని బయటకు వచ్చిన యువకుడిని చూసి అందరూ నిశ్చేష్టులై ఆగిపోయారు. సాహసవంతులైన నలుగురైదుగురు యువకులు మాత్రం అతడిని పట్టు కోవటానికి ప్రయత్నించారు.

వాళ్ళని కూడా పొడిచి, అతడు స్టేషన్‌వైపు పరుగెత్తాడు.

లోపల ఇంట్లో కత్తిపోట్లకు గురిఅయిన వ్యక్తి రక్తంలో గిల గిల కొట్టుకుంటూ మరణించాడు. ఆ వ్యక్తి పేరు మొహిసిన్. అతడొర పోలీసు. హంతకుడి పేరు ధర్మదాస్.

ధర్మదాస్ పరుగెడుతూ అడ్డుగా వచ్చిన వాళ్ళని పొడవగా గాయపడిన వాళ్ళు మొయినుద్దీన్, సయద్ భాషా, పద్మనాభం, అన్వర్, జబ్బర్ (చివరి ఇద్దరూ ఆటోడ్రైవర్లు). చివరికి జనం ఆ హంతకుడిని పట్టుకుని పోలీస్ స్టేషన్‌లో అప్పగించారు. అతడి దగ్గిర రక్తంతో తడిసిన పొడవాటి కత్తి లభించింది- అతడు తన నేరాన్ని వప్పుకున్నాడు. జూన్ 15, 1982న లోవర్‌కోర్టు ధర్మదాస్‌కి సెక్షన్ 302 క్రింద ఒక వ్యక్తిని హత్య చేసినందుకూ, పట్టుకోవటానికి ప్రయత్నించిన ఐదుగుర్ని దారుణంగా గాయపర్చినందుకూ యావజ్జీవ కారాగార శిక్ష విధించింది.

ధర్మదాస్ పై కోర్టుకి అర్జీ పెట్టుకున్నాడు.

6-11-1984న హైకోర్టు సెక్షన్ 84 ఐ.పి.సి. క్రింద అతడిని నిర్దోషిగా విడుదల చేసింది.

*　　*　　*

.. ఆంధ్రప్రదేశ్‌లో ఆ మాటకొస్తే భారతదేశంలో వున్న కొద్దిమంది ప్రసిద్ధ క్రిమినల్ లాయర్స్‌లో ప్రముఖుడు శ్రీ సి. పద్మనాభరెడ్డి. "అభిలాష" లో కూడా ఈయన పేరు పేర్కొని కృతజ్ఞతలు చెప్పకొన్న విషయం పాఠకులకు గుర్తు వుండే వుంటుంది. ఎందుకో ఆయన్ని సంప్రదించటానికి వెళ్ళినప్పడు ఆయన క్యాజువల్‌గా సెక్షన్ 84 గురించి ప్రస్తావించారు - మాటల సందర్భంలో.

పెద్ద పెద్ద విషయాలు సంభవించటానికి చిన్న చిన్న సంఘటనలు చాలు.

అప్పటివరకూ అస్పష్టంగా కదలాడుతున్న ఊహలకి ఒక స్పష్టమైన ఆకారం ఏర్పడినట్లయింది - ఆయన చెప్పిన విషయాలు వింటూ వుంటే. అదే మీరు చదవబోయే 'స్వర బేతాళం'.

ధర్మదాస్ కేసులో డిఫెన్సు తరపు న్యాయవాది శ్రీ పద్మనాభరెడ్డి! ప్రతిష్ఠాకరమైన ఈ కేసులో జడ్జిమెంటు ఇచ్చింది మిస్టర్ జస్టిస్ శ్రీ రఘువీర్. ఆయన తన జడ్జిమెంటులో ప్రపంచపు వివిధ కేసులూ (ఈ రకమైనవి) వాటి పూర్వోత్తరాలూ పేర్కొన్నారు. (అవన్నీ నవలలో ప్రస్తావిస్తాను) చివర్లో ఆయన జడ్జిమెంటు ఈ విధంగా కొనసాగింది.

"తనకి అతిథ్యమిచ్చిన వ్యక్తిని ముద్దాయి పొడిచి చంపాడు. కానీ అతడికి తను చేస్తున్న పని ఏమిటో తెలీదు. ముద్దాయికి హతుడు "టీ" ఇచ్చి తను బట్టలు వేసుకోవటానికి లేచాడు. అలా లేవటంతో బల్లమీద కత్తి కనపడింది. కత్తిని చూడగానే ముద్దాయి మెదడులో ప్రకంపనాలు కలిగాయి. అదేమిటో కేవలం ప్రేతాత్మలకే తెలియాలి. (జస్టిస్ "డెవిల్" అన్న పదం ఇక్కడ వుపయోగించాడు.) ఆ ఉద్రేకంలో ముద్దాయి హతుడిని కత్తితో పొడిచి పారిపోయాడు. అడ్డువచ్చిన ఐదుగురిని గాయపర్చాడు. కానీ ఇదంతా మానసిక సంచలనం వల్లే అతడు చేశాడని మేం భావిస్తున్నాం. అందుకనే అతడిని విడుదల చేస్తున్నాం".

"మేము తీసుకున్న ఈ నిర్ణయంలో కొన్ని లొసుగు లున్నాయని మాకు తెలుసు. వీలైనంత వరకూ ఈ లొసుగుల్ని న్యాయబద్ధంగా కవర్ చేయటానికి ప్రయత్నించాము. ఇటువంటి కేసులోనే ఒకదానిలో ఛీఫ్ జస్టిస్ హోల్ట్ అనే

ఆయన ఉదాహరించిన వాక్యాన్ని నేను కూడా ఉదహరిస్తాను. 'నా లోసుగుల్ని భవిష్యత్తులో నాకన్నా తెలివైన మరో న్యాయవేత్త మరింత బాగా కవర్ చేస్తారని'. అప్పటికీ న్యాయశాస్త్రం పకడ్బందీగా వీటిని పూరించి మా (జడ్జీల) పని సులువయ్యేలా చేస్తుందనీ ఆశిస్తున్నాము".

ఈ ప్లాట్ ఆధారంగా, ఏ విధంగా అభిలాషలో సెక్షన్ 302 గురించి చర్చించటం జరిగిందో ఆ పద్ధతిలో సెక్షన్ 84 గురించి చర్చించాలన్న నా అభిలాష ఎంతవరకు నెరవేరిందో పాఠకులే చెప్పాలి.

చివర్లో ఒకమాట. ఈ నవలలో పాత్రలు కేవలం కల్పితాలు. పైన ఉదహరించిన జడ్జిమెంటు ఆధారంగా పొందినది "ప్రేరణ" మాత్రమే! ఎవరినీ ఉద్దేశించి వ్రాసింది కాదు. చాలా సంఘటనలు మాత్రం యదార్థంగా జరిగినవి. వాటి పోలిక ఆధారంగా కథ అల్లబడింది.

- యండమూరి వీరేంద్రనాథ్

స్వరబేతాళం

Nothing is an offence which is done by a person,
who, at the time of doing it, by reason of unsoundness of
mind, is incapable of knowing the nature of the act,

Sec. 84.

Indian Penal Code

*　　*　　*

"నీ పేరు?"

"శివయ్య"

"వారింట్లో నువ్వెంత కాలం నుంచి పనిచేస్తున్నావు?"

"పదిహేను సంవత్సరాల్నుంచీ బాబూ".

"మీ అయ్యగారూ, అమ్మగారూ తరచు దెబ్బలాడుకునేవారా?"

"లేదండి. అయ్యగారు అమ్మగార్ని చాలా ప్రేమగా చూసుకునే వారు. కానీ
అయ్యగారికి దెయ్యం పట్టిందండీ. ఆ మాట నేను చెప్పినా ఎవరూ వినిపించు
కోలేదండీ."

"ఏం దెయ్యం? కొరివి దెయ్యమా" (నవ్వులు)

"కాదండి. సోమశేఖరంగారు దెయ్యమై పగ పట్టారండి-"

"శివయ్యా, నీకు దెయ్యాల్లో నమ్మకం వుందా?"

"నేను కళ్ళారా చూశాక నమ్మకుండా ఎలా వుంటానండి బాబూ!"

"ఏం చూశావు నువ్వు?"

"నేనాండి-?" అకస్మాత్తుగా శివయ్య కళ్ళు పెద్దవయ్యాయి. భయంగా శూన్యంలోకి చూశాడు. క్రమక్రమంగా అతడి కనుగుడ్లు వెనక్కి తిరిగిపోయాయి. అతడి స్వరం మారిపోయింది. డబ్బాలో గులకరాళ్ళు వేసినట్లు ఒక బొంగురు స్వరం అతడి కంఠంద్వారా వినిపించసాగింది.

"శివయ్యే కాదు... మీరు కూడా చూడాలంటే చూడవచ్చు... నేను సోమశేఖరాన్ని... !! నా కాంక్ష తీరింది... నా ప్రియురాలి ఆత్మతో కలిసి నేను దిగంతాలకి వెళ్ళిపోతున్నాను. శ.. ల..వు".

చరిత్రాత్మకమైన ఆ కేసు వినటం కోసం దేశం నలుమూలల్నించీ వచ్చిన ప్రజానీకం కోర్టుహాలు లోపల, కోర్టు బయట నిశ్చేష్టులై వుండగా సాక్షి శివయ్య శరీరం బోనులో క్రిందికి జారిపోయింది.

* * *

Exception to Sec. 302 - Indian Penal Code-Insanity Plea - Accused suffering from Paranoid Schizophrenia can be called insane person - Acts done under insanity are no offence.

* * *

"మీ పేరు?"

"రామకృష్ణ".

"మీరెక్కడ పనిచేస్తున్నారు?"

"మెంటల్ ఆస్పత్రిలో- డిప్యూటీ సూపర్నెంట్‌గా".

"ముద్దాయి మానసిక పరిస్థితిమీద మీ అభిప్రాయం?"

"అతడు పారనాయిడ్ స్కిజోఫ్రెనియాతో బాధపడుతున్నాడని నా ఉద్దేశ్యం".

"దాన్నే తెలుగులో దెయ్యం పట్టటం అంటారా" జవాబు చెప్పటానికి-రామకృష్ణ ఆగేడు. కోర్టులో సూదిపడితే వినబడేటంత నిశ్శబ్దం. ఆ మెంటల్ డాక్టర్ కాస్త ఆలోచించి అన్నాడు.

"వెల్ - తెలుగులో దాన్ని దెయ్యం అంటారేమో నాకు తెలీదు. ద్వంద్వ ప్రవృత్తి అనేది సరి అయిన పదం అనుకుంటాను. మీరు దాన్ని భ్రాంతి అనికూడా అనవచ్చు".

"మీరిప్పుడు మీ కళ్ళముందే- బోనులో సాక్ష్యమిస్తున్న ఆ ఇంటి నౌకరు శివయ్యని దెయ్యం ఆవహించటం చూశారు. దీనికి మీరే కారణం చెపుతారు?"

"సోమశేఖరం ఆత్మహత్య చేసుకుని మరణించాక దెయ్యమయ్యాడని శివయ్య మనస్ఫూర్తిగా నమ్మేడు. తన ఇంటి యజమానిని ఆ దెయ్యం అప్పుడప్పుడు ఆవహిస్తోండటం అతను కళ్ళారా చూశాడు. అందువల్ల కోర్టులో అతడిని 'నువ్వెప్పుడన్నా దెయ్యాన్ని చూశావా' అని ప్రశ్నించగానే ఆ భ్రాంతికి తానే స్వయంగా లోనయ్యాడు. చనిపోయిన సోమశేఖరం కోర్కెమిటో శివయ్యకు తెలుసు. అతడి ప్రియురాలు మరణించాలనీ, ఆ ఆత్మ కూడా తనతో కలిసి స్వర్గానికి రావాలని సోమశేఖరం కోర్కె! శివయ్య స్వర్గాన్నీ, దేవుణ్ణీ నమ్ముతాడు. కాబట్టి అసంకల్పితంగా – సోమశేఖరం ఆత్మ తనని పూనినట్టు కోర్టులో ప్రవర్తించాడు".

"ముద్దాయి కూడా హత్యకి ముందు దెయ్యం పట్టినట్టు అప్పుడప్పుడు ప్రవర్తించేవాడా?"

"అవును. ఆత్మహత్య చేసుకున్న సోమశేఖరం ఆత్మ తరచు అతడిని ఆవహించేది. తన ప్రియురాలి ఆత్మకి ఆమె శరీరం నుంచి విముక్తి కలిగించమని అతడిని మానసికంగా వత్తిడి చేసేది. దాన్నే దెయ్యం పట్టటం అని అనుకున్నారు".

"కానీ ఒక డాక్టరుగా మీరు మాత్రం దాన్ని పారనాయిడ్ స్కిజోఫ్రెనియా అంటారు".

"అవును".

"ఆ మానసికమైన వత్తిడిలో ముద్దాయికి తానేం చేస్తున్నదీ తెలిసే అవకాశం వున్నదా?"

"లేదు".

"థాంక్స్ డాక్టర్! దట్సాల్".

* * *

"మిస్టర్ జస్టిస్...భారత న్యాయశాస్త్ర చరిత్రలోనే అపూర్వమైన కేసు ఇది. నలుగురూ చూస్తూ వుండగా ముద్దాయి ఈ హత్య చేశాడనీ, ఇది అమానుషమైన చర్య అనీ భావించి క్రింది కోర్టు ముద్దాయికి ఐ.పి.సి. 302 సెక్షన్ క్రింద యావజ్జీవ కారాగారశిక్ష వేసింది. కానీ మిస్టర్ జస్టిస్- ఈ కేసుని సమూలంగా వేరే దృక్పథంతో చూడాలని నేను వేడుకుంటున్నాను. ఈ హత్య చేసింది ముద్దాయికాదు, ఒక దెయ్యం! కోర్కె తీరక ఆత్మహత్య చేసుకున్న సోమశేఖరం ఆత్మ ముద్దాయి మీద మానసికమైన వత్తిడి తీసుకొచ్చింది. దాన్నే తార్కికంగా - ఒక డాక్టర్ భాషలో చెప్పాలంటే- సోమశేఖరం ఆత్మహత్య వార్తవిని ముద్దాయి మానసికంగా బలహీనుడయ్యాడు. పారనాయిడ్ స్కిజోఫ్రెనియా అటాక్డ్ హిమ్. మిస్టర్ జస్టిస్... ఒక పని చేసేటప్పుడు ఆ పని చేస్తున్న వ్యక్తి తను చేస్తున్న పనేమిటో తెలియని స్థితిలో వుంటే ఆ నేరం అతడికి అంటదని సెక్షన్ 841- ఐ.పి.సి. చెబుతోంది. కాబట్టి నా క్లయింట్ నేరస్తుడు కాదు. ఈ హత్య చేసింది- మామూలు తెలుగుభాషలో చెప్పాలంటే... ఒక దెయ్యం".

ప్రారంభం

అవును.

ప్రతీ కథా ఎక్కడో ఒకచోట నుంచి ప్రారంభం కావాలి.

ఈ కథ పద్మజతో ప్రారంభించటం మంచిది. అయితే ఈ కథలో పద్మజ హీరోయిన్ కాదు. ఆమె ఒక దురదృష్టవంతురాలు. విధికి బలి అయిపోయిన వంచితురాలు. అయినా కోర్టుకేసులో, న్యాయశాస్త్ర చరిత్రలో ఒక అపూర్వమైన జడ్జిమెంటుకి తార్కాణంగా ఆమె పేరు నిలిచిపోతుంది. సోమశేఖరం కూడా ఈ కథలో హీరో కాదు. ఆ మాటకొస్తే అతడు మరీ దురదృష్టవంతుడు. మరణించాక కూడా ప్రజలు అతన్ని అసహ్యించుకుంటున్నారు. అతడి ప్రేమించే హృదయాన్ని, భావుకత్వాన్నీ, మంచితనాన్నీ కేవలం కొందరే అర్థం చేసుకున్నారు. మరణించాక కూడా ప్రేయసి తనతోనే కలిసి వుండాలని కోరుకోవటమే అతడి తప్పు అని చాలామంది భావించారు. "వెళ్ళిపో - వెళ్ళిపో" అని అతని ఆత్మని ప్రార్థించారు పూజలు జరిపారు.

ఆ కథలో మరో పాత్ర గిరి.

అతడి కథే ఈ నవలంతా కాబట్టి ఇక్కడ అతడి గురించి చెప్పటం అనవసరం.

మధ్యలో ముగిసిపోయే పాత్రలతో ఈ కథని ప్రారంభించటం మంచిది. అందుకని పద్మజ, శేఖరంలతో ప్రారంభిస్తాను.

1

మాయమైన నౌకలో మారణాయుధాలు వున్నాయా?

గత నెలలో మన దేశానికి చెందిన నౌక ఒకటి అరేబియా సముద్రంలో ఉన్నట్లుండి మాయమైపోయిందనే వార్త వచ్చింది. ఫ్రాన్స్ నుంచి బయలుదేరిన ఈ నౌకలో యాభైమంది సిబ్బంది వున్నారు. ఎవరి జాడా తెలియలేదు. ఈ విషయమై ప్రభుత్వాన్ని ప్రశ్నించగా అది ప్రయాణయోగ్యం కాని నౌక అనీ, బహుశా నడి సముద్రంలో మునిగిపోయి వుంటుందని ప్రభుత్వం సమాధానమిచ్చింది. అయితే ఈ నౌకలో వున్నది కేవలం కొన్ని ఇంజనీరింగ్ పరికరాలు మాత్రమే అన్న వార్త అబద్ధం అని విశ్వసనీయ వర్గాలద్వారా తెలియవచ్చింది. ఈ నౌకలో మిలటరీకి సంబంధించిన యుద్ధ పరికరాలు ఉన్నాయనీ, బహుశా ఈ నౌక దారి మళ్లింపబడి వుండవచ్చుననీ ఒక వార్త! అదే నిజమైన పక్షంలో ఇది తీసిపారేయాల్సిన విషయం కాదు. ఇప్పటికే దేశం అల్లకల్లోలంగా వుంది. ఈ అయుధాలు పడకూడనివాళ్ళ చేతిలో పడితే దేశం అరాచకమై పోతుందనడంలో సందేహం లేదు. ప్రభుత్వం వెంటనే ఈ విషయమై దర్యాప్తు చేయించాలని మీ పత్రిక ద్వారా విన్నవించు కుంటున్నాం.

చేతిలో పుస్తకం ప్రక్కన పెట్టి ఫోన్ తీసి నంబర్ డయల్ చేసింది పద్మజ.

"సోమశేఖరం హియర్" అవతలినుంచి వినిపించగానే-

"ఒక్కసారి ఇక్కడకు రాగలరా?" అని అడిగింది.

"ఇప్పుడే వస్తున్నాను" ఫోన్ పెట్టేశాడు.

రిసీవరు క్రెడిల్ మీదుంచి ఆలోచనలో పడింది పద్మజ.

'భారతదేశం అంటే పుణ్యభూమి అనీ, ప్రొద్దుట లేచింది మొదలు రాత్రి పడుకునే వరకు ప్రతి పనికీ దైవస్మృతి చేసుకునే ప్రజలున్న ధర్మభూమి అని

గొప్పగా చెప్పుకుంటాం. ప్రతి వీధికి ఒక గుడి, ప్రతిగుడికీ ఒక్కో దేవుడూ వెలసిన దేశం. పండుగ వచ్చిందంటే ప్రతి పుణ్యస్థలంలోనూ జనం కిటకిట లాడుతుంటారు. పదిహేను రోజులకో పండుగ వస్తూనే వుంటుంది. ఇంతటి దైవభక్తి, పాపభీతి వున్న ఈ కర్మభూమిలో రోజురోజుకి ఇన్ని అకృత్యాలు జరుగుతున్నాయి. ఎందువల్ల? లోపం ఎక్కడుంది?'

తలుపుమీద టక్.... టక్ మని రెండుసార్లు చప్పుడవడంతో ఆ ఆలోచనల్లోంచి బయటపడింది పద్మజ.

"కమిన్!"

లోపలకు వచ్చాడు సోమశేఖరం. అతని దృష్టి టేబుల్ మీదున్న ఫైలుమీదా, పుస్తకంమీదా పడింది.

"అయితే మీరూ చూశారన్నమాట. నేనే ఫోన్‌చేసి చెబ్దామనుకున్నాను" వచ్చి ఎదురుగా కుర్చీలో కూర్చుంటూ అన్నాడు.

"వీళ్ళకీవార్త ఎలా అంది వుంటుంది? తన డిపార్టుమెంటులో తప్ప వేరే వాళ్ళకు తెల్సే అవకాశం లేదే?" అడిగింది.

"ఏముంది ప్రతిదానికీ ఒక ధర వుంటుంది. ఈ రోజుల్లో డబ్బుకు అమ్ముడుపోని వస్తువు లేదు మార్కెట్‌లో. అన్నింటికన్నా త్వరగా అమ్ముడు పోయేది మనిషే".

"రిపోర్టు ఏమైనా వచ్చిందా?"

"ఆ, ఆ సమయాలలో చుట్టుపక్కల ప్రయాణం చేసిన నౌకల గురించి విచారిస్తే ఒకే ఒక నౌక ఆ ప్రాంతములో కనిపించినట్లు జపాన్ దేశ విమాన పైలెట్ చెప్పాడు. కాని దానిమీద ఎలాంటి పేరూ కనిపించలేదట".

"అంటే.. అది... ?" ప్రశ్నార్థకంగా ఆపేసింది పద్మజ.

"అయి ఉండవచ్చు. నౌకలో సరుకు గురించి చాలా రహస్యంగా ఉంచబడింది. అయినా అది తెలుసుకుని ప్రయత్నము చేయగలిగారంటే అది మామూలు మనుషుల పనికాదు. పెద్ద ముఠాయే అయి వుండాలి. ఇంకో రకంగా చూస్తే ఓడ ప్రమాదవశాత్తూ మునిగిపోయి వుండడానికి అవకాశం వుంది".

"ఎస్.ఓ.ఎస్. అయినా ఇవ్వకుండానే అలా జరిగి వుంటుందా అని?"

"ఉండవచ్చు" జేబులోంచి కాగితం తీసి చదివాడు సోమశేఖరం.

"1973లో మహాజగమిత్ర అనే నౌక, 1975లో ఆకాశ్ మారు-2 అనే నౌక బంగాళాఖాతంలో అదృశ్యమైపోయాయి. 1977లో చంద్రగుప్త అనే నౌక పసిఫిక్ మహాసముద్రంలో అలాగే మాయమయింది. 1979లో గోవానుంచి జర్మనీకి యినుప ఖనిజం తీసుకువెళుతున్న కైరళి అనే నౌక అరేబియా సముద్రంలో ఏ విధమైన సూచనా ఇవ్వకుండా మాయమయింది. ఈ మధ్యకాలంలో చాలా నౌకలు యిలాగే మాయమయ్యాయని రిపోర్టు వచ్చింది. కాని యిప్పుడు మన డిపార్టుమెంటుకి సంబంధించినది కాబట్టి మనదాకా వచ్చింది. కారణాలు విచారిస్తే, ఒకటి హైజాకింగ్ అయివుండాలి. రెండు- ప్రమాదవశాత్తూ అంటే ఏదో ఒక సబ్ మెరీన్ చూడకుండా గుద్దేయడం కావచ్చు. బాయిలర్ ఒక్కసారిగా పగిలిపోవడం వల్ల కావచ్చు- దేనివల్ల నయినా అయివుండాలి".

"ఇన్ని నౌకలు ఇలా మాయమవుతున్నాయంటే ఎవరూ పరిష్కారం కనుక్కో లేదా".

"ఉంది. EPIRB (Emergency Position Indicating Radio Beacon/Buoy) పద్ధతి ఒకటే దీనికి పరిష్కారం. దీన్ని డెక్‌మీద అమరుస్తారు. పడవ కేదైనా ప్రమాదం జరిగితే ఆటోమేటిక్‌గా సిగ్నల్ పంపుతుంది. నీళ్ళమీద తేలుతూ నౌక ఎక్కడ మునిగిందో తెలియజేస్తుంది. బహుశ మనదేశంలో 1990 కల్లా యిది అమలులోకి రావచ్చు" రిపోర్టు మూసేస్తూ అన్నాడు సోమశేఖరం.

"ఇంకా అన్నేళ్ళా? ఎన్ని అనర్థాలు జరుగుతాయో?" బాధగా అంది పద్మజ. "అయినా శేఖరం, కేవలం డబ్బుకోసం ప్రాణాలతో ఆడుకోగలిగే మనుషులు మన ప్రజల్లో ఉన్నారంటే ఆశ్చర్యం కదూ?"

"ఇంతకీ యిప్పటి ప్రోగ్రాం ఏమిటి?" అడిగాడు.

"చేసేదేముంది? ముందుగా ఒక పత్రికా ప్రకటన యివ్వడం ఆ నౌకలో ఆయుధాలున్నాయన్న వార్తను ఖండిస్తూ... లేకపోతే రేపు పార్లమెంటులో అపోజిషన్ దాడి! తర్వాత మనమీద పైవాళ్ళ దాడి మొదలవుతుంది. ఇక పరిశోధన విషయా నికొస్తే ముందుగా గోవా, బాంబేల నుంచి మొదలు పెడితే బాగుంటుంది" టక టకా ప్లాన్ గురించి వివరించింది పద్మజ.

"అయితే నేను వెళ్ళి పత్రికా ప్రకటన పంపిస్తాను" లేచాడు సోమశేఖరం.

"అన్నట్లు యివ్వాళ సాయంత్రం ప్రకాశరావుగారింట్లో పార్టీకి వస్తున్నారా" అడిగింది.

"లేదు. ఇవ్వాళ సాయంత్రం యింట్లోనే ఉంటానని అమ్మకు ప్రామిస్ చేశాను".

"ఆవిడ ఆరోగ్యం ఎలా వుందిప్పుడు?"

"ఫరవాలేదు చెప్పినమాట వినదుగా. కాస్త బాగుండగానే లేచి యింటి పనంతా చేస్తుంటుంది".

"పోనీ పెళ్ళి చేసుకోరాదూ? ఆవిడ సంతోషిస్తుంది-మీకూ భారం తగ్గుతుంది".

"భలేవారే! అప్పుడు ఉద్యోగం మానేయాల్సొస్తుంది".

"దేనికి?"

"మరి యిద్దరి కోరికలు తీరుస్తుండాలి గదా".

పద్మజ నవ్వేసింది. అతడు ఆగి, ఏదో చెప్పబోయి, మనసు మార్చుకుని వెళ్ళిపోయాడు.

ఒక పని చేయటానికి ఒక క్షణం తటపటాయిస్తే – జీవితంలో ప్రతి క్షణమూ ఒకోసారి విచారించవలసివస్తుంది.

2

"రామయ్యా!"

"అమ్మా!"

"హిమజ వస్తే చెప్పు-నేను ప్రకాశరావుగారింటికి పార్టీకి వెళ్ళాననీ, వస్తానంటే రమ్మను. ఇద్దరం కలిసి తిరిగివస్తాం" అంది. హిమజ ఆమె చెల్లెలు.

"అలాగేనమ్మా".

సాయంత్రం ఏడు దాటింది.

'ఇప్పటికే ఆలస్యమయిపోయింది' అనుకుంటూ బయలుదేరింది పద్మజ.

ప్రకాశరావు ఒకప్పుడు ఆమెకు పై అధికారే కాకుండా కుటుంబ స్నేహితుడు కూడా. తండ్రి పోయినప్పుడు ఆస్థి వ్యవహారాలన్నీ చక్కబెట్టిందాయనే. రిటైరు అయినా ఏ విషయంలోనైనా సలహా కావాలంటే ఆయన దగ్గరకే వెళుతుంటుంది పద్మజ.

ఈ మధ్య పార్టీలకెళ్ళాలంటే విసుగ్గా ఉంటోంది. వెళ్ళినప్పటినించీ తల్లీ తండ్రీ లేని తమకు పెళ్ళిళ్ళు చేయాల్సిన బాధ్యత తమమీదే వున్నట్లుగా

మాట్లాడతారందరూ. వెళ్ళకపోయినా బాగుండదు. పెళ్ళి చేసుకోకూడదనేం కాదుగానీ ఈ విషయం గురించి ఆలోచించలేదింతవరకూ.

'ఇవాళ ఎంతమంది ప్రశ్నలు ఎదుర్కోవాలో?' అనుకుంటూ కారు పార్కుచేసింది పద్మజ.

అప్పటికే పార్టీ మొదలైనట్లుంది. అంతా హడావిడిగా వుంది.

"హల్లో పద్మా, ఒక్కదానివే వచ్చావేం! హిమజ రాలేదా?" మిసెస్ ప్రకాశరావు పలకరించింది.

"లేదు ఆంటీ! దానికోసం చూసే ఆలస్యమైంది. రాధా వాళ్ళేరీ?" చుట్టూ చుస్తూ అడిగింది.

"ఇక్కడే ఉండాలమ్మా చూడు" మరెవరో అతిధులు రావటంతో హడావిడిగా వెళ్లిపోయిందావిడ.

హాలంతా కలయచూసింది పద్మజ. రాధ ఒక పెద్ద గుంపులో నిలబడి, సీరియస్‌గా వాదిస్తోంది. అటువేపు నడిచింది పద్మజ.

"హల్లో పద్మా! ఏమిటి కనిపించడం మానేశావు?" మధ్యలో డాక్టర్ రామకృష్ణ అడ్డుపడ్డాడు.

"హల్లో అంకుల్! మీ కోసమే చూస్తున్నాను. మీరిచ్చిన టాబ్లెట్లు బాగా పనిచేస్తున్నాయి! హాయిగా నిద్రపోతున్నాను".

"అలా అని అలవాటుగా చేసుకోకు. అయినా ఆఫీసు విషయాల గురించి అంత టెన్షన్ పనికిరాదమ్మా! ఆ విషయాలు ఆఫీసులోనే మరచిపోతూండాలి".

"పద్మక్కా వచ్చావా, నీ కోసమే చూస్తున్నాను. ఒకసారి ఇటురా. మన పరువు కాపాడాలివ్వాళ నువ్వు- సారీ అంకుల్" అని రామకృష్ణతో చెప్పి పద్మజని హడావిడిగా లాక్కెళ్ళింది రాధ.

అక్కడ అమ్మాయిలూ అబ్బాయిలూ కలసి ఒక పదిమంది దాకా వున్నారు.

"చూడక్కా! ఆడవాళ్ళకు బుర్ర ఉండదంటూ జోక్స్ వేస్తున్నారిక్కడ. ఇక మొదలు పెట్టండి" ధీమాగా అంది రాధ.

"నమస్కారం ఝూన్సీరాణిగారూ" అన్నాడతను.

తలెత్తి సూటిగా చూసిందతనివైపు. ఆరడుగుల ఎత్తు. మంచి పర్సనాలిటీతో దృఢంగా ఉన్నాడతను. సీరియస్‌గా చూస్తున్నా కళ్ళు కొంటెగా నవ్వుతున్నాయి.

"నమస్తే రాణాప్రతాప్‌గారూ" అంది సీరియస్‌గా, అందరూ ఫక్కున నవ్వారు.

"జోక్‌గా తీసుకోకండి. మా అక్క అడిగే ప్రశ్నలకి మీరూ సమాధానం చెప్పాలి మరి" అంది రాధ.

"అసలు పరిచయం చెయ్యకుండానే?"

"ఓ. సారీ! ఈమె మా పద్మజక్క. అక్కా వీరు గిరిధర్ అని".

"ఆగండాగండి. నన్ను నేనే పరిచయం చేసుకుంటాను. పేరు గిరిధర్, ఊరు ప్రస్తుతం యిదే. ఎగుడు దిగుడుల మధ్య మతి పోగొట్టుకుంటున్న వాణ్ణి".

"అంటే?"

"ఎగుమతి, దిగుమతి వ్యాపారస్తుణ్ణిలెండి".

"ఆ పరిచయాల సంగతి వదిలేసి యిందాక అడిగిన ప్రశ్న అడగండి".

"మి.టి.గు.టి.చా.పు.లాంగ్.నా అంటే ఏమిటి అని అడిగానండి. ఎవ్వరూ చెప్పలేక పైగా నా మీద అరుస్తున్నారు. క్లూ కూడా ఇచ్చాను, అందరికీ తెలిసినదే అది అని".

నవ్వింది పద్మజ. "టిబెటన్లు ఎవరెస్టు శిఖరాన్ని పిలిచే పేరది".

"బాప్‌రే. నిజంగా మీరు జీనియస్" ఆశ్చర్యంగా అన్నాడు గిరి.

"మా అక్క ఐ.ఏ.ఎస్." గర్వంగా అంది రాధ.

"నిజంగానా. నేనూ ఐ.ఏ.ఎస్సేలెండి" సీరియస్‌గా అన్నాడతను.

"అంటే?"

"ఐయామ్ ఎ స్టుపిడ్ అని" అందరూ నవ్వారు. పద్మజ మొహం ఎర్రబడింది.

"ఇందాకటి యింకో ప్రశ్న చెప్పక్కా, మోనాలీసా పెయింటింగ్ ప్రత్యేకత ఏమిటి? ఆమె చిరునవ్వు తప్ప యింకేముందో నువ్వే చెప్పు. ఇంకేదో ప్రత్యేకత ఉంది మీరు సరిగా చూస్తే- అంటున్నారీయన".

"మోనాలీసాకు కనుబొమ్మలు లేవు. ఆ రోజుల్లో అదొక ఫాషన్. అసలామె బొమ్మ వేసినపుడు ఆమె భర్తకు నచ్చక ఆ పెయింటింగ్ తీసుకెళ్ళలేదుట. అప్పుడా దేశ యువరాజు దాన్ని కొనుక్కుని బాత్రూంలో తగిలించుకున్నాడట". చెప్పింది పద్మజ.

అందరూ నిశ్శబ్దంగా అయిపోయారు. నిజంగా అన్నిసార్లు ఆ బొమ్మను చూసినా ఈ విషయాన్ని గమనించలేదెప్పుడూ.

గిరి పెద్దగా నవ్వి చప్పట్లు కొట్టడంతో అందరూ చేతులు కలిపారు.

"ఇప్పుడు నువ్వో ప్రశ్న వెయ్యక్కా, చూద్దాం" అంది ఉత్సాహంగా రాధ.

"వద్దులే" నవ్వేసింది పద్మజ. "ఐ.ఏ.ఎస్.కి ప్రిపేర్ అయ్యేటప్పుడు అన్నీ చదివేదాన్ని. ఇప్పుడు పుస్తకం ముట్టుకోవడానికి టైం ఉండటంలేదు" మర్యాదగా తప్పించుకోబోయింది.

"ఒకటన్నా అడగాలి తప్పదు. మీ తెలివితేటలూ నిరూపించుకోవాలిగా" అన్నాడు గిరి.

"సరే ఒక అగ్గిపెట్టె ఇవ్వండి" అంటూ– "చాలా పాత లెక్క... కానీ ఎంతమంది చేయగలరో చూద్దాం" అని అందులోంచి 17 అగ్గిపుల్లలు తీసి అయిదు చతురస్రాలుగా అమర్చింది.

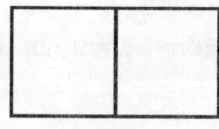

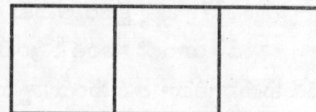

తరువాత వాళ్ళవైపు తిరిగి "ఇందులోంచి కేవలం రెండు అగ్గిపుల్లలు మాత్రమే వేరే చోటికి మార్చి నాలుగు చతురస్రాలు చేయాలి. బెస్టాఫ్‌లక్" అంది.

అందరూ బల్ల చుట్టూ మూగారు.

"చేశాక చెప్పండి నేను అంకుల్ దగ్గరకు వెళుతున్నాను" అంటూ వెళ్ళి "అంకుల్ మీతో మాట్లాడాలి" ప్రకాశరావుగారితో అంది పద్మజ, వేరే గదిలో వున్న ఆయనతో.

"పద! లోపలకు వెళదాం" స్టడీరూంలోకి దారి తీశారు.

"చెప్పు! మళ్ళీ ఏం సమస్య వచ్చిపడింది?" సోఫాలో కూర్చుంటూ అన్నారు.

"లార్కిన్ బ్రదర్స్ విషయం బయటపడ్డాక చాలా జాగ్రత్త పడుతున్నాం అంకుల్. డిపార్టుమెంటులో తప్ప మరెవ్వరికీ ఎలాంటి ఇన్‌ఫర్మేషన్ తెలియకుండా చూస్తున్నాం. అయినా కొన్ని సీక్రెట్స్ బయట పడుతున్నట్లు అనుమానంగా ఉంది" నౌక విషయం చెప్పింది.

"నీ ప్లాన్ ఏమిటి?" అడిగారు.

వివరించింది పద్మజ.

"బాగానే వుంది. ఎవరు చూస్తున్నారు?"

"సోమశేఖరాన్ని పంపుదామనుకుంటున్నాను".

"గుడ్... కానీ...." రెండు మూడు సూచనలిచ్చాడు.

అందుకే ఆయనంటే అభిమానం పద్మజకి. ఆయన అనుభవం చాలా ఉపయోగపడుతుంది.

"థాంక్స్ అంకుల్".

"యు ఆర్ వెల్‌కం బేబి! నా సహాయం నీకెప్పుడూ ఉంటుంది. సరేకానీ పెళ్ళి విషయం ఏం ఆలోచించావు? సంబంధం చూడనా" అడిగారు.

"త్వరలోనే చెపుతాను అంకుల్" అంటూ బయట కొచ్చింది.

"సమాధానం దొరికిందా?" పక్కగా వచ్చి సీక్రెట్‌గా అడిగాడు గిరి, ఆమె రూంలోంచి బయటకు రాగానే.

"దేనికి?" ఒక్క క్షణం ఆమెకు అర్థంకాలేదు.

"స్టడీ రూంలో అంతసేపుంటే అసలు సమాధానం మీకు తెలీదేమో, వెతుకుతున్నారేమో అనుకుంటున్నాను".

"అదా..." తేలిగ్గా నవ్వేసింది. "సమాధానం నాకు ముందే తెలుసు. అక్కడి పుస్తకాలలో దొరుకుతోందనుకొంటే వెళ్ళి వెతకండి. నాకు అభ్యంతరంలేదు".

"ఏమిటోనండీ, ఇవ్వాళ బుర్ర సరిగా పనిచేయటంలేదు. తెలివి తేటలన్నీ హరించిపోయాయనిపిస్తోంది".

"పోనీ, ఈ సారి కాస్త మతిని దిగుమతి చేసుకోండి".

"తెప్పించుకోవడం దేనికి? ఇక్కడే దొరుకుతుందిగా" అతని చూపులని తట్టుకోలేక తల తిప్పుకుంది పద్మజ.

"డిన్నర్ రెడీ అనుకుంటాను పదండి" అని మాట మార్చింది.

పద్మజ వెనకే వచ్చి ఆమె ప్లేట్లో ఏమేం పెట్టుకొంటోందోనని గమనిస్తూ నిలబడ్డాడు గిరి.

"ఏమిటి అలా చూస్తున్నారు వడ్డించుకోండి".

"ఊహు....తెలివితేటలు కలగటానికి మీరేం తింటారో తెలుసుకుందామని చూస్తున్నాను".

అతని మొహం చూసి ఫక్కున నవ్వింది పద్మజ.

పద్మజ యింటికి వచ్చేసరికి పదకొండవుతోంది. హాల్లోనే కూర్చుంది హిమజ.

"ఎప్పుడొచ్చావు? పార్టీకి రాలేదేం?"

"కళాభవన్‌లో నేపాల్ బొమ్మల ప్రదర్శన మీద ఆర్టికల్ తయారు చేస్తున్నానక్కా! అక్కడే ఆలస్యమై పోయింది" అంది హిమజ.

ఫోన్ మోగింది.

ఈ టైంలో ఎవరు? సోమశేఖరమా? సాలోచనగా ఫోన్ తీసింది పద్మజ.

"హలో జీనియస్" అవతలవైపు నుంచి వినిపించింది.

"మీరా" అంది ఆశ్చర్యంగా.

"మీరాని కాదు గిరిని".

"పాత జోకే. ఏమిటి యింతలోనే ఫోన్?"

"పజిల్‌కు జవాబు చెప్తారేమోనని - తెలుసుకుంటేగాని నిద్రపట్టేలా లేదు. అసలా పుల్లలు తీయకూడదా?"

"లేదు- ఆ 17 పుల్లలతోనే, కేవలం రెండు పుల్లల్ని వేరేచోటికి మార్చి నాల్గుగు చతురస్రాలు చేయాలి".

"రావటం లేదు".

"అందుకే రాత్రంతా కూర్చుని ప్రయత్నించండి. తెలుస్తుంది. ఫోన్‌లో చెప్పేది కాదు".

"సరే మీరు చెప్పాక తప్పుతుందా. అలాగే చేస్తాను. ప్రొద్దుటే వచ్చి చూపించాలని ఉంది, రమ్మంటారా?"

"ప్రొద్దున్నే నేను ఆఫీసుకు వెళ్ళిపోవాలి. సారీ, చాలా ముఖ్యమైన పనులున్నాయి".

"మీ కెప్పుడు వీలవుతుందో చెప్పండి. అప్పుడే వస్తాను".

"ఊ - మధ్యాహ్నం ఒంటిగంటా ప్రాంతంలో యింటికి వస్తాను. లంచ్‌కి. అప్పుడు రండి".

"ఏమిటి భోజనానికే రమ్మంటున్నారు?" సంభ్రమంగా అడిగాడు.

"ఆ - భోజనానికే రమ్మంటున్నాను. తప్పేంలేదుగా?"

"అస్సలు లేదు. నాకు ఎగ్‌ఫ్రైడ్ రైస్, జింజిర్ చికెన్ ఇష్టం".

"అలాగే చెయ్యమని చెప్తాను. సరే రేపు వస్తారుగా. గుడ్‌నైట్!"

"థాంక్యూ అండ్ గుడ్‌నైట్" ఫోన్ డిస్కనెక్ట్ చేసింది.

"ఎవరక్కా?" అడిగింది హిమజ.

"ఒక ఫ్రెండ్. గిరి అని పార్టీలో పరిచయం అయ్యాడులే".

మళ్ళీ ఫోన్ రింగయింది.

ఫోనెత్తి పద్మజ "హల్లో!" అంది. ఈసారి ఫోన్ చేసింది సోమశేఖరం. భోజనం గురించి కాదు. అతడికి అంత ధైర్యం లేదు. అతడు మాట్లాడుతూంది మరో ముఖ్య విషయం.

చంద్రుడు కనపడలేదని ఏడిస్తే కళ్ళనిండా నీళ్ళు నిండి నక్షత్రాలు కూడా కనబడవు.

3

"**అయితే** మన అనుమానం నిజమే అయిందన్నమాట" అంది.

"అవును. రేపు పొద్దుటే ఏడుగంటలకు మీటింగు పెట్టుకున్నాం. మీరు ఆరున్నరకల్లా వచ్చేయండి. రిపోర్ట్సు అన్నీ సిద్ధంచేసి పెట్టాను. ఒకసారి చూద్దురు గాని" అన్నాడు సోమశేఖరం.

"అంటే– మీరింకా యింటికి వెళ్ళలేదా? ఇప్పటివరకూ ఆఫీసులో...."

"లేదు పద్మజా! సాయంత్రం బయలుదేరుతుండగా వార్త తెలిసింది. మిమ్మల్ని పార్టీలో డిస్టర్బ్ చేయటం ఇష్టం లేకపోయింది. అంతగా అవసరం అయితే ప్రకాశరావుగారి ఇంటికే వద్దామనుకున్నాను. అవసరం రాలేదు".

"థాంక్యూ!" ఆమె మనసు కృతజ్ఞతతో నిండిపోయింది. "పొద్దుటే వస్తాను. గుడ్‌నైట్".

"గుడ్‌నైట్" ఫోన్ పెట్టేశాడు.

మరుసటిరోజు ప్రొద్దున్న...

డాదాపు పదిహేనుమంది సభ్యులున్నారా సమావేశంలో.

"మిస్ పద్మజా! మీరు మొదలు పెడతారా?" అడిగాడు డిఫెన్స్ సెక్రటరీ.

చిన్నగా గొంతు సవరించుకుంది పద్మజ.

"కొద్దిరోజుల క్రితం కొన్ని యుద్ధ పరికరాలను, ఆయుధాలను ఫ్రాన్స్‌నించి తెప్పించుకోవల్సిన అవసరం మన దేశానికి కలిగింది. ఆ సమయంలోనే ఫ్రాన్సు

నుంచి మన దేశానికి వస్తున్న నౌక 'భారత్' కొన్ని ఇంజనీరింగ్ పార్ట్సు తీసుకు వస్తోందని తెలియగానే ప్రభుత్వం అనుమతి తీసుకుని మన ఆయుధాల్ని కూడా రహస్యంగా నౌకలో తెప్పించుకోవడానికి పర్మిషన్ తెప్పించాం. ఆ విషయం నౌక కెప్టెన్‌కీ, షిప్పింగ్ కంపెనీ ఓనరుకీ మాత్రం తెలుసు. ఇంకెవరికీ తెలియకుండా జాగ్రత్తలు తీసుకున్నాం. ఆ నౌక యింకా నాలుగు రోజులలో భారతదేశం చేరుతుందనగా వున్నట్లుండి మాయమై పోయిందనే వార్త వచ్చింది. డేంజర్ సిగ్నల్ కూడా ఇవ్వలేదు. ఎన్నిరకాలుగా ప్రయత్నించినా జాడ తెలియలేదు. పరిశోధనవల్ల తేలిందేమంటే అంతకు రెండురోజుల క్రితం బాయిలర్ ఫీడ్ పైప్ పగిలి కొంత ట్రబుల్ ఇచ్చిందని దాన్ని టెంపరరీగా రిపేరు చేయడం జరిగిందనీ, బహుశా ఒక్కసారిగా బాయిలర్ బరస్ట్ అయి వుండడానికి అవకాశం వుంది కాబట్టి నౌక పగిలిపోయి వుంటుందని అనుమానించాం. అయినా పూర్తిగా నిర్ధారణ చేయడానికి దర్యాప్తు చేస్తున్నాం.

నిన్న మధ్యాహ్నం పంజాబ్‌లోని ఫరీద్ కోటలో స్కూటర్‌మీద వెళుతున్న ఒక వ్యక్తిని ఇద్దరు గుర్తుతెలియని వ్యక్తులు కాల్చి చంపారన్న వార్త మీరూ వినే వుంటారు. మేము ఆ వార్తకు అంత ప్రాముఖ్యం ఇవ్వలేదు మొదట్లో. కాని ఆ ఇద్దరు వ్యక్తులూ పట్టుబడ్డారనీ, వారి దగ్గర స్వాధీనం చేసుకున్న ఆయుధాలమీద ఫ్రాన్స్ దేశం మార్కింగ్స్ ఉన్నాయని తెలియగానే డిపార్టుమెంటునుంచి మిస్టర్ సోమశేఖరం వెంటనే ఎంక్వయిరీ చేశారు. అవి 'భారత్' లో రావాల్సిన ఆయుధాలని నిర్ధారణగా తెలిసింది. జంటిల్మన్. ఇది మొత్తం ఆయుధాల లిస్టు"- లిస్టు అందించింది. "ఈ లిస్టులో వున్న వస్తువులన్నీ అక్రమంగా మన దేశంలోకే ప్రవేశించాయన్న మాట. ఇప్పుడు మన ముందున్న సమస్య కేవలం ఆయుధాలు ఎవరిచేతుల్లో పడ్డాయోనన్న విషయం ఒక్కటే కాదు, ఎంతో సీక్రెట్‌గా వుంచిన ఈ విషయం బయటికెలా వచ్చిందీ, ఏ విధంగా ఆయుధాలు రవాణా కాబడ్డాయి అన్నది తెలుసుకోవడం కూడా చాలా ముఖ్యం. అందుకే హోమ్‌శాఖ ప్రతినిధులనూ, సి.బి.ఐ. అధికారులనూ కూడా పిలిపించటం జరిగింది". పద్మజ ముగించింది.

గదిలో కాస్సేపు నిశ్శబ్దం.

"బహుశా అవి పొరుగు దేశంలోకి దారి మళ్లింపబడి సరిహద్దునించి రోడ్డుద్వారా మనదేశంలోకి చేరుతుండవచ్చు. ఈ విషయం దృష్టిలో ఉంచుకొని దర్యాప్తు చేయుడం సులభమనుకుంటాను" అన్నాడు ఒక అధికారి.

"అంతకంటే ముఖ్యం ఎవరిద్వారా ఈ విషయాలు బయటపడుతున్నాయన్న విషయం. ఇది మా డిఫెన్సు సెక్రటేరియట్‌లోనూ, ప్రైమ్‌మినిస్టర్స్ సెక్రటేరియేట్ లోనూ తప్ప బయటవాళ్ళకు తెలిసే అవకాశం లేదు. ఇప్పుడందర్నీ అనుమానించవలసి వస్తోంది. సీజర్స్ నైఫ్‌లా ఎబోవ్ సస్పిషన్ అని ఎవరినీ వదలకుండా అందర్నీ చెక్ చేయటం అవసరమని నా ఉద్దేశం" సోమశేఖరం అన్నాడు.

"అదీ నిజమే" ఒకరిద్దరు వెంటనే ఒప్పుకున్నారు.

"కాని ఇది చాలా రహస్యంగా జరగాలి. ఈ విషయము ఏ మాత్రంబయటకు వచ్చినా ప్రజల్లో భయాందోళనలు కలుగుతాయి" మరో అధికారి అన్నాడు.

"అసలు ఈ విషయం బయటపడితే పార్లమెంటులో ప్రతిపక్షాల బాధ భరించలేం. దాంతో గొడవ మరింత ఎక్కువవుతుంది" హోంశాఖ అధికారి అన్నాడు.

ఏదో అనబోయిన పద్మజను పక్కనుంచి వారించాడు సోమశేఖరం.

బయటకొచ్చాక "వీళ్ళ భయం అంతా ప్రతిపక్షాల వాళ్ళ మాటపడాల్సి వస్తుందనీ, అంతేగాని అమాయక ప్రజల ప్రాణాల గురించి కాదు. బ్లడీ పాలిటిక్స్" కోపంగా అంది పద్మజ.

"నిజమే పద్మజా. కానీ మీరు ఆ మాట అక్కడ అని ప్రయోజనం లేదు. వాళ్ళకు శత్రువులవటం తప్ప, పేరుకి డెమొక్రసీగాని అసలు సిసలైన ఫాసిస్టు సొసైటీ మనది".

"నిజమే మనం అనుకున్న ప్లాన్ ప్రకారం మీరు పరిశోధన సాగించండి. నా అనుమానం ఇందులో ఇన్సూరెన్స్ కంపెనీ సహకారం కూడా వుందని. ఆ విషయం పూర్తిగా కన్‌ఫర్మ్ చేసుకుంటే మంచిది. మీరొకసారి కొచ్చిన్ వెళ్ళి రావల్సి వుంటుంది".

"అలాగే త్వరలోనే వెళతాను" అన్నాడు సోమశేఖరం.

అతనికి పొద్దుట జరిగిన విషయం గుర్తుకొచ్చింది. కేవలం తమ డిపార్టుమెంటు కోసం ఏర్పాటు చేయబడిన మీటింగు అది. కానీ పద్మజ మీటింగ్‌కి రాగానే అభ్యంతరం తెలిపింది. ఆమె అన్నమాట సబబే, ఇప్పుడీ సమస్య ఒక డిఫెన్సుకి సంబంధించిందే కాదు. ఎప్పుడయితే ఆయుధాలు ప్రజల చేతుల్లో పడ్డాయో అప్పుడే హోంశాఖ కూడా రంగంలోకి రావాలి. ఇక కేసు సి.బి.ఐ. అధికారులకు

కూడా తెలియజెయ్యాలి అంది. వెంటనే ఏర్పాట్లు చేశారు. మీటింగు అనుకున్న దానికంటే మూడు గంటలపాటు ఆలస్యంగా మొదలైంది.

సోమశేఖరానికి పద్మజ ధైర్యం చూస్తే ఆశ్చర్యంగా వుంటుంది. కావటానికి తామిద్దరూ ఒకే కేడర్‌వాళ్ళు. కానీ డబ్బు కోసం ఉద్యోగం చెయ్యవలసిన అవసరం లేనందువల్లనో, మొదట్నించీ అలాంటి వాతావరణంలో పెరగడంవల్లనో పద్మజ నిర్భయంగా మాట్లాడగలుగుతుంది. తనేమో ఒక ఇంట్రొవర్ట్. ఏ మాట మాట్లాడాలన్నా పదిసార్లు ఆలోచిస్తాడు.

"నేను ఇంటికి వెళ్తున్నాను". పద్మజ మాటలకు ఆలోచనల్లోంచి బయటపడ్డాడతడు.

ఇంటిముందు ఆగి వున్న ఫియట్ కారుని చూసి ఆశ్చర్యపడింది పద్మజ.

'ఎవరబ్బా! హిమజతో ఎవరయినా వచ్చారా' అనుకుంటూ లోపలకు అడుగుపెట్టింది.

"సుప్రభాతం" అన్నాడు గిరి సోఫాలోంచి.

"అరె" నాలుక కరుచుకుంది పద్మజ. టైం రెండున్నర దాటింది. అతన్ని భోజనానికి పిలిచిన విషయమే మర్చిపోయింది తను.

"సారీ, మిస్టర్ గిరీ, ఆఫీసులో పని ఎక్కువగా వుండి ఆలస్యమైపోయింది".

"మరేం ఫర్వాలేదులెండి. సారీలతో సమయం వృధా చేయకుండా రండి. భోంచేద్దాం" అన్నాడు గిరి.

డైనింగ్ టేబిల్‌మీద వస్తువులు చూస్తూంటే గుర్తు వచ్చింది పద్మజకు, అతను చెప్పిన వంటలు చెయ్యమని చెప్పడం మర్చిపోయానని.

"సారీ! మీరడిగిన భోజనం పెట్టలేకపోతున్నాను!"

"ఇప్పుడదేగా తింటున్నది?" ఎగ్ కర్రీ చూపిస్తూ అన్నాడు.

"అదికాదుగా మీరడిగింది?"

"మీరు పొరబడుతున్నారు. ఇది కోడి కూరే. కాకపోతే కోడి ఇంకా పుట్టలేదు అంతే".

ఫక్కున నవ్వింది పద్మజ.

"హమ్మయ్య. అలా నవ్వండి. మీ ఆఫీసు పనేమిటో నాకు అనవసరంగానీ మీకు జీతాలకు బదులు తలా కొంచెం సీరియస్‌నెస్ ఇచ్చి పంపిస్తున్నారేమో

ననుకున్నాను" నవ్వినా ఇంకా వదలని ఆఫీసు జ్ఞాపకాలతో, టెన్షన్‌తో అలసిన ఆమె ముఖం చూస్తూ చిరునవ్వుతో అన్నాడు గిరి.

"ఊహూ" కుర్చీ వెనక్కి వాలి అతన్నే చూస్తూ "అయితే మీ కంపెనీకి చాలా లాభాలు వస్తుండాలే" అంది.

"ఏం?"

"మీరు జీతాలకు బదులు నవ్వుల్ని పంచుతుంటారు గదా!"

"అందుకే అన్నాను మీరు నేనూ ఐ.ఏ.ఎస్సే - కానీ తేడా వుంది" నవ్వుతూ అన్నాడు గిరి.

"అన్నట్లు పజిల్ సాల్వ్ చేసారా?" అడిగింది.

"ఆ! మీరు ఆజ్ఞాపించాక తప్పుతుందా? పూర్తి చేసే పడుకున్నాను".

"నాకు బహుమతి కావాలి".

"ఏం బహుమతి కావాలి"

"హమ్మయ్య- ఇప్పటికి పూర్తిగా రిలాక్స్ అయ్యారు. నాకు సీరియస్‌గా వుండేవాళ్ళంటే భయం, ఆ బహుమతి చాలు".

"ఇంతకీ మీ గురించి ఏమీ చెప్పలేదు. అమ్మా నాన్నా ఎక్కడ వుంటారు?"

"చెప్పుకోవటానికి పెద్ద కథేంలేదు. నాకు ఏడాది నిండగానే నా పనులన్నీ నేనే స్వయంగా చేసుకోవడం మొదలు పెట్టానట. ఇక నా అవసరం లేదుకదా అని అమ్మ వెళ్ళిపోయింది. నాన్నను అడిగితే అమ్మ స్వర్గానికెళ్ళింది అనేవాడు. కొంచెం జ్ఞాపకం వచ్చాక, "నాన్నా, నేనూ అమ్మ దగ్గరకు స్వర్గానికి వెళతాను" అని అడగటం మొదలు పెట్టానట. "నువ్వేమిటిరా ముందు నన్ను వెళ్ళనీ" అని ఆయనా వెళ్ళిపోయారు. చిన్నతనం చాలావరకు హాస్టల్లో గడిచింది. ఉన్న ఒక్క అక్కయ్యా ప్రస్తుతం అమెరికాలో వుంది. ఇకపోతే డబుల్ గ్రాడ్యుయేట్‌ని".

"డబుల్ గ్రాడ్యుయేటా?" ఆశ్చర్యంగా అడిగింది.

"ఆ, బి. కాం. పాసయ్యాక ఒక గ్రాడ్యుయేటుని అయ్యాను. పెళ్ళి చేసుకోలేదు కాబట్టి మరో గ్రాడ్యుయేటుని".

"మరి ప్రకాశరావుగారెలా పరిచయం?"

అతను మాట్లాడలేదు.

"ఏం మాట్లాడడం మానేశారు జవాబు చెప్పకూడదా?" అడిగింది.

"అబ్బే ఏం లేదు. అక్కయ్య ఉత్తరం వ్రాసింది. వారింటికి వెళ్ళమనీ, వాళ్ళమ్మాయిని చూడమనీ".

ఆమెకు తెలియకుండానే గుండెల్లో ఏదో గుచ్చుకున్న అనుభూతి.

"అయితే రాధ మరీ చిన్న పిల్లలా అనిపించింది".

"ఓహో!" అర్థమయిందన్నట్లుగా తల వూపింది. అక్కయ్యకు వ్రాస్తున్నాను ఆ విషయమే. అయినా ఏమిటో నా ఇష్టం గురించే మాట్లాడుతున్నారుగాని ఆ అమ్మాయికి నేనంటే ఒళ్ళు మండిపోతూ వుందిప్పుడు" నవ్వేశాడు.

ఫోన్ రింగయింది.

"ఎక్స్‌క్యూజ్‌మీ".

"పద్మజా హియర్" అంది.

అవతలివైపు నించి "నేనమ్మా ప్రకాశరావుని" అన్నారాయన.

"నమస్తే అంకుల్".

"ఏదో వార్త విన్నానమ్మా, అనుమానం వచ్చి ఫోన్ చేశాను".

"తర్వాత చెప్తాను అంకుల్. సాయంత్రం ఇంటికి వద్దామనుకుంటున్నాను".

"ఎవరయినా వున్నారా పక్కన?"

"ఆ..."

"సరే, రాధ మాట్లాడుతుందిట".

"అక్కా!" రాధ గొంతు వినిపించింది.

"చెప్పు రాధా"

"నిన్నటి పజిల్ రావడంలేదక్కా, చెప్పవూ?"

"అది ఫోన్‌లో చెప్పేది కాదు. సాయంత్రం ఇంటికి వస్తానుగా చెప్తాను".

"ఆ పెద్దమనిషికీ రాలేదనుకుంటాను. మళ్ళీ మాట్లాడలేదు" అంది రాధ అక్కసుగా. "నీకేమైనా చెప్పాడా?"

ఒక్క క్షణం తటపటాయించింది పద్మజ. అతడు ఇక్కడే వున్నాడని చెప్పటం ఇష్టం లేకపోయింది.

"ఏమీ తెలియదు" అంది.

"సరే సాయంత్రం వస్తావుగా? బై" ఫోను పెట్టేసింది రాధ.

సీరియస్‌గా కూర్చున్నాడు గిరి.

"ఏమిటి తిట్టుకుంటున్నారా?" అడిగింది చిరునవ్వుతో.

"అవును" అన్నాడు మరింత సీరియస్‌గా, "మిమ్మల్ని కాదు, అలెగ్జాండర్ గ్రాహమ్‌బెల్‌ని తిట్టుకుంటున్నాను. పనీ పాటా లేకపోతే ఏ సేఫ్టీ పిన్నో కనిపెట్టి ఉండవచ్చుగా! టెలిఫోన్ ఎందుకు కనిపెట్టడం?" అతని మొహం చూస్తే నవ్వొచ్చింది పద్మజకు.

"అన్నట్లు రాధ ఫోన్ చేసింది. పజిల్‌కి సమాధానం రాలేదుట".

"రాదని నాకు తెలుసులెండి. నేనేమో ఐ.ఏ.ఎస్. పాసయ్యాను. తను అదీ పాసవ్వలేదు".

"సరే, ఇంకేమిటి విశేషాలు చెప్పండి" సోఫాలో కూర్చుంటూ అంది.

"అంటే ఇక వెళ్ళి రమ్మని అర్థం అన్నమాట. వెళ్ళొస్తాను. అన్నట్లు మళ్ళీ రావచ్చుగదూ?"

"తప్పకుండా. మీరడిగిన భోజనం పెట్టాలి గదా".

"అన్ని రోజులు నేనాగలేను".

"ఎన్ని రోజులు?"

"మీ ఇంట్లో కోడి పుట్టాలి. పెరిగి పెద్దదవాలి. అప్పటిదాకానా?"

"అంత అవసరం లేదులెండి. త్వరలోనే కలుద్దాం".

"అయితే మీకెప్పుడు వీలో చెప్పండి. నేను మీ కిష్టమైన భోజనం మీ కిష్టమైన హోటల్లో ఇస్తాను".

"రేపెప్పుడైనా ఫోన్ చేయండి- చెప్తాను".

"అలాగే అలెగ్జాండర్ గ్రాహంబెల్ ఎంత మంచివాడో- టెలిఫోన్ కనిపెట్టాడు కదండీ" అమాయకంగా అన్నాడు.

అవకాశం ఒకేసారి తలుపు కొడుతుంది అంటారు. దురదృష్టం మాత్రం తెరుచుకునే వరకూ కొడుతూనే వుంటుంది.

4

చిన్న తోట అనబడే ఇంటి వెనుక వున్న ఆ పచ్చటి ప్రదేశంలో అణువు అణువులో తొణికిసలాడుతున్నది శ్రమైక జీవన సౌందర్యం. నిర్లక్ష్యంగా పెరిగి అల్లుకున్నా ఒక క్రమం కనిపిస్తోంది. ఒక మూలగా జాజిపందిరి, పందిరిక్రింద

పచ్చటిగడ్డి. అక్కడ కుర్చీ వేసుకుని కూర్చోవడం ఇష్టం ఉండదు సోమశేఖరానికి. ఒక దిండు వేసుకుని తలవాల్చి పడుకుని మౌతార్గన్ మీద 'సుహానా సఫర్' పాట ట్యూన్ చేసుకుంటున్నాడు. పక్షులు వలయాకారంలో క్రమశిక్షణతో నడిచే సైనికుల్లా ఆకాశంలో బారులుగా ఎగురుతున్నాయి. సూరీడు తన బాధ్యతను చంద్రునికి అప్పజెప్పి క్రమంగా దిగుతున్నాడు. సతమతమయ్యే ఆఫీసు పనుల్లో ఈ పందిరి- ఈ వాయిద్యం అతని మనసుకి డైవర్ట్‌చేసే సాధనాలు లేకపోతే తనతో సమానంగా ఆలోచించగలిగే తల్లి సాహచర్యం... మౌతార్గన్ మీద రాగం సరిగా కుదరడంలేదు అలవాటు తప్పి. ట్రాన్సిస్టర్ ఆన్‌చేశాడు.

"రాగమాలాపించి వాగులా ప్రవహించి
సుడిచుట్టు గీతల మరిగిపోనీయకే
పాడకే నా రాణీ పాడకే పాట
పాట మాధుర్యాల ప్రాణాలు మరిగెనే"

సోమశేఖరం ఒక క్షణం ఆఫీసు, జాజిపందిరి, తన వాయిద్యం అన్నీ మర్చిపోయేడు. వాటి స్థానంలో పూర్తిగా పద్మజ నిండుకుంది. ఒకసారి హిందీ సాహిత్యం గురించి మాట్లాడుతూంటే ఈ పాట గురించి చెప్పింది.

'పాట మాధుర్యాల ప్రాణాలు మరిగెనే' అంటే అర్థం చేసుకుంటే ఎంత మంచి భావన అని పద్మజ గుర్తురాగానే అతడి మనసంతా అదోలాంటి మధురమైన భావంతో నిండిపోయింది.

నాకు నిన్ను స్పృశించాలని వుంది. ఎందుకలా వణుకుతావు? చూపులెప్పుడో ఆ పని చేసేశాయి కదా! నాకు నిన్ను ముద్దు పెట్టుకోవాలని వుంది. ఎందుకలా భయపడతావు? చెవులుండేది చెక్కిళ్ళ పక్కనే. నా మాటలు ముద్దుకన్నా తియ్యగా ఆ పక్కనే ఎప్పుడో చేరాయి కదా! సూర్యుడు పయనించని చోటికి పయన మవ్వాలని వుంది. ఎందుకంత కంగారు పడతావు? మనో కిరణానికి పరావర్తన సూత్రాలు అడ్డు కావుకదా.

* * *

"గుడ్‌మార్నింగ్" అంటూ లోపలకు వచ్చాడు సోమశేఖరం.

"హలో మార్నింగ్" నవ్వుతూ పలకరించింది హిమజ. ఇంతలో లోపల్నుంచి పద్మజ వచ్చింది.

"రండి ముందు టిఫిన్ చేద్దురుగాని, మా రామయ్య వంట ఇంత వరకూ మీరు రుచి చూడలేదుగా" ఆహ్వానించింది పద్మజ, అతని మొహంలో అలసటను గమనిస్తూ.

"వద్దండీ. ఇప్పుడే ఇంట్లో తీసుకుని వస్తున్నాను. టీ ఇవ్వండి చాలు" కుర్చీలో కూర్చుంటూ అన్నాడు.

"బయటకెళ్ళే పనుంది. నేను వెళతానక్కా! బై" శేఖరానికి చెప్పి వెళ్ళిపోయింది హిమజ. అతనేదో తన అక్కతో మాట్లాడడానికి వచ్చినట్లు గ్రహించి.

చెల్లెలు వెళ్ళిపోయాక "చెప్పండి ఏం జరిగింది?" అంది పద్మజ అతనికి టీ అందిస్తూ.

"నిన్న సి.బి.ఐ. నుంచి ఒక ఆఫీసర్ వచ్చి కలిశాడు. మనకు తెలియకుండా చాలా రహస్యాలు బయటపడుతున్నాయి డిపార్ట్‌మెంట్‌నించి. ఈ మధ్య కొందరు ఆఫీసర్ల ట్రాన్స్‌ఫర్స్ విషయమై లిస్టు తయారు చేశాం గుర్తుందా? అదింకా అప్రూవ్ కానేలేదు. అప్పుడే కొందరు కాన్సిల్ చేయించుకోవడానికి ప్రయత్నాలు మొదలు పెట్టారు. తర్వాత మన సీక్రెట్ ఫైల్ నంబర్ మూడుకి సంబంధించిన కొన్ని పేపర్ల తాలూకు జిరాక్స్ కాపీలు బయట కనిపించాయి. అంటే మనం ఎంత జాగ్రత్తగా పెట్టినా ఫైల్స్‌లో పేపర్లు బయటకు కూడా వెళుతున్నాయన్నమాట".

"మీరూ, నేనూ జాగ్రత్త పడుతున్నాం కానీ ఆఫీసులో మిగతా వాళ్ళు ఫైల్స్ ఎక్కడంటే అక్కడ పడేస్తున్నారు. నేను నా కళ్ళతో చూశాను. మనం చెప్పినా వినే స్థితిలో లేరెవరూ. ఇక మనమే జాగ్రత్తపడాలి. ఆలస్యంచేసి ప్రయోజనం లేదు. మనం అనుకున్న ప్రకారం మీరు క్యాజువల్‌గా అన్ని సెంటర్లూ తిరిగి వివరాలు సేకరించుకు రండి. కొన్ని క్లూలయినా దొరకవచ్చు" సాలోచనగా అంది.

"నేనూ అదే ప్లాన్‌తో వచ్చాను. మీరు చెప్పినట్లుగా ముందుగా బాంబే వెళుతున్నాను యివ్వాళ సాయంత్రం. కాని ... " ఆగిపోయాడు.

"చెప్పండి సందేహిస్తారేం?"

"ఏం లేదు, అమ్మకు మళ్ళీ జ్వరం వస్తోంది. రేపోసారి శివయ్యని పంపిస్తారేమోనని".

పద్మజ నవ్వింది.

"శేఖరం! ఇన్నాళ్ళనుంచి కలిసి పని చేస్తున్నాం. నాతో ఏదన్నా చెప్పాలంటే ఎందుకంత సందేహిస్తారు? రేపు శివయ్యని పంపుతాను. నేనూ వెళ్ళి వస్తాను. అసలావిణ్ని ఇక్కడికే తీసుకొస్తే బాగుంటుందేమో"

"వద్దులెండి. తను అంత సులభంగా ఇల్లు వదిలిరాలేదు".

"సరే. మీ ఇష్టం".

శేఖరం బయటికి వెళుతూంటే అతడి చెవుల్లో ఆమె మాటలే గింగిర్లు తిరుగుతున్నాయి. "నాతో చెప్పాలన్నా ఎందుకు సందేహిస్తారు?" అన్నవి.

ప్రేమలో ప్రపంచమంతా ఆనందంగా కనబడటానికి కారణం "దగ్గర తనం" అనేది ఒక లెక్కలాంటిది కాబట్టి!

సంతోషం గుణకారం, దుఃఖం భాగాహారం.

స్నేహం కూడిక, శత్రుత్వం తీసివేత.

* * *

"మనకు కూడా విదేశీయుల్లా భోజనం అంటే నాలుగయిదు కోర్సులుంటే బాగుంటుంది కదండీ. ఎంచక్కా ఓ నాలుగు గంటలపాటు డిన్నర్ పేరుతో హోటల్లో గడిపేయవచ్చు" స్పూన్‌తో సూప్ సిప్ చేస్తూ అన్నాడు గిరి.

"అవునవును. ఈ లోపల తిన్నది అరిగిపోతుంటే మళ్ళీ తినొచ్చు కూడా. ఇంతకీ హోటల్లో కూర్చునే గంటలు గడపడమెందుకట" అంది పద్మజ నవ్వుతూ.

"ఎప్పుడూ అనిపించదనుకోండి. ఎంత త్వరగా పారిపోదామా అనే అనిపిస్తుంటుంది. కానీ ఇవాళ స్పెషల్- నాజీవితంలో ఒక స్త్రీకి నేను డిన్నర్ ఇవ్వడం ఇదే మొదటిసారి మరి".

"అంటే ఇప్పటివరకూ వాళ్ళే మీకు డిన్నర్ ఇస్తూ వస్తున్నారా?"

"అదిగో! మళ్ళీ దెబ్బకొట్టారు నన్ను. అసలు నాలాంటి వెధవతో అడగ్గానే డిన్నర్‌కొచ్చే పిచ్చి తల్లులెవరు చెప్పండి?"

"నా వేషధారణ చూచి నేను చాలా మాడర్న్ అని మీరు అనుకుంటే చాలా పొరబడుతున్నారు గిరీ. బారెడు జుట్టుకి పోషణ చేసుకోవడానికి టైం లేక యిలా పొట్టిగా కత్తిరించుకోవడం తప్ప మిగతా విషయాల్లో నేను చాలా ఆర్తడాక్స్. పొద్దుటే లేచి స్నానం చేసి దీపం పెట్టేగాని పచ్చి మంచినీళ్ళు కూడా ముట్టను. ఏం ఎందుకలా నవ్వుతున్నారు?"

"మీరు మరీ అంత ఆర్తడాక్స్ అంటే నమ్మలేకపోతున్నాను".

"కాని అదే నిజం గిరిధర్! నాకు టైంలేదుగానీ వీలుంటే రోజుకో రెండు గంటలు పూజ గదిలోనే గడుపుతాను. మా నాన్నగారి దేశభక్తి, మా అమ్మ దైవభక్తి

సమపాళ్ళలో నాలో కలిసిపోయాయేమో. ఉద్యోగం మానేయాలంటే మనసొప్పదు. దేశానికి కాస్త సేవ చేస్తున్నాననే తృప్తి. అది మా నాన్నగారి కోరిక కాబట్టి తీరుస్తున్నాననే ఆత్మ సంతృప్తి. కాకపోతే ఇందాక మీరు అన్నారే చక్కటి పాట వింటుంటే ఏదో వెలితి అని. అది నేనూ ఫీలయేదే కాని అదేమిటో అర్థంకాలేదింతవరకూ, నిద్ర పట్టకపోతే కాస్సేపు దైవస్మరణ చేసుకుని, అప్పటికీ నిద్ర పట్టకపోతే డాక్టరు ఇచ్చిన మాత్రలు మింగి నిద్ర కొని తెచ్చుకోవడం అలవాటయింది".

"మీరు కోపం తెచ్చుకోనంటే ఒక్కమాట చెప్తాను పద్మజా! నేను నాస్తికుణ్ణి. కాని అది కేవలం, అక్కయ్యను సంతోష పెట్టడానికే".

"అబ్బే ! కోపం దేనికి మీరు ఫ్రాంక్‌గా చెప్పడమే మంచిది కదా".

"అయితే జోక్ చెయ్యొచ్చన్న మాట. మీ యింట్లో రోజూ కొబ్బరి పచ్చడి చేసే అవకాశాలు ఎక్కువున్నాయా?" అడిగాడు సీరియస్‌గా.

ఫక్కున నవ్వింది పద్మజ.

"హమ్మయ్య. మళ్ళీ సంభాషణ దారిలో పడింది. ఇంతకీ మన సంభాషణ సీరియస్‌గా మారడానికి కారణం ఏమిటంటారు?"

"కారణం ఏముంది అన్ని విషయాలు మాట్లాడుకోవాలిగా."

"అదికాదు నేను చెప్తా వినండి. మనం సూపు తీసుకుని అరగంటయింది. ఇంకా తర్వాత అయిటమే రాలేదు. అదీ కారణం. వేడి వేడి సూపు కడుపులో చేరి మనల్ని హాట్ హాట్‌గా చేస్తోందన్న మాట..." వివరించాడు గిరి.

"బాగుంది. అయితే బేరర్‌ని పిలిచి కేకలేద్దామా..." అంది కొంటెగా.

"వద్దు - అంతపని చెయ్యకండి. పాశ్చాత్యుల్లా మనకు భోజనంలో అన్ని కోర్సులు ఎందుకు పెట్టలేదో ఇప్పుడర్థం అయింది నాకు. అసలు హోటల్లో నాలుగు గంటలు గడపాలంటే మనం ఒక పని చెయ్యొచ్చు. బాగా మసాలాలు కలిపి గంటన్నరకే ఉడికే పదార్థం ఆర్డరిస్తే చాలు. ఎలాగూ మనం ఆర్డరిచ్చాకే వంట మొదలు పెడతాడు గదా!"

"ఒక్కోసారి మీరు చాలా అవకాశవాదులని అనిపిస్తుంటుంది మీ మాటలు వింటూంటే" నవ్వుతూనే అంటించింది పద్మజ.

"మీలాంటి జీనియస్‌తో మాట్లాడడం నిజంగా ఒక ఛాలెంజ్. చూడండి నా తత్వాన్ని ఎంత బాగా కనిపెట్టేశారు. కానీ – ఒక్క విషయం నాకిష్టమైన విషయాల్లో అవకాశవాదినే కాదు ఆశావాదిని కూడా".

"మరీ అలా జీనియస్ అని పదే పదే అనకండి. ఎవరైనా పప్పులో కాలేస్తూనే వుంటారు..." సర్వరు తెచ్చిన పదార్థాలు సర్దుతూ అంది పద్మజ.

"ఇప్పుడే సర్వరు తెచ్చిన పప్పులో మాత్రం కాలేయకండి మళ్ళీ తేవడానికి గంట పడుతుంది".

"అది పప్పుకాదండీ బాబూ మీరు అర్డరు చేసిన స్పెషల్ చికెన్‌గ్రేవీ అది".

"ఓహో అయితే నేను పప్పులో కాలేశానన్నమాట. నేనూ జీనియస్ నయిపోతున్నాను చూశారా ఈ కాస్త పరిచయంతోనే".

ఆమె మాట్లాడలేదు. ఎందుకో ఈ సంభాషణ కృతకంగా అనిపించింది.

"సరే యిప్పుడు భోజనాన్ని సమంగా పంచుకోవాలన్న మాట..." ఆమె ప్లేట్లో వడ్డిస్తూ అన్నాడు గిరిధర్. "ఉన్నది యిద్దరమే కాబట్టి చపాతీలు చెరి రెండూ. రైసుని రెండు భాగాలు చేయడం కష్టం కాదు. కాకపోతే "ఎల్" షేపు స్థలం పజిల్‌లా ఈ చికెన్ లెగ్‌ను ... అన్నట్లు ఏమండీ మనం ఆర్డరు వేసింది చికెన్‌కదూ. ఇతను కొంగను పట్టుకొచ్చాడనుకొంటాను. ఒకే కాలు కనిపిస్తోంది".

నవ్వింది పద్మజ. "మీరు ఆర్డర్ చేసింది హాఫ్ చికెనే మర్చిపోయారా?"

"ఓ అవును గదూ–నాకంటే ఆ సర్వారాయుడికి లెక్కలు బాగా వచ్చు ననుకుంటాను. ఇంతకీ దీన్ని పంచుకోవడమెలా చెప్పండి".

"అన్నింటినీ పంచుకోవలసిందేనా ఏమిటి?"

"ఆ, మీకు అభ్యంతరం లేకపోతే అన్నింటినీ ఏకంగా పంచుకోవాలను కుంటున్నాను, మీ జీవితంతో సహా" సూటిగా ఆమె వైపు చూశాడు.

పద్మజ షాక్ తగిలినట్టు చూసింది అతనివైపు. ఎందుకో తెలీదు గానీ అతడామాట అనగానే ఆమెకి సోమశేఖరం గుర్తొచ్చాడు. దానికి లాజిక్‌లేదు. కానీ ఎందుకో మరి. ఈ లోపులో గిరి అన్నాడు.

"నిజం పద్మజా! రెండు రోజుల పరిచయానికే యిలా అడగడమేమిటని మీకు ఆశ్చర్యంగా ఉందేమో. కాని మిమ్మల్ని చూసిన రోజునే నేను చేసుకున్న నిర్ణయం అది. మీరు ఆలోచించి చెప్పండి. తొందరేం లేదు".

* * *

"హిమా?"

"ఏంటక్కా, ఇంకా పడుకోలేదా...?" పక్కమీద నుంచి లేస్తూ అంది హిమజ.

"ఫరవాలేదు పడుకో– నీతో కొంచెం మాట్లాడాలని వచ్చాను...."

"చెప్పక్కా, ఏమిటి?"

"నేను పెళ్ళి చేసుకోవాలనుకుంటున్నాను".

"నిజంగా – అయామ్ వెరీ వెరీ హాపీ, ఎవరో నాకు తెలుసులే" టీజింగ్‌గా అంది హిమజ.

"ఆ రోజు పార్టీలో పరిచయమయ్యాడని చెప్పాను చూడు గిరిధర్ అని ఆయన్ని". హిమజ నమ్మలేనట్టు చూసింది.

చివరికి నెమ్మదిగా– "అక్కా, నేను... నేను ... నువ్వు సోమశేఖరం గార్ని చేసుకుంటావనుకున్నాను" అంది.

"సోమశేఖరాన్నా? లేదమ్మా అతని మీద నాకు ఎలాంటి అభిప్రాయం కలగలేదెప్పుడూ. మేమిద్దరం మంచి స్నేహితులం అంతే".

హిమజ ఆమెవైపు సూటిగా చూసింది. ఆ అమ్మాయి తెలివైంది. అందుకే ఆ విషయం రెట్టించకుండా, "కానీ ఈయన గురించి నీకేమీ తెలియదుగా. నాలుగు రోజుల పరిచయంతో ఈ నిర్ణయం తీసుకున్నావా?" అంది.

"అర్థం చేసుకోవడానికి నాలుగు రోజులు చాలనే అనుకుంటున్నాను. మా ఆఫీసునుంచి అంత టెన్షన్‌తో వచ్చే నాకు కావలసింది శేఖరం లాంటి స్నేహితుడు కాదు. నన్ను నవ్వించి, మైమరపించే తోడు కావాలి. గిరిసమక్షంలో నేను అంతా మర్చిపోయి హాయిగా నవ్వగలను. అలాంటి వ్యక్తినే నేను కావాలనుకున్నది".

"నీకు చెప్పగలిగేటంతదాన్ని కాదుగాని సాహసం చేస్తున్నావేమో ననిపిస్తోంది. శేఖరంగారు కాస్త బిడియస్తుడేగాని అతనికి నువ్వంటే చాలా అభిమానం".

"నిజమేనేమో కాని అతనిమీద నాకలాంటి భావం ఎప్పుడూ కలగలేదు. అంతా ఆలోచించే ఈ నిర్ణయం తీసుకున్నాను".

'ఆత్మవంచన'– అని మనసులో అనుకుంది.

"ఎనీవే అయామ్ హాపీ, ఇంతకీ పెళ్ళెప్పుడు?" తెచ్చి పెట్టుకున్న ఉత్సాహంతో అడిగింది.

"రేపు ప్రకాశరావు అంకుల్‌తో మాట్లాడి నిర్ణయిస్తాం. గిరి ఈ నెలలోనే చేసుకుందాం అంటున్నాడు. సాగర్ కనిపించి చాలా రోజులయింది, ఎప్పుడొస్తాడు" అడిగింది పద్మజ.

"రెండు మూడు రోజుల్లో రావచ్చక్కా!"

సాగర్ ప్రసక్తిరాగానే సిగ్గుపడింది హిమజ! పద్మజ వెళ్ళబోయి ఆగి, తటపటాయిస్తూ, "రెండు పెళ్ళిళ్ళూ ఒకేసారి జరుగుతే బావుంటుందేమో" అంది. అందర్నీ అధికారంతో శాసించే అక్క ఈ రోజు ఇలా నసగటం చూసి హిమజకి నవ్వొచ్చింది.

"చూద్దాంలే అక్కా!" అంది హిమజ.

"గుడ్‌నైట్" తలుపు దగ్గరగా వేసి వెళ్ళిపోయింది పద్మజ.

పుస్తకంలో సాగర్ ఫోటోతీసి దానివైపే తదేకంగా చూస్తూ "అక్క కూడా అడుగుతోంది. త్వరగా రాకూడదూ?" అంటూ ముద్దుగా కోప్పడింది.

కళ్ళు మూసుకు పడుకుంటే ఆమెకి సాగర్‌తో తొలి పరిచయం గుర్తువచ్చింది. జర్నలిజం స్టూడెంట్‌గా ఉన్నప్పుడు అందరూ ఔరంగాబాద్ వెళ్ళారు. కైలాస్ టెంపుల్ ఫోటోకాంపిటిషన్ పెట్టారు తమకు. అందరూ ఫోటోలు తీసుకుని వెళ్ళాక తను పై అంతస్థులో ఒకమూలగా కూర్చుని కెమెరా అడ్జస్టు చేసుకుంటోంది. కెమెరా వ్యూయర్ లోంచి ఏంగిల్ సరిచూసుకుంటుంటే కనిపించాడతను. మెల్లిగా పై గోపురం మీదకు ఎగబ్రాకుతున్నాడు. కిందనుంచి అతని ఫ్రెండ్స్ కాబోలు అరుస్తున్నారు. బెట్ కట్టాడేమో. అతన్ని పైదాకా వెళ్ళనిచ్చి ఫోటో తీసింది తను. తను కూర్చున్న స్థలంనించి ఆ ఏంగిల్లో ఫోటో అద్భుతంగా వస్తుంది. తను ఫోటో తీయడం గమనించాడతను. కావాలనే రెండు-మూడు ఫోజులిచ్చాడు. తనూ టకటకా ఫోటోలు తీసింది. అతను కిందకు దిగిరాగానే దగ్గరగా వెళ్ళి కోప్పడింది.

"ఎందుకలా ఎక్కారు? ఎంత రిస్కో తెలుసా? అసలే అంతా రాయి! పడితే ఇంకేమయినా ఉందా?"

"బాగానే వుంది. చక్కగా ఫోటోలు తీసుకుని ఇప్పుడొచ్చి కోప్పడుతున్నారా? అయినా లైఫ్ ఈజ్ ఎ ఛాలెంజ్ అనుకునే వాళ్ళకు అన్నీ ఛాలెంజ్‌లే" నవ్వేసి వెళ్ళిపోయాడు.

తర్వాత హోటల్లో కనిపించాడు. అక్కడే తెలిసింది అతని పేరు విద్యాసాగర్ అనీ, ఏదో కంపెనీకి సేల్స్ రిప్రజెంటేటివ్‌గా పనిచేస్తున్నాడనీ.

నెల రోజుల తర్వాత ఒక పార్టీలో కనిపించాడు. ఫోటోలు తెచ్చిస్తారనుకున్నాను రాలేదేం అని అడిగాడు. తన ఫోటోకి ప్రయిజ్ వచ్చిన సంగతి చెప్పింది. అతను

చెప్పిన కంపెనీ పేరు సరిగ్గా గుర్తులేక ఇవ్వలేదంది. మర్నాడు ఇంటికి వచ్చాడతను. అలా తమ పరిచయం ఈ రోజు అందరికీ తెలిసిపోయే స్టేజిలోకి వచ్చింది.

* * *

"అయితే నువ్వు గిరిధర్‌ని చేసుకోవటానికి నిశ్చయించుకున్నావన్నమాట, చాలా సంతోషం. నాకు తెలిసినంతవరకు చాలా మంచివాడు. బిజినెస్ కూడా బాగానే వుంది. అతని సిస్టర్ బాగా తెలుసు నాకు. నేను ఫోన్‌చేసి మాట్లాడతాను. అసలతను నా దగ్గరకు ఎందుకు వచ్చాడో తెలుసా?"

"ఆ! చెప్పాడు అంకుల్".

"రాధకీ అతనికీ వయసులో చాలా తేడా వుంది. అందుకే సందేహించాను, ఆ విషయం అతనే వచ్చి చెప్పాడనుకో! అతనితో మాట్లాడి డేట్ ఫిక్స్ చేస్తాను. వాళ్ళ సిస్టర్ వస్తుందేమో కనుక్కుని అరేంజ్ చేస్తాను!"

"థాంక్యూ అంకుల్!"

* * *

"హల్లో హిమజా స్పీకింగ్".

"హాయ్ స్వీటీ" అట్నుంచి సాగర్ కంఠం.

"సాగర్- ఎప్పుడొచ్చావ్?" సంభ్రమంగా అడిగింది.

"ఇప్పుడే - రాగానే మొట్ట మొదట చేస్తున్న పని యిదే. ఏమిటో విశేషాలు!"

"వెంటనే రా, బోలెడు విశేషాలు. అక్కయ్య పెళ్ళి".

"ఓహ్! గుడ్ న్యూస్ ఎవరు? సోమశేఖరేనా?"

"కాదు గిరిధర్ అని బిజినెస్‌మాన్".

సడన్‌గా సాగర్ మౌనం వహించాడు. చాలాసేపటి తర్వాత "సోమశేఖరం చాలా ఫీలవుతాడు" అని క్లుప్తంగా అన్నాడు. అతడు అంత హఠాత్తుగా మౌనం వహించటం హిమజకి ఆశ్చర్యం కలిగించింది. "నువ్వు రారాదూ అన్నీ చెప్తాను. శుభలేఖలు కూడా వచ్చేశాయి" అంది.

"ఓ.కే. ఇప్పుడే వస్తున్నా, సీ.యూ"! సాగర్ నిర్లిప్తంగా అన్నాడు.

అతడికి సోమశేఖరం గుర్తొచ్చాడు.

జీవితాన్ని సిగరెట్‌తో పోల్చాడో భగ్న ప్రేమికుడు. దానికి ప్రేమ అనే నిప్పు తగలగానే పొగతో సాగి సాగి బూడిదతో పూర్తవుతుందట అది. నిజమేనేమో!

5

"కూర్చోండి" అన్నాడు ఇన్‌స్పెక్టర్.

ఏదో లోకంలో ఉన్నట్లు కూర్చుంది హిమజ. ఆమె కళ్ళు వర్షించడానికి సిద్ధంగా వున్నాయ్. అప్పటికే ఇన్‌స్పెక్టర్ ఇంట్లో అందర్నీ ఇంటరాగేట్ చేశాడు. ఆ ఇల్లంతా పోలీసుల్తో నిండివుంది.

"జరిగిన విషయం చెప్తారా?" సౌమ్యంగా అడిగాడు.

"సాయంత్రం సాగర్ వచ్చాడు. నేనే రమ్మన్నాను. ఇద్దరం హాల్లో కూర్చుని మాట్లాడుకున్నాం. అప్పుడు సోమశేఖరం వచ్చారు. చాలా దిగులుగా కనిపించారు. అక్క కోసం అడిగారు. తోటలో ఉంది- వెళ్ళమన్నాను. బహుశా అక్క పెళ్ళి విషయం యిప్పుడే తెలిసిందేమో అందుకే అలా వున్నారని మేము అనుకున్నాం. సోమశేఖరం భావుకుడు. ఈ వార్తతో చాలా కదిలిపోయినట్లు కనిపించాడు.

"మీ అక్క పెళ్ళి విషయం అతనికి తెలియదా?"

"లేదు వూళ్ళోలేరని అక్క చెప్పింది. ఇప్పుడే వచ్చినట్టున్నాడు- తోటలో వాళ్ళిద్దరూ మాట్లాడుకుంటున్నారు".

"తర్వాత ఏం జరిగింది?"

"అతడిని తోటలో కూర్చోబెట్టి- అక్క ఇంట్లోకి వచ్చింది. అప్పటి వరకూ నాతో మాట్లాడుతున్న సాగర్ తోటలోకి వెళ్లాడు. అతడు అలా ఎందుకు వెళ్ళాడో నాకు తెలీదు. నేను శుభలేఖలమీద అడ్రసులు వ్రాస్తూ కూర్చున్నాను. అంతలో పిస్టల్ పేలిన శబ్దం వినిపించింది. నేను వెంటనే తోటలోకి పరుగెత్తాను. సాగర్ నిర్విణ్ణుడై చూస్తున్నాడు. అతడి కాళ్ళ దగ్గర పిస్టలు వుంది. సోమశేఖరం క్రిందపడి కొట్టుకుంటున్నాడు.

"అప్పుడక్కడ ఎవరెవరున్నారు?"

"సాగర్ ఒక్కడే. అక్క నా వెనకే మేడదిగి వచ్చింది. రామయ్య, శివయ్య తర్వాత వచ్చారు".

"హత్య ఎవరు చేసి వుంటారని మీ ఉద్దేశ్యం?"

ఆమె వెంటనే చెప్పలేదు. సర్వశక్తులూ కూడగట్టుకుని నెమ్మదిగా ఒక్కొక్క అక్షరమే అంటూంటే ఆమె కంఠం దుఃఖంతో పూడుకుపోయింది. "సాగర్ ఒక్కడే అప్పుడా ప్రదేశంలో వున్నది. ఇంకెవరైనా ముందునుంచే వెళ్ళాలి. మిగతా అందరూ అప్పుడు యింట్లోనే వున్నారు".

ఇన్‌స్పెక్టర్ ఆమె వైపు సానుభూతిగా చూశాడు. ఆ మాటల్లోనే తెలుస్తూంది ఆమె అతడిని ప్రేమిస్తూందని.

"సాగర్ ఎందుకు చేసి వుంటాడు?" అని అడిగాడు.

"నాకు తెలియదు కాని అతనికి తప్ప వేరెవరికీ అవకాశంలేదు. అది మాత్రం చెప్పగలను. తోటలో మరోవైపునుంచీ కాల్చే అవకాశం లేదు".

"మీరు చూసినప్పుడు పిస్టల్ సాగర్ చేతిలో వుందా?"

"లేదు, క్రిందపడి వుంది".

ఇన్‌స్పెక్టర్ లేచి పచార్లుచేస్తూ "గుండు వీపులోంచి దూసుకు పోయింది. కాబట్టి ఇది ఆత్మహత్య కాదు. ఇంతకీ మీ ఉద్దేశ్యం ఈ హత్య సాగరే చేసి ఉంటాడంటారా?" అని అడిగాడు.

అప్పటికి ఆ అమ్మాయి కాస్త తేరుకుంది. "సాగర్ కాకపోతే నా అంత సంతోషించేవాళ్ళు యింకెవరూ వుండరు".

"సాగర్‌కూ మీకూ ఎలాంటి పరిచయం?"

"ప్రేమించుకున్నాం. అక్క పెళ్లి తర్వాత మా పెళ్లికూడా త్వరలోనే జరుగుతుందనుకున్నాం. కానీ ఇన్‌స్పెక్టర్ - దీనికి దానికీ సంబంధంలేదు. సోమశేఖరం చాలా మంచివాడు. అతడి హత్యకు నిజంగా సాగరే కారణమైతే, అతడికి వ్యతిరేకంగా సాక్ష్యం చెప్పటానికి కూడా నేను సిద్ధమే".

"మీరు చూసేటప్పటికి శేఖరం క్రిందపడి కొట్టుకుంటున్నాడన్నారు, ఏమయినా మాట్లాడాడా?"

"ఆ, అక్కయ్య అతని దగ్గరగా వెళ్లింది. 'పద్మజా! ఐ లవ్ యూ! చచ్చిపోయినా ప్రేతమై నీ చుట్టే తిరుగుతుంటాను' అన్నాడు. అవే ఆఖరు మాటలు. వాటినే రెండుసార్లు రీపిట్ చేశాడు".

"సరే యిక మీరు వెళ్ళొచ్చు" అన్నాడు ఇన్‌స్పెక్టర్- ఆమె స్టేట్‌మెంట్ రికార్డు చేసుకుని.

ఆ తర్వాత పద్మజతో సంభాషణ మొదలుపెట్టాడు ఇన్‌స్పెక్టరు.

"మిస్ పద్మజా! మీ మనసు సరిగా లేదని తెలుసు. కానీ మిమ్మల్ని బాధపెట్టక తప్పడంలేదు".

"ఫర్వాలేదు. అడగండి" అంది పద్మజ.

సోమశేఖరం చావు ఆమెను ఉన్నట్లుండి కృంగదీసింది. పెళ్లి గురించిన ఆలోచనలతో, ఊహలతో మరో లోకంలో తేలిపోతున్న దాన్ని ఒక్కసారిగా అంతెత్తునుంచీ క్రిందకు తోసివేసినట్లుగా ఫీలవుతూంది. తనకు పెళ్ళి చేసుకోవాలని బుద్ధి పుట్టడం, అంతలోనే తనింట్లోనే హత్య జరగడం ఏదో శాపంలా అనిపిస్తోంది.

"సోమశేఖరం వచ్చాక ఏం జరిగిందో చెప్తారా?" అడిగాడు ఇన్‌స్పెక్టర్.

"ముందుగా సాగర్ వచ్చాడు. హిమజా తనూ మాట్లాడుకుంటుంటే నేను తోటలోకి వెళ్ళిపోయాను. కాస్సేపటికి శేఖరం వచ్చాడు తోటలోకి. ఈ మధ్య ఊళ్ళోలేడు. ఆఫీసు పనిమీద బాంబే వెళ్ళాడు. మనిషి చాలా దిగులుగా కనిపించాడు. వాళ్ళ అమ్మగారికి ఈ మధ్య ఆరోగ్యం సరిగాలేదు. దాని గురించే అలా ఉన్నాడేమోననుకున్నాను. కానీ అతడు ముందు నా పెళ్ళి గురించి అడిగాడు. పెళ్ళి నిశ్చయమైందని చెప్పాను. అతని మొఖంలో చాలా మార్పువచ్చింది. "గిరిధర్‌ని చేసుకొంటున్నారటగా" అన్నాడు. 'అవును' అన్నాను. 'అతని గురించి మీకేమీ తెలియదుగా' అన్నాడు. అన్నీ తెలుసుకునే చేసుకుంటున్నానని సమాధానం చెప్పాను. అతను చాలా ఆందోళనగా కనిపించాడు. తనలో తనే ఏదో గొణుక్కున్నాడు. మనసు... వెల్లడించటం... లాంటి పదాలు వినిపించాయి. ఏదో చెప్పాలని సందేహిస్తున్నట్లు అనిపించింది. 'మీతో కాస్త సీరియస్‌గా మాట్లాడాలి' అన్నాడు. 'సరే ముందు కాఫీ తీసుకొస్తా ఇక్కడే వుండండి' అని చెప్పి నేను లోపలకు వచ్చాను. కాసేపటికి పిస్టల్ పేలిన శబ్దం వినిపించింది. నేను పరుగెత్తుకు వెళ్ళాను. అప్పటికే అతను చివరి క్షణాల్లో ఉన్నాడు. సాగర్, హిమజ అక్కడే ఉన్నారు".

"మీ సిస్టర్ ఈ హత్య సాగర్ చేశాడేమో అంటోంది. మీ అభిప్రాయం?"

"చెప్పలేను. సాగర్‌కు అతన్ని చంపటానికి మోటివ్ లేదు. నాకు తెలిసినంతవరకూ వాళ్ళు స్నేహితులు మాత్రమే. అయినా ...ఏమో నా కళ్ళతోటయితే చూడలేదు. శేఖరాన్ని చూడగానే నేననుకొన్నది అతను ఆత్మహత్య చేసుకున్నాడనే".

"మీ పెళ్ళి విషయం అతన్ని ఆత్మహత్య చేసుకునేటంత బాధించి వుంటుందంటారా?"

"అవకాశం వుంది. అతనికి నేనంటే చాలా అభిమానం. కానీ నాకే ఆ ఉద్దేశ్యం కలగలేదెప్పుడూ. ఆ విషయమే నాతో మాట్లాడాలనుకుని వుంటాడు. కాని ప్రయోజనం వుండదని అనిపించిందేమో! తట్టుకోలేక సూసైడ్ చేసుకున్నాడేమో!"

"సరే మేడమ్- మీరు వెళ్ళవచ్చు".

"ఒక్క విషయం. ఈ విషయం నేను మా పై అధికారులకు తెలుపవలసి వుంటుంది. బహుశా ప్రెస్ కివ్వడానికి వాళ్ళు అభ్యంతరం చెప్పవచ్చు".

"సరే మీరు ఫోన్ చేయండి. చూద్దాం" అమె వెళ్ళిపోయేక సాగర్‌ని ఇంటరాగేట్ చేయటం ప్రారంభించాడు ఇన్‌స్పెక్టర్.

"సోమశేఖరం ఒక్కడే తోటలో వున్నాడని మాట్లాడి వద్దామని వెళ్ళాను. వెంటనే అతను కనిపించలేదు. అక్కడ పెద్ద పందిరి వుంది అడ్డంగా. అటువైపు వెళ్ళి చూద్దామనుకునేటంతలో శబ్దం వినిపించింది" అన్నాడు.

"ఇది హత్య అనీ, మీరే చేసి వుండవచ్చుననీ హిమజగారి అభిప్రాయం, మీరేమంటారు?" తీవ్రంగా అడిగాడు ఇన్‌స్పెక్టర్.

"తను పొరబడుతున్నదంటాను. నాకు హత్య చేయాల్సిన అవసరం లేదు".

"అది తర్వాత రుజువవ్వాలి. మిమ్మల్ని అరెస్టు చేస్తున్నాను".

సాగర్ ఆ మాటలకి నవ్వాడు. "మీరెన్నాళ్ళ నుండి సర్వీసులో వున్నారు ఇన్‌స్పెక్టర్?" అని అడిగాడు.

ఇన్‌స్పెక్టర్ మొహం జేవురించింది. "వాడ్డూయు మీన్ బై దట్?" అన్నాడు.

"ఇంకా ప్రిలిమినరీ ఇంటరాగేషన్ పూర్తవలేదు. ఫింగర్ ప్రింట్ రాలేదు. హత్యో, ఆత్మహత్యో తెలీదు. మోటివ్స్ (హత్యకుగల కారణాలు) తెలీదు. ఎవరో ఒక సాక్షి - అదీ భయంతో బెదిరిపోయిన అమ్మాయి ఇచ్చిన సాక్ష్యం ఆధారంగా నన్ను అరెస్టు చేస్తున్నానంటున్నారు. కేవలం నేనా ప్రదేశంలో అందరికన్నా ముందు వుండటం తప్ప ఇంకేం ఆధారం వుంది మీకు?"

"అవన్నీ రేపు కోర్టులో చెప్పుకోండి".

సాగర్ మళ్ళీ నవ్వాడు.

"హతుడి వీపు గుండా గుండు దూసుకుపోయింది. ఆత్మహత్య చేసుకునేవాడు వీపుమీద పిస్తోలు పెట్టుకొని చేసుకోడు" ఇన్‌స్పెక్టర్ అన్నాడు.

"వీపుగుండా కాదు. ఛాతీ గుండా దూసుకుపోయి వీపులోంచి బయటకొచ్చింది. మీ ఫోటోగ్రాఫర్స్ ఇంకా అక్కడే వున్నారు. వెళ్ళి జాగ్రత్తగా పరిశీలించండి".

ఇన్‌స్పెక్టర్ మొహంలో నవ్వు కొద్దిగా తగ్గింది.

"అక్కడ మీరు తప్ప ఇంకెవరూ లేరు!"

"అయుండవచ్చు. అందుకే ఇది ఆత్మహత్య అని నేను అభిప్రాయ పడుతున్నాను. ఏమో చెప్పలేం. ఆధునిక మారణాయుధాలు వచ్చాక, ఏ రేంజిలో పిస్తోలు పేలింది కూడా చెప్పలేక పోతున్నాం"

"అంటే టెలిస్కోప్ గన్‌కి అమర్చి ప్రహరీ అవతల్నుంచి పేల్చారంటారా?"

"అది తెల్సుకోవల్సింది మీరు. కానీ నేననుకొనేది అతడు ఆత్మహత్య చేసుకున్నాడని. ఎందుకో అతడిని చూడగానే అతడో ద్వంద్వ ప్రవృత్తి వున్న మనిషి అనిపించింది. పైకి ఎంతో మెటీరియలిస్టుగా కనిపించినా, మనసులో చాలా సున్నితమైన మనిషి అని నాకు తోచింది. పద్మజ అతడిని నిరాకరించటం అతడికి గొప్ప షాక్".

"ఆత్మహత్య చేసుకొనేటంతా?"

"అయ్యుండవచ్చు. మనుష్యులు ఆత్మహత్య చేసుకోవటానికి పెద్ద పెద్ద కారణాలు అవసరంలేదు ఇన్‌స్పెక్టర్. ప్రేమ నిరాకరింపబడటం వంటి చిన్న కారణాలు చాలు".

"మీరెవరు?"

సాగర్ లేచి, తలుపు లాక్ చేసి ఇన్‌స్పెక్టర్ దగ్గిరగా వచ్చి జేబులోంచి కార్డుతీసి చూపించాడు.

కూర్చున్నవాడు కాస్తా లేచి నిలబడ్డాడు ఇన్‌స్పెక్టర్.

"సారీ సర్! మీరేదో కార్పొరేషన్‌లో పని చేస్తున్నారని హిమజ అన్నారు".

"అవును, వాళ్ళకి తెలియదింతవరకూ. ఇవ్వాళో రేపో హిమజకి చెప్తాను".

"ఇప్పుడూ డ్యూటీలో ఉన్నారా?"

"లేదు. హిమజ నా ఫ్రెండు. మేం త్వరలో పెళ్ళి చేసుకోబోతున్నాం. ఈ విషయం ఆమెకు కూడా తెలియనివ్వకండి అప్పటివరకూ!"

* * *

శివయ్య ట్రేలో కాఫీ కప్పులు పెట్టి తెచ్చాడు. రాత్రి రెండవుతోంది. పోలీసులు తను కార్యక్రమం పూర్తిచేసుకుని వెళ్ళాక అందరూ శేఖరం ఇంటికెళ్ళి వాళ్ళమ్మకు

వార్త వినిపించారు. ఆవిడ కుప్పకూలింది. ఆవిణ్ణి బలవంతంగా యింటికి తీసుకువచ్చి డాక్టర్‌తో ఒక కాంపోజ్ ఇంజక్షన్ యిప్పించాక పడుకుంది. ప్రకాశరావుగారు అప్పటిదాకా ఉండి అప్పుడే వెళ్ళారు. గిరి ఊళ్ళో లేడు.

నిద్రపట్టక అందరూ హాల్లోనే కూర్చున్నారు.

"అయితే శేఖరం ఆత్మహత్య చేసుకున్నాడంటావా?" బాధగా అంది హిమజ.

"చెప్పలేము. ఆత్మహత్య చేసుకోవాలనుకున్నవాడు యింకా మాట్లాడాలనుకుండే వాడు గాదు. నాకు తెలిసినంత వరకు శేఖరం అలాంటివాడు కాడు. ఒకవేళ అలాంటి ఉద్దేశ్యం ఉన్నా ఇక్కడా పని చేసేవాడు కాడు. వాళ్ళింటికి వెళ్ళి నోటు వ్రాసిపెట్టి మరీ చేసేవాడు. అందులో అతనికి తల్లంటే ప్రాణం. ఆవిడకోసమైనా తను బ్రతకాలని నిశ్చయించుకునేవాడు. ఇదంతా తార్కికంగా ఆలోచిస్తే తోచేది. మనిషి చేతలకూ తర్కానికీ పొత్తు కుదరదు ఒకోసారి. మీరేమంటారు?" పద్మజని అడిగాడు సాగర్.

పద్మజ రాయిలా కూర్చునుంది. ఆమెకంతా శూన్యంగా వుంది. శేఖరం చివరి మాటలు ఆమె చెవిలో గింగిర్లెత్తుతున్నాయి.

"ఏమో సాగర్! ఇదంతా ఒక కలయితే బాగుండు నవిపిస్తోంది. శేఖరాన్ని హత్య చేయాల్సిన అవసరం ఎవరికుంది?"

"శేఖరం ఏదో కేసు ఇన్వెస్టిగేట్ చేసి రావడానికి వెళ్ళాడన్నారు గదా. అతన్ని ఎవరైనా ఫాలోచేసి రావడానికి అవకాశం ఉందేమో?"

"ఏమో తెలియదు. అతను ఊర్నించి వచ్చాక చూడడం అదే మొదలు".

"ఫింగర్ ప్రింటు రిపోర్టు వస్తే ఏమయినా తెలుస్తుందేమో!"

"ఇన్‌స్పెక్టర్ ఫోన్‌చేసి చెపుతానన్నాడు, ఎంత రాత్రయినా" అంది పద్మజ.

"కాఫీ తీసుకో అక్కా!" అందించింది హిమజ.

"వద్దు, నేను వెళ్ళి మాత్రలు వేసుకుని పడుకుంటాను" లేచి పైకి వెళ్ళిపోయింది పద్మజ.

హిమా, సాగర్ మిగిలారు గదిలో.

"సాగర్!" అతని దగ్గరగా వచ్చింది హిమజ. ఆమె కళ్ళలో నీళ్ళు నిండాయి.

"అసలు నీమీద అనుమానం ఎలా వచ్చిందో నాకు అర్థంకావడంలేదు. ఆ క్షణంలో శేఖరం చచ్చిపోయాడనే బాధ నాలో అలాంటి ఆలోచన తెప్పించిందేమో!

నేనూ అందరు ఆడవాళ్ళలా అంత త్వరగా ఎలా అపార్థం చేసుకోగలిగాను? నన్ను క్షమించగలవా?"

"ఇందులో క్షమాపణ ప్రసక్తి ఎందుకు హిమా? అకస్మాత్తుగా మన కళ్ళెదుట ఒక మనిషి గిలగిల కొట్టుకు చచ్చిపోతే అన్ని రకాల ఆలోచనలూ వస్తాయి. కాకపోతే మా ఇన్వెస్టిగేటివ్ డిపార్టుమెంటులో పనిచేసే వాళ్ళు తమ ఉద్యోగ విషయం బయట పెట్టుకోవడానికి ఇష్టపడరు. అది యిప్పుడు కాకపోయినా మరోసారైనా నీకు చెప్పేవాణ్ననుకో. నీ దగ్గర నుంచి దాచాలని కాదుగాని తెలిసినప్పటినుంచీ అదొక వర్రీ. నేనేదయినా ఊరెళితే ఎందుకు వెళ్ళానో ఏమిటో తెలియక కాస్త ఆలస్యం అయితే దిగులు పడతావు. అందుకే మీ ఇంట్లోకూడా అందరికీ తెలియకుండా జాగ్రత్త పడ్డాను".

"ఏమో అనాలోచితంగా నేను చేసిన పనితో ఒకవేళ వాళ్ళు నిన్ను అరెస్టుచేసి తీసికెళ్ళుంటే ఎంత ఘోరం జరిగుండేది! ఇప్పుడు తలచుకుంటే భయం వేస్తోంది".

ఫోను రింగయింది. సాగర్ వెళ్ళి మాట్లాడి వచ్చాడు.

"పిస్టల్ మీద ఉన్నవి శేఖరం వేలి ముద్రలేనట. ఆత్మహత్యే అయిఉండవచ్చు నంటున్నాడు ఇన్‌స్పెక్టర్! ఫైలు తొందరలోనే క్లోజ్ అయిపోవచ్చు. ఈ విషయంలో మీరిక వర్రీ అయ్యే అవసరంలేదు".

"శేఖరం అలా చేయకుండా ఉంటే బాగుండేది" బాధగా అంది హిమజ.

అవును. శేఖరం అలా చేయకుండా ఉంటే కథ మరోలాగుండేది.

ట్రాజెడీలన్నీ మరణంతోనూ, కామెడీలన్నీ పెళ్ళితోనూ పూర్తవుతాయి.

రెంటికీ తేడాలేదు.

6

"**పోనీ కొన్నాళ్ళకి** పెళ్ళి పోస్టుపోన్ చేసుకుందాం పద్మా! అన్నీ సర్దుకున్నాక డేటు ఫిక్స్ చేసుకోవచ్చు" అన్నాడు గిరి. అతనారోజే ఊర్నించి తిరిగి వచ్చాడు. విషయం తెలియగానే అతనికి మతిపోయినంత పనయింది.

"వద్దు గిరీ! మీ అక్కయ్య వాళ్ళు రావడానికి అంతా ఫిక్స్ చేసుకున్నారు. ప్రకాశరావు అంకుల్ అన్ని ఏర్పాట్లూ చేసేశారు. కొందరికి యిన్విటేషన్స్ పంపించేశాం కూడా. ఇప్పుడు కాన్సిల్ చేసుకోవడం బాగుండదు".

"కాని మనసు బాగోలేనప్పుడు మిగతావేవీ అంత ముఖ్యం కాదు పద్మజా!"

"ఫరవాలేదు. ఐవిల్‌బి ఆల్‌రైట్! కాస్త అప్‌సెట్ అయ్యానంతే! నాలుగు రోజుల్లో సర్దుకుంటాను".

"పద్మా!" ఆమె దగ్గరగా వచ్చాడు గిరి. ఒక్కక్షణం సందేహించి మరుక్షణం అతని చేతుల్లో వాలిపోయింది పద్మజ.

జీవితంలో మొదటిసారి పురుష స్పర్శకి స్పందించిన క్షణం ఆ క్షణం. అలాగే ఆగిపోయినట్లు, కాలం స్థంభించి పోయినట్లు, తెలియని పదాలకు అర్థం యిప్పుడే తెలిసినట్లు, మరో కొత్త ప్రపంచాన్ని కనుగొన్నట్లు ఏవేవో భావనలు. ఐ.ఏ.ఎస్.నీ, ఆఫీసర్ పోస్టునీ శాసించగలిగే అధికారాన్ని మర్చిపోయి గువ్వలా ఒక గుండెకు దగ్గరగా ఒరిగిపోయి అందులో ఆనందాన్ని అనుభవించిన క్షణం. ఇలాంటి అనుభూతి ఒకటుందని పుస్తకాల్లో చదవటం తప్ప అనుభవించలేని భావానికి జీవం పోసుకున్న క్షణం.

'ప్రియతమా! నీ ప్రేమ అనే చల్లని అగ్నిలో కాలిపోతూ నేను ఓడిపోయాను' అన్న కవి సూక్తి ప్రాణం పోసుకున్నది ఆ క్షణం.

"గిరీ! ఇక ఆలస్యం చెయ్యొద్దు మన పెళ్ళి అనుకున్న సమయానికి జరిగిపోవాలి. నేనిలా సమస్తమూ మర్చిపోయి, పోగొట్టుకున్న ఆనందాన్ని రెండింతలుగా అనుభవించాలి. నాకు కావలసిందేమిటో యిప్పుడే అర్థం అయింది నాకు. ఈ క్షణాలను జారీపోనీకు" బేలగా అంది.

"అలాగే పద్మా! నీకేది సంతోషమో అది చెయ్యడానికి నేను సిద్ధం. నీకోసం యిలాంటి క్షణాలన్నింటినీ చేర్చి పట్టుకుంటాను. ఆ క్షణాల్లోనే నీకు ఆభరణాలు చేయిస్తాను- సరేనా?"

గిరిలో వుండే గొప్పతనం అదే స్పాంటేనియిటీ!

పద్మజ మనసు శాంతించింది. గిరిని భర్తగా ఎన్నుకొని తనేం పొరపాటు చేయలేదు. తన జీవితం చక్కటి మలుపు తిరగబోతోంది.

తన జీవితం ఎట్లా మలుపు తిరుగబోతోందో ఆ క్షణంలో ఆమెకు తెలియదు. భర్తగా గిరి తన జీవితాన్ని నవ్వులమయం చేస్తాడనుకుందే గాని, చచ్చిపోయిన సోమశేఖరం అడ్డొచ్చి తన భవిష్యత్తుని నవ్వులపాలు చేస్తాడని కలలోనైనా ఊహించగలిగితే ఆమె ఏం చేసి వుండేదో? బహుశా పెళ్ళే చేసుకునేది కాదేమో!

* * *

పోస్టుమార్టం రిపోర్టు వచ్చింది. శేఖరం కాళ్ళ దగ్గర పడివున్న పిస్టల్‌లోంచి వచ్చిన బుల్లెట్టే అతడి శరీరంలోంచి దూసుకుపోయిందని ఆ రిపోర్టు వచ్చింది. దాంతో అది ఆత్మహత్య అని తేల్చి ఫైలు క్లోజ్ చేసేశారు.

శేఖరం మరణానికి ఎక్కువ ప్రాముఖ్యం ఇవ్వకుండా ప్రభుత్వం చాలా జాగ్రత్తలు తీసుకుంది.

"పద్మజా! ఇవన్నీ శేఖరం పేపర్లు, డైరీలు. వీటిని వేరుగా జాగ్రత్త చేసేవాడు. నీకేమయినా కావలసిన సమాచారం ఉంటుందేమో చూసుకో" ఒక పెద్ద కవరు అందించింది సోమశేఖరం వాళ్ళమ్మ.

ఆవిడ తన స్వంత ఊరికి వెళ్ళిపోతోంది. ఆవిడను రైలెక్కించి వచ్చాక క్యాజువల్‌గా ఒక డైరీ తీసింది పద్మజ.

"నువ్వూ, నేనూ కలిస్తే ముద్దొచ్చే సాయంత్రమైనా ఆఫీసు సమస్యలూ, ప్రజలూ, ప్రపంచమూ ముందు పరచుకుంటాం. అందులో మన పాత్రే వుండదు. పద్మజా! నాకు కావలసింది వీటిని మర్చిపోయే ఏకాంతం. ఆఫీసు విషయాలు మాట్లాడే నీ పెదవులను నా చూపుడు వేలితో మూసి "ఇలా కాదు నోరు మూయాల్సింది" అని నువ్వు చిలిపిగా అంటే వినాలని వుంది. ఆ క్షణంలో నువ్వు ఊహించలేని నన్ను నీ ముందు ఉంచాలని".

పేజీ తిప్పింది–

"ఈ మధ్య కాస్త తీరిక దొరికితే సాహిత్యం తిరగేస్తున్నాను నీ కోసం. కృష్ణశాస్త్రి గీతాలు నీకు చాలా ఇష్టం కదూ! అవి చదువుతుంటే కనిపించింది. "మధుకీల". అంటే ఏమిటో డిక్షనరీలో చూశాను. "తీయనిజ్వాల" అట. అర్థం తెలిస్తే అనిపించింది– నేను ఆ జ్వాలకు చాలా దగ్గరలో ఉన్నాను. అది నా చుట్టూ వెలుగుతున్నదే అని. ఈ వెల్లువను తట్టుకోలేను. నిలకడగా నీ ముందు ఉండలేను. ఏమిటి నా జీవితం? ఒక ప్రశ్నార్థకమేనా!"

మరోచోట–

"పెళ్ళి చేసుకోరాదూ అని అంత మామూలుగా నువ్వన్నా, నాకు పెళ్ళికాదు ముఖ్యం– ప్రేమ ఆరాధన, సున్నితమైన ఆర్ద్రభావాలు నా హృదయాన్ని కోసేస్తుంటే ఆ గాయం మాన్చే హృదయం నాకు కావాలి. ఏ నిధులూ వద్దు నాకు నీ హృదయ సన్నిధి తప్ప. జీవితంలో మొదటి కోరిక, ఆఖరి కోరిక ఇదే? అందుకే నీకు

చెప్పాలంటే భయపడుతున్నాను. ఏ పరిస్థితుల్లోనూ నీవు కాదంటే ఈ శేఖరం ఇక ఉండదేమో?"

ఇక చదవలేక మూసేసింది పద్మజ. అన్నీ కవర్‌లో చుట్టేసి లోపలి బీరువాలో పడేసింది. అప్పటికే ఆమె కళ్ళనిండా నీళ్ళు నిండుకున్నాయి. సోమశేఖరం ఎప్పుడూ మౌనాన్ని ఆశ్రయించి వుంటాడనుకుంది. కానీ ఆ నిశ్శబ్దంలో ఇన్ని అర్థాలుంటాయనుకోలేదు. ఒక్కొక్క అర్థమే ఆమె హృదయాన్ని పరపరా కోస్తూంది... దురదృష్టవశాత్తూ.... అతడు ఈ లోకంలోంచి వెళ్ళిపోయాక...

* * *

.... పెళ్ళి రిసెప్షన్ జరుగుతోంది. దాదాపు అయిదు వందలమంది ఆహుతులతో తోటంతా నిండిపోయింది. అందరికీ అన్నీ అందేలా సిస్టమేటిక్‌గా ఎప్పటికప్పుడు పదార్థాలు సర్దుతున్నారు నౌకర్లు.

చాలావరకు హై అఫీషియల్స్ కాబట్టి అదో పార్టీలాగా కాకుండా డిగ్నిఫైడ్ గెట్ టుగెదర్‌లా అనిపిస్తోంది.

ఓ పక్కన గిరి ఒక గుంపులో నిలబడి నవ్విస్తున్నాడు.

"అసలు పెళ్ళికి నిర్వచనం ఏమిటి?"

"పెళ్ళంటే పూజారులు స్పాన్సరు చేస్తే ప్రభుత్వం అనుమతినిచ్చే లాటరీ అని నిర్వచనం చెప్పాడో జోకిస్టు" అన్నాడు గిరి నవ్వుతూ.

మరో పక్క-

"మన పెళ్ళెప్పుడు?" అని అడుగుతున్నాడు సాగర్.

"మనం తలుచుకున్నపుడు" సమాధానం చెప్పింది హిమజ.

"మీ అక్కయ్యను అడగమంటావా?"

"అంత తొందరెందుకు నాలుగు రోజులాగుదాం".

"నాలుగు రోజులెందుకు, కావాలంటే చెప్పండి. రేపే అరేంజి చేస్తాను" అంది పద్మజ పక్కగా వచ్చి.

"పద్మజా, గిరి ఎక్కడ?"

"ఇప్పటిదాకా ఇక్కడే వుండాలి. పిలుస్తానుండండి అంకుల్!" అని వెళ్ళింది. గిరి ఎక్కడా కనిపించలేదు. తోటంతా తిరిగింది పద్మజ.

"శివయ్యా, అయ్యగారు కనిపించారా?" అడిగింది.

"ఇప్పుడే అటువైపు వెళ్ళడం చూశానమ్మా" తోట వెనుకభాగం వైపు చూపించాడు.

"అటెందుకెళ్ళారు!"

సోమశేఖరం హత్య జరిగిన ప్రదేశాన్ని గేటు పెట్టించి మూసేయించింది పద్మజ.

సన్నజాజి పందిరి వెనగ్గా, సరిగ్గా శేఖరం చచ్చిపోయిన స్థలంలో కూర్చునున్నాడు గిరి.

"గిరీ! ఏమిటి ఇక్కడ కూర్చున్నారు?" అడిగింది.

అతను మాట్లాడలేదు. చూపులు నిస్తేజంగా ఎటో చూస్తున్నాయి.

"గిరీ" తట్టి పిలిచింది. ఆమెకా స్థలం చూస్తేనే భయం వేస్తోంది. వణుకు పుట్టిస్తోంది.

"నేను శేఖరాన్ని–పద్మజా గిరిని కాను" అన్నాడు అతను.

ఉలిక్కిపడి అతని మీద నుంచి చెయ్యి తీసేసింది.

అతని కళ్ళలోకి చూసింది. అవి శేఖరం కళ్ళలా అనిపించాయి.

"గిరీ, ఏమిటి మీరంటున్నది?" భయంతో ఆమె కంఠం వణికింది.

"నిజమే చెపుతున్నాను పద్మజా, నేను శేఖరాన్ని, చచ్చిపోయినా నీ చుట్టూ తిరుగుతుంటానని చెప్పలేదూ?" అతని కంఠంలో స్పష్టమైన మార్పు కనిపిస్తూంది.

పద్మజకు ప్రపంచం గిర్రున తిరుగుతున్నట్లనిపించింది. పక్కనే ఉన్న సిమెంటు బెంచీమీదకు వాలిపోయింది.

"పద్మా, పద్మా" ఎవరో తట్టి లేపుతున్నారు.

మెల్లిగా కళ్ళు తెరిచింది.

"ఏం జరిగింది పద్మా? ఎందుకిటువైపు వచ్చావు" గాభరాగా అడుగుతున్నాడు.

"వాళ్ళింకా నీ కోసం చూస్తున్నారు పద్మా. ఆలస్యమైతే మనం ఇక్కడే ఏదో ప్రారంభించాం అనుకుంటారు" అంటూ నవ్వేడు. ఇప్పుడతను మామూలు గిరిలానే వున్నాడు. అవే అల్లరికళ్ళు. నవ్వే పెదవులు...

పద్మజకు అంతా అయోమయంగా వుంది. తను భ్రమ పడిందా! ఆ స్థలంలోకి రాగానే శేఖరం అన్న చివరి మాటలు గుర్తొచ్చి అలా ఊహించుకుందా? ఆమెకేమీ అర్థంకాలేదు.

* * *

అతిథులు ఒక్కొక్కరుగా సెలవు తీసుకుంటున్నారు. అందరికీ నవ్వుతూ వీడ్కోలు చెపుతున్నా పద్మజ మనసు మనసులోలేదు. సోమశేఖరం చావూ, అతని మాటలూ తననెంత ప్రభావితం చేశాయో యిప్పుడే అర్థమవుతున్నది. తను చదివిన చదువూ, చదువు నేర్పిన ధైర్యమూ, ధైర్యంతో పదిమందిలో తను మెలిగే తీరూ అన్నీ అంత బలహీనమయినవా? ఒక్క చావు దృశ్యం తనను భ్రాంతిలోకి నడిపేటంత బలీయమైనదా? లేక రక్తంలో జీర్ణించుకుపోయిన విశ్వాసాలు మానసికంగా తననంత బలహీనపరుస్తాయా? డాక్టరు రామకృష్ణ వెళ్ళొస్తానని చెప్పినప్పుడు జరిగిన సంఘటన అతడితో చెప్పబోయి నిగ్రహించుకుంది. ఇంత చిన్న విషయానికే యింత వర్రీ ఏమిటని నవ్వుతారని భయం.

రాత్రి బాగా గడిచిపోయింది.

"పద్మా, పదిరోజులు ఆఫీసు విషయాలు, గొడవలు అన్నీ మర్చిపోయి ఎంజాయ్ చెయ్యి, మిమ్మల్ని ఎవరం డిస్టర్బ్ చేయం" అంటూ గిరివైపు తిరిగి, "గిరీ, మీ అక్కయ్య అనుకోకుండా ప్రయాణం కాన్సిల్ చేసుకోవలసి వచ్చినందుకు బాధపడుతూ నాకు ఉత్తరం వ్రాసింది. పెళ్ళి ఫోటోలు పంపమంది. రాగానే పంపించు. నేను రేపే ఉత్తరం వ్రాస్తాను" అంటూ ప్రకాశరావుగారు కూడా వెళ్ళిపోయారు.

నౌకర్లు వస్తువులన్నీ తీసి సర్దుతున్నారు. గిరీ, సాగర్ దగ్గరుండి పర్యవేక్షిస్తున్నారు. రంగు రంగుల దీపాలతో మెరిసిపోతున్న తోట, మనుష్యులంతా ఒక్కసారిగా వెళ్ళిపోవడంతో చిన్నబోయినట్లయింది.

ఆ రాత్రే ఆ దంపతులకి మొదటిరాత్రి.

పద్మజ మెల్లిగా యింట్లోకి నడిచింది. ఈ రోజు రాత్రి తనకెంతో ప్రత్యేకమైన రోజు. చాలా ఉత్సాహంగా వుండాలి! ఒక చిన్న భ్రమకే అంతగా చప్పబడి పోవటమేమిటి – నాన్సెన్స్... అనుకుంటూ తన గదిలోకి అడుగుపెట్టింది. బాత్రూంలో గీజర్ ఆన్ చేసి బట్టలు తీసుకోవడానికి బీరువాతీస్తే ఎదురుగా కనిపించాయి శేఖరం డైరీలు. వాటిలో తను చదివిన విశేషాలు గుర్తురాగానే కోపం వచ్చింది. అవి చదివే తను మనసు పాడుచేసుకుంది అనవసరంగా. అయినా యివి ఎవరి కళ్ళనన్నా పడితే అసహ్యం అనుకుంటూ వాటిని ఎక్కడ పెట్టాలా అని ఓక్షణం ఆలోచిస్తూ పక్కనేవున్న లైబ్రరీ రూంలోకి నడిచింది. అక్కడ షెల్ఫ్ క్రిందభాగంలో

ఒక చిన్న అర వుంది. తండ్రి అక్కడ కొన్ని ఫైల్స్ దాస్తుండేవాడు. ఒకసారి దాన్ని చూసి చిన్నతనంలో తనూ హిమజ చిన్న పిల్లగా వున్నప్పుడు దాన్ని ఏడిపించటానికి అన్నీ అక్కడ దాచిపెట్టేది. ఆ అరగురించి హిమకూ, తనకూ తప్ప ఎవ్వరికీ తెలియదు. పెద్దవాళ్లయ్యాక అవన్నీ తీపి జ్ఞాపకాలుగా మిగిలిపోయాయి. పద్మజ అడ్డంగా వున్న పుస్తకాలన్నీ తీసి పక్కన పెట్టి డైరీలు పడేసింది ఆ అరలోపల శాశ్వతంగా.

స్నానం చేస్తూ బాత్రూంలోని అద్దంలో తన అందాన్ని చూసుకుంది పద్మజ. ఇన్నాళ్ళూ ఇది కళ్ళబడింది తనకూ, ఈ అద్దానికే. ఈనాడు మొదటిసారిగా మరొకరికి అందులోనూ ఒక పురుషుడికి కన్పించడమేకాదు, అంకితమవబోతోంది. యవ్వనంలోకి అడుగుపెట్టిన కొత్తలో కలిగేవి తనలో పిచ్చి భావాలు. తరువాత చదువు దాన్ని డామినేట్ చేసింది... మళ్ళీ యిన్నాళ్ళకి...

తెల్లటి బట్టల్లో బెడ్రూంలోకి అడుగుపెట్టింది పద్మజ. హిమజ, రాధ కలసి అలంకరించారు ఆ గదిని. ప్రపంచం ఇంత మారిపోతున్నాక ఇంకా ఈ తతంగా లెందుకని కోప్పడింది. కానీ రాధ ఈ ఒక్క విషయంలో మమ్మల్ని ఏమీ అనకు అంది.

ఇప్పుడనిపిస్తూంది- ప్రపంచం ఎంత మారినా మనిషి మనసు లోతుల్లో అనుభూతి మారదని!

ఆమె గదంతా కలియజూసింది.

రెండు మంచాలనూ కలుపుతూ తెల్లటి దుప్పటి కనిపించనంతగా మల్లెలతో నింపారు. అక్కడక్కడా రంగు రంగు గులాబీలు ఆకాశంలో నక్షత్రాల్లా మెరుస్తూ పక్క మీద వున్నాయి. గోడమీద నిలువెత్తు బొమ్మ ఒక అమ్మాయిది. చెట్టునానుకుని నిలబడివుంది. ఆహ్వానించే కళ్ళు అరమోడ్పులవగా యవ్వనం అప్పుడే వికసించినట్లు- వాల్‌పేపర్ మీద...

"బాగుంది కదూ!"

ఉలిక్కిపడి వెనక్కి తిరిగింది. తెల్ల బట్టల్లో ఠీవిగా గిరి!? ఆమె గుండెలు గబగబా కొట్టుకున్నాయి. ఏదో పులకరింత, ఏనాడూ ఎరగని ఒక మధురానుభూతి. అతను దగ్గరగా వస్తుంటే కళ్ళు క్రిందకు దించేసుకుంది తడబాటు కనిపించకుండా. అతని స్పర్శ గుండెల్ని ఝల్లుమనిపించింది.

"మన బెడ్‌రూమ్‌లో పెట్టాలనే కొన్నాను దీన్ని. నీకు నచ్చింది కదూ?" రెండు చేతులతో ఆమెను తనవైపు తిప్పుకుంటూ అన్నాడు గిరి. అతడి చేతుల్లో రతీ మన్మధుల బొమ్మ అందంగా వుంది.

"ఊ" అంటూ అతని గుండెలమీద వాలిపోయింది పద్మజ.

మునివేళ్ళతో చుబుకం పైకెత్తి ఆమె కళ్ళలోకి చూడబోయాడు. ఆమె కళ్ళు దించుకుంది.

"పద్మా, నువ్వు...?" కళ్ళెత్తి అతనివైపు చూసింది. అతని కళ్ళలో ఆశ్చర్యం... కాస్త చిలిపితనం.

తన సిగ్గుని తలచుకుని మరింత సిగ్గుపడింది పద్మజ. ఇంత వయసులో కూడా ఇంకా ఈ పరిస్థితులలో సిగ్గు వదలదేం స్త్రీలను! ఎంత బింకం, జ్ఞానం నటిద్దామనుకున్నా చేతకావడంలేదు.

అతను ఫక్కున నవ్వాడు. ఆమెను గుండెలకు హత్తుకుని పెదవుల మీద సుతారంగా ముద్దుపెట్టుకున్నాక "థాంక్యూ" అన్నాడు.

"దేనికి?" అడిగింది ఆశ్చర్యంగా.

"ఇన్నాళ్ళూ నీ మనసునే అనుకున్నాను. ఈ రోజు తెలిసింది నీ తనువునీ నా కోసం జాగ్రత్త చేశావని".

ఆమెకా క్షణం అర్థంకాలేదు. అతడి కామెంట్‌ని అవమానంగా భావించినా "అంత త్వరగా ఎలా బయటపడ్డానబ్బా" అంది నవ్వుతూ.

"తెలిసిపోతూంది- మొదటి కౌగిలింతలోనే... నూటికి డెభ్భైఅయిదు శాతం నా అంచనా నిజమవుతుంది".

"అంత అనుభవం ఉందా?" నవ్వుతూనే అడిగింది. ఆమె కెందుకో మొదటి రాత్రి మొదట్లోనే ఈ టాపిక్ రావటం అంత బాగా అనిపించలేదు.

అంతలో అతనన్నాడు.- "లేదని అబద్ధం చెప్పను. నాకోసం ఎంతో మంది పడిచచ్చే వారని కోతలు కొయ్యను. యవ్వనంలో ఒకటి, రెండు చిన్న అనుభవాలున్నాయి. అంతే, కానీ ఒక్క విషయం. నువ్వు చదివి అర్థంచేసుకోనివి నేను జీర్ణం చేసుకోగలిగాను. ఈ విషయంలో మాత్రం నేను జీనియస్‌నని నువ్వు ఒప్పుకోక తప్పదు. దాన్నే కొన్ని క్షణాల్లో ఋజువు చేయబోతున్నాను".

పద్మజ నవ్వింది.

“ఎందుకు నవ్వుతున్నావు? నా ఆరాటం చూస్తే నీకు నవ్వుగా ఉందా?”

“మీరంటున్న దాని గురించి కాదు నా స్నేహితురాలు పారిజాతం ఉత్తరం గుర్తొచ్చి! గ్రాడ్యుయేషన్ అవగానే పెళ్ళయింది దానికి. మొదటి రాత్రి భర్తతో ముద్దు పెట్టుకుంటేనే పిల్లలు పుట్టేస్తారనీ, దానికి మించి సెక్సంటే మరొకటుందని తనకు తెలియనే తెలియదనీ చెప్పిందట. అది బి.యస్సీ. చదివిందని తెలిసీ, అన్ని నవలలూ, డిటెక్టివ్ నవలలతో సహా చదువుతుందని తెలిసినా పాపం నమ్మేశాడట ఆయన. ‘తొమ్మిదో క్లాస్ నించి స్వపరాగ సంపర్కము, పరపరాగ సంపర్కమూ చదువుకుని వెధవ జోకులన్నీ వేసేదానివి కదే, ఎందుకలా చెప్పావని’ అడిగాను. “పెళ్ళయ్యేంతవరకు సెక్సంటే ఏమిటో తెలియని స్త్రీని ఎక్కువగౌరవిస్తారు మగాళ్ళు. అది వాళ్ళ ఈగోని సంతృప్తి పరుస్తుంది” అంది. దాని విషయంలో అది నిజమే అయింది. ఇప్పటికీ ‘పెళ్ళయేవరకూ నాభార్యకు సెక్సంటే ఏమిటో తెలియదు’ అని అందరికీ చెప్పుకుంటాడాయన. ఎంత అమాయకుడు అని నవ్వుకుంటాం ఆయన గురించి. కాబట్టి మొదటి స్పర్శలోనే స్త్రీ గురించి ఒక నిర్ణయానికి వచ్చేయకండి” నవ్వుతూనే రిటార్ట్ ఇచ్చింది.

“కానీ నీ విషయంలో మాత్రం నా అంచనా తప్పదు పద్మా! నిజం చెప్పాలంటే ఇన్నాళ్ళూ సోమశేఖరంతో నీ పరిచయం ఎంతవరకు ఉందోననే ఆలోచన అప్పుడప్పుడు నాకు వచ్చేది. అంటే నీ మీద అనుమానంతో మాత్రం కాదు. జస్ట్ క్యూరియాసిటి అంతే. అతడంటే అసూయ కూడా కలిగేది. కానీ ఇప్పుడు నువ్వు చెప్పకుండానే నా క్యూరియాసిటీ తగ్గింది. నేను అదృష్టవంతుడిని! సోమశేఖరం కన్నా ముందు నిన్ను అప్రోచ్ అవటం...”

సోమశేఖరం ప్రసక్తి రాగానే పద్మజ ముఖంలో మార్పు వచ్చింది. “వద్దు! అవన్నీ ఏమీ చెప్పనవసరంలేదు. దటీజ్ పాస్ట్” అంది కాస్త సర్దుకుని.

పద్మజ శరీరాన్ని గాలిలోకి రెండుచేతులతో ఎత్తి మెత్తటి పరుపు మీద అతి సున్నితంగా దించాడు గిరి.

ఆమెలో ఏళ్ళనాటి యవ్వనం మేల్కొన్నట్లనిపించింది. కోరికలు, వాంఛా.... ఎదురుగా పురుషత్వానికి మారుపేరుగా కనిపించే భర్తా. ఆచ్ఛాదన తొలగి, భావాలు యవ్వన భారాలై తొంగిచూస్తున్న తరుణం- ఒక్క క్షణం మాటల్తో నిరాగించబోయి, అతని పెదవుల తాళంలో మూతపడి, ఎగిసిపడుతున్న ఆవేశానికి

యిక కట్టలు వేయడం సాధ్యం కాక, పిల్ల కాలువలో నుంచి తనపొలంలోకి పారే నీటిని చూసుకుంటున్న రైతు కళ్ళలోని సంతృప్తి, అకస్మాత్తుగా పెద్దతనం నిండిన భావన- ఏదో తెలియనితనంలో అంతా అవగాహన అయిపోయిన అనుభూతి...

అలాంటి అనుభూతిలో,

ఒక్క క్షణం,

రెండు క్షణాలు...

అయిదు క్షణాలయినా గిరి అలికిడి వినిపించకపోవడంతో కళ్ళు తెరిచింది.

గిరి మంచంమీద నిటారుగా కూర్చున్నాడు. అతని కళ్ళు శూన్యంలో దేన్నో వెతుకుతున్నాయి.

"ఏమిటి గిరీ- ఏమయింది?" అడిగింది ఆశ్చర్యంగా.

"ఏదో వినిపిస్తోంది చూడు పద్మా! ఎవరో నా చెవిలో ఏమో చెపుతున్నారు. అర్థం కావటంలేదు".

"నాకేమీ వినిపించటంలేదే!" గాభరాగా లేచి కూర్చుంది.

ఉన్నట్లుండి, "ఎవర్నువ్వు?" అని కోపంగా అరిచాడు గిరి.

"గిరీ!" అతన్ని తట్టింది పద్మజ భయంగా.

"నో... నో..." అతను చేతులతో తలను పట్టుకున్నాడు గట్టిగా. కనుగుడ్లు పైకి తేలిపోతున్నాయి. మనిషి వణుకుతున్నాడు.

"గిరీ?" అతన్ని కదుపుతూ అంది పద్మజ.

కాస్సేపటికి అతను కళ్ళు తెరిచాడు. కళ్ళలో ఎర్రటి జీరలు. మొహం వికృతంగా తయారైంది.

"నేను సోమశేఖరాన్ని పద్మజా! నన్ను గుర్తుపట్టలేదా?" అడిగాడతను తాపీగా.

పద్మజ తాచుపామును పట్టుకున్నట్టు ఉలిక్కిపడి అతన్ని వదిలివేసింది. భయం భయంగా దూరంగా జరిగింది. అర్ధనగ్నంగా వున్న తన వక్షోజాలపై అతని చూపు పడడంతో ఒక్కసారిగా చీర తీసి కప్పుకుంది.

"భయపడకండి పద్మజా! నేను మిమ్మల్నేమీ చెయ్యను. నాలో అంత సాహసం లేదని మీకు తెలుసు" అన్నాడతను.

ఇప్పుడు గిరి స్వరం అతడిదిలాలేదు. అచ్చు సోమశేఖరం లాగానేవుంది.

"ఇందాక తోటలో నేను చూసింది నిజమేనా? భ్రాంతి కాదా?"

తనలో తనే అనుకొంటున్నట్లుగా అంది.

"లేదు పద్మజా! పార్టీలో వున్న గిరిని నేనే ఆహ్వానించాను! రమ్మనగానే దగ్గిరకి వచ్చాడు. మిమ్మల్ని దగ్గరగా చూసి, మాట్లాడాలనే కోర్కెను అతడి ద్వారా తీర్చుకోగలిగాను".

"ఎందుకు? నేనేం పాపం చేశానని నన్నిలా వేధిస్తున్నారు?" అడిగింది పద్మజ. ఆమె కంఠం వణుకుతోంది. ఇంకా షాక్ నించి పూర్తిగా తేరుకోలేదు.

"నేను మిమ్మల్ని మనస్ఫూర్తిగా ప్రేమించాను పద్మజా! కానీ ఎప్పుడూ చెప్పలేకపోయాను. అప్పుడు చేయలేని ధైర్యం ఈనాడు ఇలా చెయ్యగలుగుతున్నాను. మీ సాన్నిధ్యం కోసం తపించి కొట్టుకులాడుతోంది నా ఆత్మ. పూర్తి సంతృప్తి కలిగితేనే గానీ పోలేను.

కొన్నాళ్ళు నాకు మీ సాన్నిహిత్యం కావాలి. నన్ను ప్రేమించకపోయినా ఒక స్నేహితుడిగా నా కోరిక తీర్చమని వేడుకుంటున్నాను".

"శేఖరం- ఇది చాలా అన్యాయం. నా భర్తను, తద్వారా నన్ను మీరెంత బాధపెడుతున్నారో మీకేమయినా తెలుస్తూందా? మీరు నాకు స్నేహితులయితే నా సుఖం కోరాలిగదా!"

"మీకేం అపకారమూ జరగదు పద్మజా! నన్ను నమ్మండి".

"నేను ఏం చెయ్యగలను?" అడిగింది భయంగా.

"మాట్లాడండి. కాస్సేపు మాట్లాడితే నాకెంతో తృప్తి కలుగుతుంది. వెళ్ళి పోతాను".

"హూ... ఏం మాట్లాడను?"

"ఏదయినా యిదివరకు మనం మాట్లాడుకునేవి ఆఫీసు విషయాలు, దేశభక్తి, సాహిత్యమూ, సంగీతమూ ఏదయినాసరే".

"నో ... నేను మాట్లాడలేను" రెండు చేతుల్లో ముఖం కప్పుకుని వెక్కి వెక్కి ఏడవసాగింది పద్మజ.

"వద్దు పద్మజా- మీరలా బాధపడితే నేను భరించలేను. వెళ్ళిపోతున్నాను. మీ మనసు బాగున్నప్పుడే వస్తాను".

అతని స్వరం వినిపించటం ఆగిపోయింది.

నెమ్మదిగా కళ్ళు తెరిచింది పద్మజ. గిరి కళ్ళు మూసుకుని మంచానికి చేరగిలబడి కూర్చున్నాడు. అతని ముఖంనిండా చెమటలు.

"గిరీ" మెల్లిగా పిలిచింది.

నెమ్మదిగా కళ్ళు తెరిచాడతను. కళ్ళు మామూలుగానే ఉన్నాయి.

"ఏమిటిది? నేను కూర్చునే నిద్రపోయానా? ఏమయింది నాకు" లేచి తల విదిలించాడు. "ఏదో జరగకూడనంది జరిగినట్లుగా అనిపిస్తూంది పద్మా!"

పద్మజ అతన్ని పరిశీలనగా చూసింది. అతను గిరే. అప్పటివరకూ అతనిలో కనిపించిన విపరీత లక్షణాలేవీ కనిపించడం లేదిప్పుడు.

"గిరీ" ఒక్కసారి అతని మీదకు వాలిపోయింది.

"అరే, ఏడుస్తున్నావా? ఏమయింది- నిన్నేమైనా హర్ట్ చేసానా?" అడిగాడు.

"లేదు నాకేమిటో భయంగా ఉంది".

"భయమా! నీకా!!" అతను పకపకా నవ్వాడు. "ఎందుకు? ఈ రాత్రి నిన్ను భయాందోళనలకు దూరంగా స్వర్గానికి అతి దగ్గరగా తీసుకెళ్ళే భారం. నాది. ఓ.కే.?" అంటూ దగ్గరికి తీసుకున్నాడు.

జీవితంలో అవతలి పార్టనర్‌ని సంతృప్తి పర్చటం కోసం ఎన్నో కొన్ని పన్లు చేయాలి. కానీ సెక్స్‌లో అవతలి పార్టనర్‌ని సంతృప్తి పర్చే ఒకే ఒక పని... మనం హాయిగా సంతృప్తిచెందటమే! అలా చెందినట్టు అవతలి వ్యక్తికి తెలిసేలా ప్రవర్తిస్తేచాలు. అంతకన్నా సంతోషం అవతలి వ్యక్తికి (ఈగో) వేరే ఏమీ వుండదు.

7

రాత్రి రెండు గంటలు దాటింది. గుజరాత్ రాష్ట్రంలోని గంగానగర్ జిల్లానుంచి పంజాబ్‌లో ఫిరోజ్‌పూర్ జిల్లావైపు వెళ్ళే సరిహద్దు హైవే.

పాత మిలటరీ ట్రక్కు అది. డ్రైవరు కాకుండా మరో ఇద్దరు జవాన్లు కూర్చున్నారందులో. సరిహద్దు చెకింగ్ పోస్టు యింకో పదిమైళ్ళదూరంలో ఉండగా ట్రక్కుని పక్కదారిలోకి నడిపాడు డ్రైవర్. రోడ్డు గతుకులు గతుకులుగా ఉంది. మిలటరీ ట్రక్కు కాబట్టి నిదానంగా సాగిపోతోంది రాళ్ళూ, గుట్టలూ ఎక్కుతూ.

వెనుకనుంచి హారను వినిపించడంతో రియర్ వ్యూ మిర్రర్ లోంచి చూశాడు డ్రైవర్.

మోటారు సైకిలు మీద యిద్దరు ఖాకీ దుస్తుల వాళ్ళు... ట్రక్కుని ఆపాడు డ్రైవర్. మోటారు సైకిలు వచ్చి అడ్డంగా ఆగింది. ఒక ఇన్‌స్పెక్టర్ దగ్గరగా వచ్చాడు.

"ఐడింటిఫికేషన్ ప్లీజ్!"

డ్రైవరు పక్కన కూర్చున్నతను పేపర్లుతీసి యిచ్చాడు. డిఫెన్సు మినిస్ట్రీకి సంబంధించిన పేపర్లు అవి. కొన్ని సామాన్లు పంజాబ్‌లోని మిలటరీ పోలీసులకు అందించమని యిచ్చిన ఉత్తర్వు. పేపర్లు అన్నీ సరిగానే ఉన్నాయి.

కాని ఇన్‌స్పెక్టర్‌కు ఎందుకో తెలియని అనుమానం.

"మెయిన్‌రోడ్డు వదిలి ఈ వైపు వెళుతున్నారేం?" అడిగాడు.

"వెహికల్ కొంచెం ట్రబులిస్తోంది సర్! మెయిన్ రోడ్‌మీద ఈ టైంలో లారీలు, ట్రైలర్లు చాలా స్పీడుగా వస్తుంటాయి. చెక్‌పోస్టుకు దగ్గరలో మళ్ళీ మెయిన్‌రోడ్‌లోకి తిప్పుతాను సాబ్!" అన్నాడు డ్రైవరు.

ఇన్‌స్పెక్టర్ ట్రక్‌లోకి చూశాడు. పాలిథిన్ సంచులు నీట్‌గా సర్దిఉన్నాయి.

పేపరు మరోసారి చూసి ట్రక్ నంబరు, వివరాలు డైరీలో నోట్ చేసుకున్నాడు.

"ఇక మీరు వెళ్ళొచ్చు" అన్నాడు.

ట్రక్ బయలుదేరింది మెల్లిగా. ఇన్‌స్పెక్టర్ బుల్లెట్ స్టార్ట్‌చెయ్యలేదు.

జేబులోంచి వాకీ టాకీ తీశాడు. అతడేదో మాట్లాడబోయే లోపులో కదులుతున్న ట్రక్ లోంచి రెండు గన్స్ పైకి లేచాయి. అతడూ, అతడితో పాటూ వచ్చిన మరో పోలీసు అధికారీ చప్పుడు కాకుండా నేల కూలారు.

పది నిముషాల తర్వాత వాళ్ళ మోటారు సైకిలుతోపాటు యిద్దరి శవాలు ఒక లోయలో పడ్డాయి.

ఇన్‌స్పెక్టర్ డైరీ డ్రైవరు జేబులో భద్రంగా వుంది.

* * *

"అయితే తర్వాత గిరిధర్‌కు జరిగిందేమీ గుర్తుండటంలేదన్నమాట" అన్నాడు డాక్టర్ రామకృష్ణ సాలోచనగా.

పద్మజ ఆయన క్లినిక్‌కు వచ్చింది. రాత్రి ఆ సంఘటన జరిగిన తర్వాత ఎవరితోనైనా మాట్లాడితేగాని మనసు శాంతించేలా లేదు! మళ్ళీ మరో అనుమానం – ఈ విషయం అప్పుడే బయటివాళ్ళకు చెప్పాలా వద్దా అని! హిమజకు చెప్పాలంటే దానికి వీటిలో నమ్మకంలేదు. హేళన చేస్తుంది. చివరకు డాక్టర్ రామకృష్ణకి ఫోన్ చేసింది.

"పెళ్ళయిన నాలుగురోజులకే సైకియాట్రిస్టుతో పనేమిటి?" అని నవ్వాడాయన. విషయం తెలుసుకుని నిర్ఘాంతపోయాడు.

"అవును, తర్వాత నాకేమయింది అని నన్నే అడుగుతున్నారు. మొదటిసారి తోటలో అదంతా నా భ్రమే అనుకున్నాను. కాని రాత్రి అంతా నిజమని రూఢి అయింది. అసలిదంతా ఏమిటి? నాకు చాలా భయంగా వుంది. శేఖరం నట్టింట్లో చనిపోవడంతో యింట్లో శాంతి చేయించి పూజలు కూడా చేయించాను".

"ఏమిటంటే ఇప్పుడేం చెప్పలేనమ్మా. ఒకసారి గిరిని పరీక్షించాలి. కాని యిప్పుడే రమ్మనడం బాగుంటుందా?"

"వద్దు. వెంటనే వద్దు. సమయానుకూలంగా నేనే చెప్తాను".

"సరే అయినా గిరికి, సోమశేఖరానికి ఎప్పటినుంచీ పరిచయం?"

"నాకు తెలిసినంత వరకు వాళ్ళకు పరిచయం లేదసలు. గిరి నాతో కలిసిన చాలా రోజులవరకూ, శేఖరం ఊళ్ళోలేదు, శేఖరం చనిపోయినప్పుడు గిరి ఊళ్ళోలేదు. ఒకరికొకరు పరిచయం లేనట్టే...."

"మరి అతని మాటలు శేఖరం మాటల్లా ఉన్నాయంటున్నావు?"

"అదే ఆశ్చర్యం! ఆ సమయంలో అతని స్వరం అచ్చం శేఖరం స్వరంలా ఉంటుంది. తర్వాత మళ్ళీ మామూలుగా అయిపోతుంది. తల ఎగరెయ్యడం, పెదవి విరిచి మాట్లాడడం... అతని ప్రవర్తన చూస్తుంటే అంత వరకూ నేను చూసింది అసలు నిజమేనా, లేక భ్రమ పడ్డానా అనిపించేటట్లుగా చేస్తుంది".

"ఆశ్చర్యంగా ఉంది. అయినా ఇప్పుడే ఏమీ చెప్పలేను" పద్మజ వైపు సాలోచనగా చూశాడాయన.

"ఒకవేళ సైకలాజికల్‌గా నేనే భ్రమపడుతున్నానంటారా".

"కాకపోవచ్చు. అన్నట్లు మీరివ్వాళ బెంగుళూరు వెడుతున్నారు గదూ?"

"ఊ, వెళుతున్నాం, మానేయడం మంచిదంటారా?"

"వద్దు. స్థలం మార్పు అవసరమే. వెళ్ళండి. అక్కడ అతని ప్రవర్తన ఎలాగుందో గమనించి రాగానే ఫోన్‌చేసి చెప్పు".

* * *

"హలో! నేను పద్మజని" బెంగుళూర్ నించి రాగానే ఫోన్‌చేసింది పద్మజ. డాక్టర్ రామకృష్ణకి.

"హౌ ఆర్ యూ పద్మజా? ట్రిప్ ఎలా జరిగింది?" అడిగాడు.

"బాగానే ఎంజాయ్ చేశాం. కాని రెండుసార్లు మాత్రం అలాగే జరిగింది".

"ఏమన్నాడు?"

"ఏమీ లేదు! 'నా ఆత్మ మీ చుట్టే తిరుగుతుంటది. మీ రెక్కడున్నా నేను మిమ్మల్ని అనుసరిస్తూనే ఉంటాను' అని మాత్రం అన్నాడు".

"సరే, ఒక పని చెయ్యి. న్యూయియర్ ఈవ్‌కి ఇంట్లో ఒక చిన్న పార్టీ అరేంజ్ చేస్తున్నాను. బయటవాళ్ళెవరూ ఉండరు. దగ్గర స్నేహితులే. అప్పుడు గిరితో క్యాజువల్‌గా మాట్లాడటానికి వీలవుతుంది. అతనికీ అనుమానం రాదు. మీ యిద్దరూ రండి".

"అలాగే తప్పకుండా వస్తాం" ఆమె కంఠంలో కాస్త రిలీఫ్.

* * *

"ఛీర్స్!"

"ఈ ఛీర్స్ అన్నది యెలా మొదలయిందో తెలుసా? పాతకాలంలో అందరికీ భయం ఉండేదట. తమ డ్రింక్స్‌లో విషం కలిపారేమోనని, అందుకే ఛీర్స్ పేరుతో గ్లాసుల్ని టచ్ చేస్తూ తమ డ్రింక్‌ను అవతలివాళ్ళ గ్లాసుల్లో వొంపేవారట".

"ఇప్పుడా పని మాత్రం చెయ్యకండి. మీకు పుణ్యం ఉంటుంది". అంది రాధ గిరి గ్లాసులో విస్కీని చూస్తూ. ఆమె గ్లాసులో పైనాపిల్ జ్యూసుంది.

పకపకా నవ్వాడు గిరి.

"అయితే మొత్తానికి నామీద కోపం పోయినట్లే గదా" అడిగాడు.

"ఆ పోయినట్లే. ఎంతయినా బంధుత్వం కూడా కలిసిందిగా. అన్నట్లు యింకా అక్కయ్యను విసిగిస్తున్నారా మీ ప్రశ్నలతో?" అడిగింది రాధ.

"అబ్బే, లేదు. తనేమైనా అడిగితే జవాబు చెప్పడం నా వల్లకాదు. ఎందుకన్నా మంచిదని ఆ ప్రసక్తి తేవడం మానేశాను".

"ఇప్పటికి ఓటమిని అంగీకరించారన్నమాట. నాకు సంతోషంగా ఉంది" అంది రాధ.

దూరం నుంచి గిరిని పరీక్షిస్తున్న డాక్టర్ రామకృష్ణ పద్మజతో–"నార్మల్‌గానే ఉన్నాడుగా" అన్నాడు.

"అవును. మాములు టైంలో ఏ మాత్రం తేడా కనిపించదు".

"మిస్టర్ గిరిధర్! ఒకసారి యిలా వస్తారా" పిలిచాడు డాక్టర్ రామకష్ణ.

అతడూ, గిరీ మాటల్లో పడ్డారు.

"ప్రోబ్ మాగజైన్‌లో వచ్చింది చదివారా? సిమ్లా హౌస్‌లో భుట్టో దెయ్యం కనిపించిందని" అడిగాడు రామకృష్ణ గిరిని.

"ఆ, చదివాను. కానీ నమ్మబుద్ధి కాలేదు" అన్నాడు గిరి.

"అంత స్పష్టంగా వాళ్ళు చెపుతుంటే నాకయితే నిజమేనని పిస్తోంది".

"అబ్సర్డ్! మీరు డాక్టరయి ఉండి దయ్యాల్నీ, భూతాల్నీ నమ్ముతున్నారా?" అశ్చర్యంగా అడిగాడు గిరి.

"నమ్మకంగా చెప్పలేను గాని సైన్సుకి అందని విషయాలు కొన్ని ఉన్నాయని నమ్ముతాను. సైంటిఫిక్‌గా ప్రూవ్ అయ్యేవరకు ఏదయినా మిస్టరీయే గదా! నా అనుభవంలో కొన్ని కేసుల్ని చూశాను కూడా. అంతుపట్టలేదు. ఒకోసారి అనుమానం రాక తప్పదు".

"ఏమో డాక్టర్! నేను మాత్రం అనుభవం లేకుండా నమ్మలేను" అన్నాడు గిరి.

రామకృష్ణ కేవలం తనని పరీక్షించటానికే ఈ సంభాషణ సాగిస్తున్నాడని గిరి గుర్తించలేదు. దెయ్యం ప్రసక్తి రాగానే అతడిలో ఏదో మార్పు వచ్చింది.

"అదేమిటి అలా వున్నారు గిరీ! ఒంట్లో బాగోలేదా?" రామకృష్ణ కంఠం హెచ్చించి అడిగాడు.

అందరూ గిరివైపు తిరిగారు.

గిరి చేతిలో ప్లేట్ క్రిందపడి భళ్ళున బ్రద్దలైంది. రెండు చేతులతో తలని పట్టుకున్నాడు. "వద్దు వద్దు" అని అరిచాడు. మనిషి వణికి పోతున్నాడు. కనుగుడ్లు పెద్దవయ్యాయి భయంకరంగా.

"గిరీ!" అంటూ వచ్చి పట్టుకుంది పద్మజ.

"మిస్టర్ గిరీ, ఏమయింది మీకు?" అంటూ దగ్గరగా వచ్చాడు డాక్టర్ రామకృష్ణ. గిరి అతన్ని బలవంతంగా నెట్టేశాడు. ప్రసాద్‌వైపు తిరిగాడు. ఇప్పుడు అతడి కంఠం మామూలుగానే వుంది.

"మీ సరుకులు రాబోవడంలేదు ప్రసాద్! నైజీరియాలో 'కూప్' జరగబోతోంది. ప్రభుత్వం మిలటరీ హస్తగతం అవుతుంది. మీరు చాలా నష్టపోతారు" అన్నాడు– పక్కనే వున్న ప్రసాద్‌తో.

"ఏమిటి మీరంటున్నది? సాయంత్రమే నేను ఫోన్‌లో మాట్లాడాను. అంతా సవ్యంగా ఉందక్కడ" ఆశ్చర్యంగా అన్నాడు ప్రసాద్. ప్రసాద్ నైజీరియాకి బట్టల ఎగుమతి గురించీ, తన వ్యాపారం గురించి ఆ పార్టీలోచెబుతున్నాడు అప్పటివరకూ.

"నేను చెప్పేది నిజం. రేపటికి మీకు వార్త అందుతుంది" అన్నాడు గిరి నిశ్చలంగా.

"గిరీ" అతన్ని కుదుపుతూ అంది పద్మజ. ఆమెకు దుఃఖం ఆగడంలేదు.

"ఉన్నమాటే చెప్పాను పద్మజా! నేను గిరిని కాదు, శేఖరాన్నని మీరయినా వాళ్ళకు చెప్పండి".

రామకృష్ణవైపు తిరిగింది పద్మజ.

ఊరుకోమన్నట్లు సైగ చేశాడు రామకృష్ణ.

"శేఖరం యివన్నీ మీకెలా తెలుసు?" అడిగాడు అనునయంగా.

"నేను ఆత్మను, నాకన్నీ తెలుస్తుంటాయి".

"మీ ఉద్దేశ్యమేమిటి? ఎందుకిలా తిరుగుతున్నారు?"

"పద్మజకోసం. ఆమెకు దగ్గరగా వుండాలన్న కోర్కె తీర్చుకోవడం కోసం".

అందరూ నిశ్చేష్టులై చూస్తూండిపోయారు.

"డాడీ" తండ్రిని భయంగా పట్టుకుంది రాధ.

"శేఖరం- మంచినీళ్ళు త్రాగండి" అందించాడు చల్లటి అయిస్ వాటర్.

నవ్వుతూ అందుకున్నాడు గిరి. గడగడా తాగేశాడు.

"వెళుతున్నా-మళ్ళీ వస్తా" పెద్దగా నవ్వేడు.

అతని చూపుల్లో మార్పు వచ్చింది. ఒక్కసారి బలహీనుడయినట్లు ఒరిగిపోయాడు. అతన్ని లేపి సోఫాలో కూర్చోపెట్టారు.

చల్లటి నీళ్ళు అతని ముఖంమీద చిలకరించాడు రామకృష్ణ. కాస్సేపటికి మెల్లిగా కళ్ళు తెరిచాడు గిరి.

"అందరూ నా చుట్టూ మూగారు. ఏమయింది?" ఆశ్చర్యంగా అడిగాడు.

"ఏం లేదు. మీకు కాస్త కళ్ళు తిరిగినట్లయిందనుకుంటాను. ఏమీ తెలియ లేదా?" అడిగాడు రామకృష్ణ.

తల దించుకున్నాడు గిరి. తడిసిన మొహాన్ని నౌకరు అందించిన టవల్‌తో తుడుచుకుంటూ అన్నాడు-

"చెవిలో ఏదో స్వరం వినిపించింది. ఆ! అదే ప్రసాద్‌గారు లాభాల గురించి మాట్లాడుతుంటే అది రాదు అని చెపుతున్నట్లనిపించింది. ఎందుకలా అవుతోంది డాక్టర్? ఇంతకుముందు కూడా ఒకటి రెండుసార్లు జరిగిందిలా".

"రేపోసారి మా క్లినిక్‌కు రండి. అన్నీ మాట్లాడుకుందాం" అన్నాడు రామకృష్ణ.

ఆనందం, ఆశ్చర్యం, భయాందోళనల మధ్య నూతన సంవత్సరం అడుగు పెట్టిందాగదిలో.

తెల్లవారింది. ప్రపంచమంతా నూతన సంవత్సరానికి అతి వైభవంగా స్వాగతం పలుకుతోంది. రాత్రి పార్టీలోనించి ఆలస్యంగా వచ్చిన పద్మజ గాఢనిద్రలో వుంది.

తలుపు మీద ఎవరో చిన్నగా శబ్దం చేశారు.

పద్మజ కళ్ళు తెరిచింది. కాసేపు ఏమీ అర్థం కాలేదు. మత్తుగా వుంది. పక్కన గిరి హాయిగా నిద్రపోతున్నాడు. తలుపు మీద మళ్ళీ చప్పుడయింది. లేచి తలుపు తీసింది. ఎదురుగా హిమజ.

"అక్కా! డాక్టర్ వచ్చారు. నీతో అర్జంటుగా మాట్లాడాలిట".

"పద. ఇప్పుడే వస్తున్నానని చెప్పు".

ఆమె మత్తంతా వదిలిపోయింది. రాత్రి సంఘటన గుర్తుకువచ్చి ఒక్కక్షణం ఒళ్ళు గగుర్పొడిచినట్లయింది. క్రింది కొచ్చింది.

"గుడ్ మార్నింగ్!" అనబోయి తమాయించుకుంది. రామకృష్ణతో పాటు ప్రసాద్ కూడా వున్నాడు. అతని మొహం పాలిపోయి వుంది.

"ఏం జరిగింది?" అడిగింది.

సమాధానంగా పేపరు తీసి అందించాడు రామకృష్ణ. అయోమయంగా విప్పింది పద్మజ. ఉలిక్కిపడింది. పైనే హెడ్ లైన్‌లో–

"నైజీరియాలో కూప్" అని పెద్ద అక్షరాలతో వ్రాసి వుంది.

జనవరి 1, 1984 లాగోస్. నిన్న రాత్రి నైజీరియాలో మిలటరీకుట్ర జరిగింది. (కూప్) రాష్ట్రపతి షేకు షాగారిని బంధించి మిలటరీ అధికారులు ప్రభుత్వాన్ని హస్తగతం చేసుకున్నారు. పాత ప్రభుత్వాధికారంలో జరిగిన అవినీతినీ, అక్రమాలనూ ప్రభుత్వం ఖండిస్తుందని నూతన ప్రభుత్వం ప్రకటించింది. షాగారి ప్రభుత్వం ఒప్పందం చేసుకున్న ఒడంబడికలకు కూడా ఈ ప్రభుత్వం కట్టుబడి ఉండబోదని ఒక ప్రకటన వెలువడింది". చదవటం పూర్తిచేసి–

"నిన్న ఫోన్ చేసినప్పుడు ఏమీ లేదన్నారుగా" అడిగింది ప్రసాద్‌ను.

"అవును. ఇదంతా తర్వాత జరిగి వుంటుంది. మనకూ, వాళ్ళకూ అయిదున్నర గంటల తేడావుంది".

"కాని గిరికి ముందుగా ఈ విషయం ఎలా తెలిసింది?"

"అదే ఆశ్చర్యం. నిన్న ఫోన్లో మాట్లాడి ఏమీ లేదంటే ఆయన ఏదో మాట్లాడేసి ఉంటారనే అనుకున్నాను. కాని పొద్దుట పేపర్ చూడగానే మతిపోయినంత పనయింది. దీనివల్ల మా బిజినెస్ చాలా దెబ్బతింటుంది" అన్నాడు ప్రసాద్ విచారంగా.

"ఇదేదో మానవాతీత శక్తి అన్నది నమ్మక తప్పడం లేదు పద్మజా!"

"ఇప్పుడేమిటి చెయ్యడం?" భయంగా అడిగింది పద్మజ.

"భయపడి చేసేదేముంది! ఈ రోజు గిరి నా దగ్గరకు వస్తానన్నాడు. అన్ని పరీక్షలూ చేస్తాను. తర్వాత చూద్దాం".

"అలాగే" నీరసంగా అంది పద్మజ.

హిమజ హాల్లో సోఫాలో కూర్చుని ఆలోచిస్తోంది. రాత్రి జరిగిన సంఘటన గురించి ఏమీ తెలియదామెకు. రామకృష్ణ, ప్రసాద్ వెళ్ళిపోయాక పద్మజ వచ్చి కూర్చుంది. ఆమె ముఖంలో దైన్యం కలచివేసింది హిమజను.

"ఏమిటక్కా, ఏమిటిదంతా?" అడిగింది.

రాత్రి జరిగిన సంగతి చెప్పింది పద్మజ. చెపుతుంటే ఆమె కళ్ళలో నీళ్ళు నిండాయి.

హిమజ ఆశ్చర్యపోయింది. ఎంత ఆత్మవిశ్వాసం, ధైర్యం వుండేవి అక్కలో! అక్కతో మాట్లాడాలంటేనే భయపడేది. అలాంటిది ఈనాడు ఇంత బేలగా తయారయిందెందుకు? గిరితో పెళ్ళి ప్రస్తావన వచ్చినప్పటి నుండీ ఇంతే.

"అక్కా! ఈ దెయ్యాలూ, భూతాలూ అంతా ట్రాష్. నువ్వు నమ్ముతున్నావా?" ఆశ్చర్యంగా అడిగింది.

"నమ్మకుండా వుండేదెలా హిమా! నేనొక్కదాన్నే కాదు. అక్కడున్న అందరూ ప్రత్యక్షంగా చూశారు".

"ఏమోనక్కా! ఐ.ఏ.ఎస్. చదువుకున్న దానివి నువ్వుకూడా....." ఆగిపోయింది అక్క మొహంలో సీరియస్‌నెస్ చూసి.

"అన్నింటినీ చదువుతో ముడిపెట్టకు హిమా! బి.ఏ. చదువుకున్న వాళ్ళు కూడా ఐ.ఏ.ఎస్. ఆఫీసరు కావచ్చు. కానీ ఒక్కమాట చెప్పు! పెద్ద పెద్ద సైంటిస్టులు, ఫారిన్ రిటర్న్డ్ డాక్టర్లు, ఇంజనీర్లు ఎంతో మంది బాబాలకూ, సాధువులకూ దాసోహం అంటున్నారు. వాళ్ళంతా తెలివిలేని మూర్ఖులంటావా? నా కళ్ళతో ప్రత్యక్షంగా శేఖరం ఆత్మను చూశాను, నమ్మకుండా ఎలాగుంటాను?"

'మూర్ఖత్వం అక్కా! నువ్వెప్పుడూ దేశాన్ని గురించి బాధపడుతుంటావ్. ఇలాంటి మూర్ఖులుండబట్టే దేశం ఇంత అధోగతిలో వుంది' మనసులోనే అనుకుంది హిమజ. పైకి అనే ధైర్యం రాలేదింకా.

* * *

శివయ్య మొక్కలకు నీళ్ళు పోస్తున్నాడు. దూరంగా లాన్‌లో గిరి చేతిలో పేపరుతో కూర్చుని దీర్ఘాలోచనలో ఉన్నాడు. ముఖం బాగా వాడిపోయి వుంది.

"హలో బావగారూ! ఏమిటంత దిగులుగా ఉన్నారు?" అడిగింది అప్పుడే వచ్చిన హిమజ.

"ఏం లేదు హిమజా!" పేపర్లో మళ్ళీ తల దూర్చేశాడు గిరి. పేపర్లో వార్తనే పదేపదే చూసుకుంటున్నాడతను.

"ఏం జరిగింది? నాతో చెప్పకూడదా? అక్కయ్యతోగాని పోట్లాడారా? ఎప్పుడూ గలగలా మాట్లాడుతూ కబుర్లు చెప్పేవాళ్ళు అలా ముంగిలా కూర్చుంటే బాగుండదు!"

గిరి మాట్లాడలేదు. పేపర్లోంచి తల ఎత్తలేదు. హిమజకు ఆశ్చర్యం వేసింది.

"ఏమిటంత సీరియస్ వార్త?" అని వెనగ్గా వంగి పేపరులోకి చూస్తూ అంది– "నైజిరియాలో 'కూ' అయితే మీ మీద కుట్ర జరిగినంత బాధపడుతున్నారేం?"

"దాని ప్రభావం నా వ్యాపారంమీద పడింది కాబట్టి. కొత్త ప్రభుత్వం ఫండ్స్ అన్నీ ఫ్రిజ్ చేసింది. నా పెట్టుబడి ఎక్కువగా అక్కడే వుంది. ఎప్పటికి రిలీజవుతుందో' ' దిగాలుగా అన్నాడు గిరి.

"ఓ, అయామ్ సారీ! నాకిదంతా తెలీదు. అక్కయ్యకు తెలుసా?"

"ఇంకా లేదు"

"అమ్మా! ఫోన్ వచ్చింది. సాగర్‌బాబు" వచ్చి చెప్పాడు రామయ్య.

హిమజ లోపలకు వెళ్ళిపోయింది.

"బాబూ, టీ తీసుకోండి" కప్పు అందిస్తూ అన్నాడు రామయ్య.

"మీరు మధ్యాహ్నంకూడా ఏం భోజనం చెయ్యలేదు. ఏమైనా తీసుకుంటారా బాబూ!" అడిగాడు.

"వద్దు రామయ్యా! నాకు ఆకలిగాలేదు" అన్నాడు గిరి.

రామయ్య శివయ్య దగ్గరకు వెళ్ళాడు. ఇద్దరూ కబుర్లు చెప్పుకుంటూ తోటపని చేస్తున్నారు.

"శివయ్యా"- ఉన్నట్టుండి దగ్గరగా వినిపించేటప్పటికి శివయ్య ఉలిక్కిపడి చూశాడు. ఎదురుగా గిరి. అతని కళ్ళు ఎర్రగా మెరుస్తున్నాయి. ముఖం భయంకరంగా వుంది.

"ఏంటి బాబు పిలిచారు?"

"శివయ్యా! నేను శేఖరాన్ని. నిన్ను చూస్తుంటే అమ్మ గురించే ఆలోచన వస్తోంది. అమ్మకు నువ్వెంతో సహాయం చేస్తుండే వాడివి. ఇప్పుడు ఒంటరిదై పోయింది" బాధగా అన్నాడు గిరి.

"ఏమిటి బాబూ, అచ్చం శేఖరు బాబులా మాట్లాడుతున్నారు" ఆశ్చర్యంగా అన్నాడు శివయ్య.

"నేను శేఖరాన్నే శివయ్యా! శేఖరం ఆత్మను... నీకు తెలుసుగా, పద్మజంటే నాకెంత అభిమానమో, ఆమె కోసమే యిలా తిరుగుతున్నాను. నువ్వు ఎన్నోసార్లు అమ్మదగ్గరా, నా దగ్గరా అంటుండేవాడివి పద్మజను పెళ్ళి గురించి అడగమని. ధైర్యం చేయలేకపోయాను. ఇప్పుడామె సాన్నిహిత్యం కోసం తపిస్తూ యిలా తిరుగుతున్నాను".

"బాబోయ్... దెయ్యం.... దెయ్యం.... " పెద్దగా అరుస్తూ లోపలకు పరుగెత్తాడు శివయ్య.

ఫోన్‌లో మాట్లాడుతున్న హిమజ ఫోన్ పక్కన పడేసి పరుగెత్తుకొచ్చింది.

శివయ్య వగరుస్తున్నాడు భయంతో. శరీరం వణుకుతోంది.

"ఏమిటి శివయ్యా? ఎందుకలా అరుస్తున్నావ్?" అడిగింది గాభరాగా.

"దెయ్యం... అమ్మా! శేఖరంబాబు దెయ్యమై గిరిబాబుని పట్టుకున్నాడు".

"నీకేమయినా పిచ్చి పట్టిందా? శేఖరంబాబు దెయ్యమై రావడం ఏమిటి?"

"నిజం చిన్నమ్మా! ఎపుడో శేఖరం బాబుతో నేను మాట్లాడిన మాటలన్నీ చెప్పారు. మాట, గొంతు అంతా శేఖరంబాబులా వుంది మీరూ వినండి. తప్పకుండా నమ్ముతారు".

"ఏదీ, ఎక్కడున్నారు?" హిమజ తోటలోకి వెళ్ళి చూసింది. గిరి కుర్చీలో కూచుని రెండు చేతులతో ముఖాన్ని కప్పుకున్నాడు. రామయ్య భయంగా అతన్నే చూస్తున్నాడు.

* * *

డాక్టర్ రామకృష్ణ క్లినిక్‌లో కూర్చుంది పద్మజ. నెల రోజుల్లో ఆమె చాలా డీలా పడిపోయింది. వార్ధక్యం ముంచుకొచ్చినట్లు తయారయింది.

"గిరిని అన్ని రకాలుగా పరీక్షించాను. శారీరకంగా గానీ, మానసికంగా గానీ ఏ అనారోగ్యమూ కనిపించడంలేదు. టెన్షన్ వల్ల అప్పుడప్పుడూ తలనొప్పి వస్తోందంతే! అసలు ఇన్ని సార్లు పరీక్షించడం అనవసరం. జరుగుతున్నదేమిటో మనకు తెలుసు. కాకపోతే మీ తృప్తికోసం చేస్తున్నానంతే".

"శివయ్య తనకు తెలిసిన భూతవైద్యుడున్నాడనీ, తీసుకొస్తాననీ గొడవ పెడుతున్నాడు. పెళ్ళయి కొద్ది నెలలయినా కాకుండానే అతనికి నచ్చని పనులుచేసి నువ్వు గొడవ పడడం మంచిదికాదు"

"ఏం చెయ్యాలో తోచడం లేదు. ఈ మధ్య ఇలా తరచుగా జరుగుతోంది. ఆ సమయంలో తను చెప్పినవన్నీ జరుగుతున్నాయి కూడా".

"అతని ప్రవర్తన ఎలాగుంది? ఐ మీన్ శేఖర్ ఆత్మది?"

"విపరీతంగా ఏమీ ప్రవర్తించడంలేదు. మునుపు నాతో ఎలా మాట్లాడేవాడో అలాగే మాట్లాడుతున్నాడు. అనవసరమైన చనువు తీసుకోడు. మీద చెయ్యయినా వెయ్యడు. శాంతంగా నేను సమాధానం చెపుతుంటే మాత్రం త్వరగా అదృశ్యమవుతాడు".

"సాధారణంగా బలవంతపు చావు చచ్చిన వాళ్ళు, కోరికలు తీరని వాళ్ళు అలా అవుతుంటారని వింటూంటాం. శేఖరం విషయంలో ఇవి రెండూ జరిగాయి. నువ్వు కాస్త జాగ్రత్తగా వ్యవహరిస్తుండు. అన్నట్లు శేఖరం ఆఫీసులో విషయాలు కూడా సీరియస్‌గా తీసుకునే వాడా?"

"ఆ, చాలా సీరియస్‌గా తీసుకునేవాడు. చాలా సిన్సియర్ వర్కర్".

"అయితే అతన్ని ఆఫీస్ విషయాలలో ఎక్కువ ఎంగేజ్ చేస్తూవుండు. కొన్నాళ్ళ తర్వాత మార్పేమైనా వుంటుందేమో చూద్దాం".

"ఏమిటో? ఇప్పటికే చాలామందికి తెలిసిపోయింది. నౌకర్లు ఇంట్లో వుండటానికే భయపడుతున్నారు".

"అంత ధైర్యవంతురాలివి నువ్వే అలా అంటే ఎలా? బీ బ్రేవ్" ఆమె భుజం తడుతూ అన్నాడు డాక్టర్ రామకృష్ణ.

కారు డ్రైవ్‌చేస్తూ ఆలోచిస్తోంది పద్మజ. ఈ విషయం గురించి తను బాధపడుతుంటే బిజినెస్ గురించి బెంగపడుతున్నాడు గిరి. చాలా అప్‌సెట్ అవుతున్నాడు. తన దగ్గరున్న డబ్బు ఇస్తానంటే తీసుకోడానికి ఇష్టపడటంలేదు. ఎప్పుడూ నవ్వుతూ, తుళ్ళుతూ తిరిగే మనిషి అంత ఉదాసీనంగా వుంటే చూడలేకపోతోంది. ప్రకాశరావుగారితో చెప్పించినా ప్రయోజనం లేకపోయింది.

ఆఫీసులో పని ఎక్కువగా వుంది. పంజాబ్ సరిహద్దులో పోలీస్ ఆఫీసర్ల హత్య పెద్ద దుమారాన్నే లేపింది. కారణం- హత్యకు ఉపయోగించిన ఆయుధాలు. ఆ కేసు ఇన్వెస్టిగేట్ చేయడానికి వెళ్ళిన ఆఫీసరు రెండు మూడురోజుల్లో వస్తాడని తెలిసింది. రాత్రి ఆ విషయం గురించి శేఖరం ఆత్మ ప్రస్తావించింది- మళ్ళీ వస్తే డిస్కస్ చెయ్యాలి.

మళ్ళీ మళ్ళీ శేఖరం ఆత్మ రావాలని అతనితో సంభాషించాలని కోరుకుంటోందేం మనసు? శేఖరం బ్రతికి వుండగా అంతర్లీనంగా వున్న ప్రేమ ఇప్పుడు బయటపడుతోందా? తనకు తానే ఒక అర్థంకాని సమస్యగా మారుతోందా?

ఏ రోజైనా, ఏ మాసమైనా అతడు వెళ్ళిన తరువాతే తను వస్తుందని తెలియని సంధ్య, సూర్యుడికి ప్రేమలేఖలు వ్రాసి వ్రాసి ఎదురు చూసి చూసి గడ్డిపరకలమీద కన్నీటి బొట్లు వదిలి వెళ్ళిపోతుందట.

8

పంజాబ్‌లోని ఫిరోజ్‌పూర్ సిటీ. రైల్వేస్టేషన్ ఎదురుగా వుంది పోస్టాఫీస్. సూటులో వున్న ఒక సర్దార్జీ అరగంటనుంచి పోస్టాఫీసులో కూర్చున్నాడు. తను బుక్

చేసిన ఢిల్లీ కాల్ కోసం. అతను చాలా టెన్షన్‌లో వున్నాడు. ఆలోచనలు పరి పరి విధాల పోతున్నాయి. చెక్‌పోస్టు నుంచి సేకరించిన సమాచారంతో అతని పరిశోధనకు ఒక 'క్లూ' దొరికింది. తర్వాత ఆర్మీ హెడ్ క్వార్టర్సులో చెక్‌చేస్తే తెలిసిన విషయం అతన్ని దిగ్భ్రాంతిలో ముంచింది. పంజాబులో ఆయుధాలు ఓపెన్‌గా సరఫరా చేయబడుతున్నాయి. మిలటరీ ట్రక్కుల్లో కావల్సిన ఆర్డరు పేపర్లన్నీ సవ్యంగా వుంటున్నాయి- ఎవరికీ అనుమానం రాకుండా అవన్నీ సంతకం చేస్తున్నది డిఫెన్సుసెక్రటేరియేట్‌లో ఒక లేడీ సెక్రటరీ. ప్రస్తుతం ఆ అధికారంలో వున్నది ఒక స్త్రీ మాత్రమే!

ఆమె పద్మజ!

తనే ఈ పనులన్నీ చేయిస్తోందా?

"సర్! ఢిల్లీ లైను పనిచేయడం లేదు. వెయిట్ చేస్తారా?" అడిగాడు అటెండెంటు.

కాన్సిల్ చేసి ఒక చిన్న టెలిగ్రాం ఇచ్చేసి బయటకొచ్చేడతను. వెంటనే వెళితే రైలుంది. అందుకోవచ్చు. గబగబా పోస్టాఫీసు మెట్లుదిగాడు చేతిలో బ్రీఫ్‌కేసుతో. రైల్వేస్టేషన్ ముందు ఆగివున్న మోటారు సైకిల్ స్టార్ట్ చేశాడో వ్యక్తి. వెనక మరొకతను ఎక్కి కూర్చున్నాడు. రోడ్డు క్రాస్ చేయబోతున్న సర్దార్జీ రెడ్‌లైటు వెలగటంతో ఆగాడు. మోటారు సైకిల్ వచ్చి అతని పక్కగా ఆగింది. సిగ్నలింకా రాలేదు. పిలియన్‌సీటులో కూర్చున్న వ్యక్తి సైలెన్సర్ బిగించబడ్డ అత్యంత ఆధునికమైన గన్ తీశాడు సంచిలోంచి.

సడెన్‌గా తన ముఖం మీద తాకుతున్నట్లుగా ప్రత్యక్షమైన గన్‌ను చూసి ఏదో అనబోయాడు సర్దార్జీ. ఒక బుల్లెట్ అతని నోటినుండీ, మరొకటి అతని నుదుటి నుంచీ దూసుకుపోయింది.

హత్య జరిగింది అని పక్కవాళ్ళు గమనించే లోపునే మోటారు సైకిలు ట్రాఫిక్‌లో కల్సిపోయింది.

* * *

మనిషి ప్రవృత్తి చాలా చిత్రమైంది. ఒక మనిషి ఎప్పుడు ఏ రకంగా ప్రవర్తిస్తాడో ఒక్కోసారి బాగా పరిచయం వున్న వాళ్ళకయినా చెప్పటం చాలా కష్టం.

ఒక్కొక్కరి గురించి ఎంతో ఉన్నతంగా ఊహించుకుంటాం. కాని వాళ్ళు మనం అనుకున్న విధంగా ప్రవర్తించక మరో విధంగా ప్రవర్తిస్తూంటే మాత్రం చాలా బాధగా అనిపిస్తుంది.

పార్కులో కూర్చుని ఇదే విషయాన్ని ఆలోచిస్తోంది హిమజ. తనకి బాగా ఊహ వచ్చేటప్పటికి అక్క హైస్కూల్లో చదువుతోంది. చదువులో, ఆటల్లో ఎప్పుడూ ఫస్టు అని అందరూ ఆమెను మెచ్చుకుంటుంటే పెద్దయితే నేనూ అక్కలాగే మంచి పేరు తెచ్చుకోవాలి అనుకుంటుండేది.

ఎంత ఆర్తడాక్స్‌గా పెరిగినా అక్కయ్యలో ధైర్యం కూడా ఎక్కువే. బహుశా అది నాన్నగారితో ఎక్కువగా తిరుగుతున్నందువల్ల వచ్చింది కాబోలు. చిన్నప్పటినుండీ అక్కంటే తనకెంత ప్రేమో, అంత భయం. ఎంత అభిమానమో అంత సాన్నిహిత్యం కూడా. అమ్మ పోయింతర్వాత అక్క ఇంటికి అధికారిణి అయింది. అప్పట్లో అక్క మెలిగిన తీరు ఇప్పటికి తన మనసులో నిలిచిపోయింది. నాన్నగారు ఎప్పుడయినా కాస్త దిగులుగా కనిపిస్తే అది ధైర్యం చెపుతుండేది. అలాంటిది ఈనాడు...

పెళ్ళయిన రెండు నెలలకే అక్కయ్యలో ఎంత మార్పు. పేలవంగా ఎప్పుడూ ఏదో ఆలోచిస్తున్నట్లు కూర్చునే అక్కను చూస్తుంటే మనసు కెలికినట్లవుతోంది? శేఖరాన్ని కాదని తను గిరిని చేసుకోవటం పెద్ద పొరపాటు. శేఖరంటే అక్కయ్యకు చాలా అభిమానం, ప్రేమా. గిరిలో ఎత్తి చూపటానికి ఏ లోపం లేదు. కాని అతన్ని చేసుకున్నాక అక్కయ్య సుఖపడలేకపోతోందే అని తన బాధ. అంతే.

"సారీ హిమా! చాలాసేపయిందా వచ్చి" పక్కన కూర్చుంటూ అన్నాడు సాగర్.

"ఇంత ఆలస్యమయిందేం. ఇక వెళ్ళిపోదామనుకుంటున్నాను" కోపం నటిస్తూ అంది.

"ఆఫీసులో అనుకోకుండా ఏదో పని వచ్చిపడింది. అయినా ఏమిటి ఇవ్వాళ ఇంట్లో కాకుండా పార్కులో రొమాన్స్ కావాలనిపించిందా- ఇక్కడకు రమ్మన్నావు".

"నీ మగబుద్ధి పోనిచ్చుకున్నావు గాదు, ఎప్పుడూ అదే ధ్యాస"

"మగబుద్ధి అంటావేం? మీ ఆడవాళ్ళకు ఆ ధ్యాసే వుండనట్లు? మొదట్లో ఇలాగే మాట్లాడతారు. తర్వాత మాకే గురువులయి పాఠాలు చెపుతారు. అయినా తప్పేముంది చెప్పు. ప్రేమించుకున్నాం, పెళ్ళిచేసుకోబోతున్నాం. మనం పార్కుల్లో రొమాన్స్ మొదలు పెట్టకపోతేనే ఆశ్చర్యం".

"లెక్చరు బాగానే వుందిగానీ నేను రమ్మన్నది అందుకు కాదు".

"మీ బావగారి మిస్టరీ గురించేనా? ఎంతయినా జర్నలిస్టువి. దాని గురించి ఇన్వెస్టిగేట్ చేసి ఒక ఆర్టికల్ వ్రాసెయ్. ఫోటోలు కూడా జతపరచావంటే బ్రహ్మాండమైన పబ్లిసిటీ. ఇండియాలో మొట్టమొదటి ఇన్వెస్టిగేటివ్ జర్నలిస్ట్ అరుణ్‌శౌరీతో పోటీగా లేడీ జర్నలిస్టు హిమజ అన్న హెడ్డింగ్‌తో వార్తలు వచ్చేస్తాయి".

"ఆపు బాబూ నీ ఉపన్యాసం. ఇంతకీ నేను రమ్మన్నది ఇంట్లో విషయం మాట్లాడడానికి. అక్కడేమో ఏం మాట్లాడాలన్నా భయంగా వుంది. అక్కయ్య దగ్గరనుంచి నౌకర్ల వరకూ మాట్లాడేది శేఖరం దెయ్యం గురించీ, ఆ మహిమల గురించే".

"తర్కానికి అందని ప్రతీ విషయాన్ని మానవాతీత శక్తిగా నిర్ణయించడం ఆదినుండీ మనిషిలో కనిపించే బలహీనతే. ఆదిమానవుడు ఉరుములూ మెరుపులకే అర్థం తెలియక అదేదో లీల అనుకుని పూజించటం మొదలు పెట్టాడు. ఈ రోజు మానసిక వ్యాధికి మందులు తెలియక దానికి మరో పేరు పెడుతున్నారు. ఇంతకీ యింత ఘర్షణలోనూ మీ అక్కయ్య ఆఫీసుకి వెళ్ళడం మానలేదు గదూ?" అడిగాడు సాగర్.

"ఊహు, లేదు. తను ఆఫీసులో డ్యూటీని ఎంత సీరియస్‌గా తీసుకుంటుందో నీకు తెలుసుగా. రెండిటిమధ్యా నలిగిపోతుంది" అంది బాధగా హిమజ.

"నిజమే హిమా, ఈ పరిస్థితుల్లో మానసికంగా బలహీనమవడం సహజమే. ఆమెకు! కాకపోతే కాస్త ఓవర్ యాక్షన్ చేస్తోందేమో నన్నదే పరిశీలించాలి".

"ఏమిటి సాగర్ నువ్వంటున్నది? సరిగ్గా చెప్పు. అక్కయ్య యాక్షన్ చెయ్యడ మేమిటి?"

"ఉన్నమాటే అంటున్నాను హిమా! పంజాబ్‌లో దర్యాప్తుచేస్తున్న ఒక ఆఫీసరు కనుక్కున్న విషయం బట్టి అక్కడ ఆయుధాలను టెర్రరిస్టులకు అందించే ముఠాకీ, డిఫెన్స్ సెక్రటేరియట్‌లో పని చేస్తున్న లేడీ సెక్రటరీకీ సంబంధం ఉందని తెలిసింది".

"సాగర్! వాడ్డూ యూ మీన్ బై దట్? ఆర్ యు సస్పెక్టింగ్ మై సిస్టర్? హౌ డేర్ యూ?" కోపంగా అరిచింది హిమజ.

"టేకిట్ ఈజీ హిమా! ఆవేశపడకుండా ఆలోచించు. ఇది సి.బి.ఐ. రిపోర్టు" సీరియస్‌గా అన్నాడతను.

"ఇదంతా నీకెలా తెలుసు?" అడిగింది అనుమానంగా.

"నేనొక సి.బి.ఐ. ఆఫీసర్ని హిమా! శేఖరం హత్య జరిగిన రోజున నీకు పూర్తి వివరాలు చెప్పలేదు. ఈ కేసు నాకు సంబంధించింది కాదు గాని నాకూ మీ కుటుంబానికీ మధ్య సంబంధం తెలిసినందువల్ల కొన్ని వివరాలు నాకూ తెలుస్తున్నాయి. పంజాబ్‌లో ఇన్వెస్టిగేట్ చేయడానికి వెళ్ళిన ఆఫీసరు నాకు స్నేహితుడు. అతను నాకు టెలిగ్రాం ఇచ్చి బయటకురాగానే దారుణంగా నడిరోడ్డులో హత్య చేయబడ్డాడు".

హిమజకి ఒక్కొక్క వాక్యమూ ఒక్కొక్క షాక్‌లా అనిపించింది. శేఖరం సి.బి.ఐ. ఆఫీసర్ అన్నది ఆమెకో న్యూస్! ఆమె ఆ వార్త తాలూకు ప్రభావంనుంచి తేరుకోవడానికి అయిదు నిమిషాలు పట్టింది.

"నమ్మలేకుండా ఉన్నాను సాగర్! అక్క అలాంటిది కాదు. తనలో ఎంత దైవభక్తి, ఎంత దేశభక్తీ ఉన్నాయో నాకు తెలుసు. అయినా తనకు అవసరం కూడా లేదు".

"గిరిధర్ వ్యాపారానికి మీ అక్క ఎంత పెట్టుబడి పెట్టిందీ మధ్య?" అడిగాడు సాగర్.

"ఏమీలేదు. ఎంత బ్రతిమాలినా అతను డబ్బు తీసుకోవడం లేదని బాధపడుతూంది".

"అయితే నీకు అదీ తెలియదన్నమాట–ఈ మధ్య దాదాపు పది లక్షలు అతను కొత్తగా పెట్టుబడి పెట్టాడు. తన భార్య దగ్గర తీసుకున్న డబ్బు అని చెప్పి".

నిర్ఘాంతపోయింది హిమజ.

"చూడు హిమా! మీ అక్క విషయం నేను చెప్పలేను గాని డబ్బు కోసం వెధవపనులు చేసే వాళ్ళలో చాలామంది, ముఖ్యంగా రాజకీయ నాయకులలో ఈ గుణం బాగా కనిపిస్తుంది. పైకి పెద్ద దైవభక్తుల్లా ఆర్భాటంగా పూజలూ, దేవుడి కళ్యాణాలూ చేయిస్తుంటారు. రెండు విధాలుగా లాభం వాళ్ళకి. చుట్టూ సమాజానికి వాళ్ళు చాలా నీతిమంతులనీ, పాపభీతికలవారనీ నమ్మకం కలుగుతుంది. రెండోది తాము చేస్తున్న సాసాలకు దేవుణ్ణి ఒక భాగస్వామిగా చేసుకోవడంతో పాప

పరిహారమయిందని ఆత్మవంచన చేసుకుంటూ హాయిగా బ్రతికేయవచ్చు. సారీ హిమా, నిన్ను నొప్పించడం నా అభిమతంకాదు. కానీ ఒక బాధ్యత కల ఆఫీసరుగానే కాక నిన్ను ప్రేమించే సాగర్‌గా కూడా నీకీ విషయం చెప్పక తప్పడం లేదు".

"ఒకవేళ అక్కయ్యే నిజంగా అంత ద్రోహానికి తలపెడితే తనను పట్టివ్వడానికి సహాయం చేసే వాళ్ళలో నేను మొదటిదాన్ని సాగర్! కానీ... ఇంకా అక్కయ్య మీద అలాంటి అనుమానం కలగడం లేదు".

"నీ నమ్మకం నిజమయితే అంతకంటే కావల్సిందేముంది హిమా! నీలో నాకు నచ్చే గుణం అదే. చాలామంది తన వాళ్ళు అనేప్పటికి వాళ్ళ తప్పుల్ని ప్రత్యక్షంగా చూసినా వాళ్ళనే సమర్థిస్తారు. శేఖరం హత్య జరిగిన రోజున నువ్వు నన్ను అనుమానించినా నాకు బాధ కలగలేదు. నీలో నిజాయితీని అర్థం చేసుకున్నాను. అందుకే ఇప్పుడీ విషయం నీతో ధైర్యంగా చెప్పాను. అది మనసులో పెట్టుకుని నాతో సహకరిస్తే నా పరిశోధన సులభమవుతుంది".

"తప్పకుండా చేస్తాను సాగర్! ఐ ప్రామిస్ యూ!"

* * *

సాయంత్రం అయిదు గంటలవుతోంది. స్టెనోకి లెటర్స్ డిక్టేట్ చేస్తోంది పద్మజ. ఈ మధ్యన ఎక్కువగా సెలవు పెడుతూండటం వల్లే కాక సోమశేఖరం పనీ తనే చేయాల్సి రావడంతో చాలా పని మిగిలిపోతోంది. ఎంత సీరియస్‌గా పనిచేస్తున్నా ప్రతిక్షణం శేఖరం– శేఖరంతో పాటు గిరీ పదేపదే గుర్తుకు వస్తున్నారు. ఇదివరకు ఎవరైనా ఆఫీసుడ్యూటీమీద కాకుండా కుటుంబ విషయాలకు ప్రాధాన్యతనిస్తే చిరాకు పడేది పద్మజ. ఆఫీసు పని ఇంట్లో చేసేవాళ్ళంటే మరింత చిరాకు. కాని ఇప్పుడా రెండుపన్లూ తనే చేస్తోంది. ఏదయినా తనదాకా వస్తేగాని తెలియదన్నది ఇప్పుడే అనుభవంలోకి వస్తోందామెకు.

డిఫెన్సు మినిష్టరు ఫ్రాన్స్‌కి వెళుతున్నాడు. వెంట వెళ్ళే బృందంలో తనూ వుంది. గిరిని వదలి వెళ్ళడానికి మనసొప్పక రమ్మని బ్రతిమాలింది. అతికష్టంమీద ఒప్పుకున్నాడు. పారిస్ వెళ్ళేలోపున మిగిలిపోయిన పనంతా పూర్తిచేయాలని దీక్షగా కూర్చుందివ్వాళ.

ఫోన్ రింగయింది.

"హలో" అంది రిసీవరు తీసి విసుగ్గా.

"పద్మా, నేను" అన్నాడు గిరి అటువైపునించి...

"ఆ!" అంది కంఠంలో విసుగుని తగ్గించుకుని.

"పనిమీద వున్నావా?"

"ఊ" స్టెనోని కాస్త ఆగమని సైగచేస్తూ అంది.

"ఎవరైనా ఉన్నారేమిటి పక్కన?" అడిగాడు.

"ఊ" అంది మళ్ళీ.

"డిస్టర్బ్ చేస్తున్నానా?"

"ఊహు లేదు"

"అచ్చులా?" అడిగాడు గిరి.

"అచ్చులా? అంటే??" అడిగింది అర్థంకాక.

"అంటే పక్కన ఎవరో ఉన్నారని అర్థం! అప్పుడు ఫోన్‌కి అవతల ఉన్న ప్రియమైన వాళ్ళకి సమాధానాలు అ ఆ ఉ ఊ అని అచ్చుల్లోనే ఇవ్వడం జరుగుతుందన్నమాట".

"ఓ" నవ్వింది పద్మజ.

"ఆ, అదే అచ్చంటే" అన్నాడు గిరి.

మనసులో టెన్షనంతా తీసేసినట్లు ఉత్సాహంతో నవ్వింది పద్మ.

"ఇంతకూ ఫోన్ చేసిన కారణం?" అడిగింది.

"ఏం లేదు, ఫస్టుషోకి టికెట్లు తీసుకున్నాను... బయలుదేరుతావేమోనని".

"పిక్చరా?" ఎదురుగా బల్లమీద ఫైల్స్‌వైపు చూస్తూ దిగులుగా అంది.

"నీకు పని మరీ ఎక్కువగా వుంటే చెప్పు కాన్సిల్ చేసేస్తాను".

"అబ్బే ఫరవాలేదు వచ్చేస్తాను. రాత్రి కాసేపు కూర్చుని చేసుకుంటాలే"

ఇప్పుడిప్పుడే మళ్ళీ కొత్త వ్యాపారంలో పడి కాస్త హుషారుగా ఉంటున్నాడు గిరి. అతన్ని నిరాశపరచడం యిష్టంలేదామెకు.

స్టెనోతో చెప్పి ఫైల్సన్నీ కార్లో పెట్టించుకుని బయలు దేరింది. ఇపుడెంతో ఉత్సాహంగా వుందామె మనసు.

మొదట్లో గిరిని గురించి చాలా బాధపడేది. ఏ విధంగానైనా శేఖరం ఆత్మను గిరికి దూరం చేయాలని మనసులో కొట్టుకులాడేది. కాని గిరి నాస్తికుడు. దేవుడు, దెయ్యం అంటే ఎగిరి పడుతుండేవాడు. డాక్టర్ రామకృష్ణ కూడా సైకియాట్రిస్టుగా పరీక్షచేసి గిరిలో ఏ లోపమూ లేదని ధృవపరిచాడు. ఒక ఫిజీషియన్ దగ్గరకు తీసుకెళ్ళి అన్ని పరీక్షలూ చేయించాడు. శారీరకంగా గిరిలో ఎలాంటి అనారోగ్యమూ లేదని తెలిసింది.

గిరి తనకు వినిపించే స్వరం గురించి ఏ వివరణా ఇవ్వలేక పోయాడు. తనకు తెలియకుండానే తను చెప్పానని అందరూ అంటున్న విషయాలు అతన్ని ఆశ్చర్యపరిచేవి. ఆ తరువాత చాలా రోజులు గిరిని శేఖరం ఆత్మ బాధపెట్టలేదు.

పద్మజ కాస్త సంతోషంలో వుండగా ఒకరోజు మరో సంఘటన జరిగింది. ఆ రోజు అందరూ కలిసి టి.వి. చూస్తున్నారు.

టి.వి.లో రష్యన్ అధినేత ఆండ్రోపోప్ గురించి చెప్తోంది సమంత.

సమంతాస్మిత పదేళ్ళ బాలిక! అమెరికా దేశస్తురాలు! "మీరెందుకు ఎప్పుడూ కయ్యానికి కాలు దువ్వుతుంటారు? మీ దేశంలో ఎక్కువగా మారణాయుధాలు తయారుచేయడానికే ప్రాముఖ్యత నిస్తారటగా. అక్కడ వ్యక్తి స్వాతంత్ర్యం అసలు లేదటగా" అని ఆమె రష్యన్ అధినేత ఆండ్రోపోప్‌కి ఉత్తరం వ్రాసింది. "మేమూ శాంతి కాముకులమే. నువ్వు విన్నదంతా నిజం కాదు. కావాలంటే నువ్వే వచ్చి చూడు" అని ఆండ్రోపోప్ ఆమెను తన దేశానికి ఆహ్వానించాడు. సమంతాస్మిత ఆండ్రోపోప్ అతిథిగా రష్యా దేశాన్ని పర్యటించింది. అగ్రరాజ్యాలమధ్య సఖ్యత కోసం అలోచించే ఆ చిన్నరి పాపను చాలామంది కొనియాడారు.

గిరి, పద్మజ ప్రకాశరావుగారింట్లో కూర్చున్నారు. సమంతాస్మిత ఆండ్రోపోప్‌ని ఏదో ప్రశ్నిస్తోంది. టి.వి.వైపు చూస్తున్న గిరిలో అకస్మాత్తుగా మార్పు రావడం గమనించలేదెవ్వరూ.

"పాపం ఆండ్రోపోప్ ఎక్కువరోజులు పదవిలో లేకుండానే పోతున్నాడు" అన్నాడు. అప్పటికే అతడి స్వరంలో మార్పొచ్చింది. ఇన్నాళ్ళకి శేఖరం తిరిగి కనపడటంతో ఆందోళనగా లేవబోతూన్న పద్మజని వారించి "అదేం? ఎందుకలా అంటున్నారు?" అని అడిగాడు ప్రకాశరావు.

"అతను చావుబ్రతుకుల్లో వున్నాడు. త్వరలోనే చచ్చిపోతాడు" అన్నాడు స్పష్టంగా గిరి.

ఆ మర్నాడు పేపర్లో ఆంద్రోపోప్ అస్వస్థుడయ్యాడనే వార్త వచ్చింది. ఆ తర్వాత ఆయన చనిపోయాడనే వార్త తెలిసింది.

గిరికి తను చెప్పినదేమీ గుర్తులేదు. ప్రకాశరావుగారితో సహా అందరినీ ఆలోచనలో ముంచిందా వార్త. గిరి దగ్గిర ఆ విషయం ప్రస్తావిస్తే ఏదో స్వరం అప్పుడప్పుడు వినిపిస్తుందని, కానీ అదేమిటో తనకు తర్వాత అస్సలు గుర్తుండడంలేదని అన్నాడతను. కాకపోతే ఇదంతా ప్రేతాత్మ పని అంటే మాత్రం ట్రాష్ అని కొట్టిపారేసేవాడు.

శివయ్య ఎన్నోసార్లు భూతవైద్యుణ్ని పిలిపిస్తానన్నా ఒప్పుకోలేదు పద్మజ. శేఖరం ఆత్మవల్ల తనకు కలుగుతున్న నష్టం ఏమీలేదు. ఈ తర్వాత ఆ మధ్య దాదాపు ప్రతిరోజూ శేఖరం గిరిలో కనిపిస్తుండటంతో పద్మజకు అది అలవాటై పోయింది. భయం వెయ్యడం లేదిప్పుడు. పైగా గిరికి మాటిమాటికీ తలనొప్పి కూడా తగ్గిపోయింది.

శేఖరానికి అన్యాయం జరిగిందేమోనని అప్పుడప్పుడు బాధపడుతుండేది ఇదివరలో. పైగా హిమజ అన్నట్లు శేఖరం అంటే తనలో ఏ మూలో ప్రేమకూడా ఉందేమో- ఇప్పుడు గిరిలో ఈ ద్వంద్వ ప్రవృత్తి ఆమెకు ఆనందాన్నే కలిగిస్తోంది. పైగా ఎక్కువగా ఇంటిపట్టున వుండడానికి అవకాశం లభిస్తోంది.

గిరిలో శేఖరాన్ని కూడా ప్రేమిస్తోందా తను?

చాలా చిత్రంగా - ఈ ఆలోచన ఆమెలో అవసరమైనంత గిల్టీనెస్‌ని కలిగించలేదు. శేఖరంతో మామూలుగా మాట్లాడటం అలవాటు చేసుకుంది. అతడు గిరిని వదిలి వెళ్ళిపోయేవరకూ అతడి కిష్టమైన విషయాలు మాట్లాడి సంతృప్తి పరిచేది.

* * *

రాత్రి పదకొండు దాటింది. ఫైల్స్ ముందు పెట్టుకుని గబగబా రాసుకుంటోంది పద్మజ.

టక్.. టక్... తలుపుమీద రెండుసార్లు చప్పుడైంది.

పద్మజ ఉలిక్కిపడింది. అది శేఖరం సిగ్నల్. అంటే?

"కమిన్"' అంది.

తలుపు తెరుచుకుని లోపలకు వచ్చాడు గిరి.

"శేఖరం" అప్రయత్నంగా అంది పద్మజ.

"చాలా పని వున్నట్లుందే. నేను సాయం చెయ్యనా?" అడిగాడు తను ఎంతో మామూలుగా, అతి సహజంగా.

"ష్యూర్! వెల్‌కం" అంది పద్మజ.

రామయ్యకు నిద్ర రావడంలేదు. శివయ్య ఇంట్లో లేడు. బంధువుల ఇంటికని చెప్పి వెళ్ళాడు. కానీ తనకు తెలుసు ఎందుకు వెళ్ళాడో. ఎన్ని సార్లు చెప్పినా పద్మజ వినిపించుకోవటం లేదని ఎక్కడో పూజలు చేయించొస్తానని చెప్పి వెళ్ళాడు. అతడికి ఒంటరిగా పడుకోవాలంటే భయంగా వుంది. నల్ల మందు వేసుకుని మత్తుగా నిద్రపోవాలని వుంది, కానీ పద్మజమ్మ ఇంకా పని చేసుకుంటోంది. అప్పుడప్పుడు పిలిచి టీ పెట్టి ఇవ్వమంటుంది. తను లేవకపోతే కోప్పడుతుంది. ఆవిడకు ఫ్లాస్క్‌లో ఇష్టం వుండదు. తాజాగా పెట్టి ఇవ్వాలి.

పోనీ ఒక్కసారి అడిగివస్తేసరి. మెల్లిగా మెట్లెక్కాడు. పద్మజ గది తలుపు దగ్గరగా వేసివుంది. చప్పుడుచేస్తే ఆమెను డిస్టర్బ్ చేసినట్లవుతుందని, కాస్తగా తెరిచివున్న తలుపు సందుల్లోంచి చూశాడు రామయ్య.

గదిలో దృశ్యం అతణ్ని భయభ్రాంతుణ్ని చేసింది. ముఖ్యంగా గిరి అవతారం. గిరి కళ్ళు ఎర్రగా వున్నాయి. ఫైల్స్‌మీద విమానంకన్నా ఎక్కువగా వేగంతో చెయ్యి కదుపుతూ ఏదో వ్రాస్తున్నాడు. కాళ్ళు పక్కమీద పెట్టుకుని ఒక చెయ్యి పద్మజ చేతిమీద వేసి వ్రాస్తున్నాడు. అతడు వ్రాసేదాన్ని ఆశ్చర్యంతో ఆమె గమనిస్తూంది. అతడామె భర్తలా లేడు. ఆమె విషయం గమనించిందో లేదో తెలీదు కానీ బయటి వాళ్ళకు గిరి మొహంమీద శేఖరం ముద్ర స్పష్టంగా తెలుస్తూంది. ముఖ్యంగా కళ్ళు... గిరి మొహంలోంచి కళ్ళు తీసేసి, శేఖరం కళ్ళు అమర్చినట్లుగా వుంది వదనం. చప్పుడు చేయకుండా మెట్లు దిగాడు రామయ్య గుండెలదురుతూండగా. ఒకసారి హిమజను లేపి చెప్పాలనిపించింది. కానీ ఆ చప్పుడికి పైన వాళ్ళు వచ్చేస్తే. అతడిని అయోమయంలో పడేసింది గిరికాదు, మరో దృశ్యం. బెడ్‌రూమ్‌లో తెర వెనకవున్న రెండు కాళ్ళు. అవి కాళ్ళేనా లేక తన భ్రమా? ఏది ఏమైనా హాల్లో ఒంటరిగా పడుకోవడానికి భయం వేసిందతనికి. వంటింట్లోకి వెళ్ళి నల్ల మందు

మాత్ర ఒకటి వేసుకుని దుప్పటి పరుచుకుని ఒక మూల పడుకున్నాడు. కాసేపటికి మత్తుగా అనిపించింది. 'హమ్మయ్య. నిద్ర పడుతోంది' అనుకున్నాడు.

గదిలోకి ఎవరో వచ్చిన చప్పుడు. కళ్ళు తెరవాలనుకున్నాడు. నల్లమందు పనిచేయడం ప్రారంభించింది. మత్తుగా వుంది. ఏదో వాసన. ఏమిటది? వేపాకు వాసనలా అనిపించింది. శివయ్య పూజ చేయించి వచ్చాడా? ఎవరో ఆకుల్ని తనమీద మెల్లిగా నిమురుతున్నట్టు భావన. అతనికి భయం వేసింది. కళ్ళు గట్టిగా మూసుకున్నాడు. నిద్రపట్టేసింది బాగా.

* * *

ఉలిక్కికిపడి నిద్రలేచింది పద్మజ. అంత అకస్మాత్తుగా ఎలా నిద్రపట్టిందో ఆమె కర్థంకాలేదు. వాతావరణంలో అస్వాభావికత. ఎక్కడుంది తను? చుట్టూ చూసింది... తన బెడ్‌రూమ్‌లోనే తన పక్కమీదే... పక్కకు తిరిగి చూసింది.... గిరి పక్కమీద నిటారుగా కూర్చునున్నాడు. ముందు ఫైల్స్ అలాగే వున్నాయి. అతని ముఖం చాలా సీరియస్‌గా వుంది. పిడికిళ్ళు గట్టిగా మూసుకున్నాయి. చాలా టెన్షన్‌లో ఉన్నట్లున్నాడు.

"గిరీ!" పిలిచింది మెల్లిగా.

అతను మాట్లాడలేదు.

"శేఖరం" అంది అనునయంగా.

"మరో మరణం సంభవించబోతోంది ఈ ఇంట్లో" అన్నాడతను.

పద్మజ నిద్రమత్తంతా వదిలిపోయింది.

"ఏమిటి శేఖరం మీరు మాట్లాడేది? ఎవరి గురించి?" అడిగింది గాభరాగా.

"నన్ను వెళ్ళగొట్టాలని ప్రయత్నాలు జరుగుతున్నాయి పద్మజా! నా మాట వినడంలేదు మీరు. నేను వెళ్ళను. వెళ్ళలేను. నా ఆత్మకు శాంతి ఈ విధంగా లభించదు. నాకు కావల్సింది ఎవరికీ అర్థంకాదు. మీ వాళ్ళు చేసే పూజలు వికటిస్తాయి. దాని ప్రభావం మరో ప్రాణి ప్రాణాలు తీసుకుంటోంది. ఈ ఇంట్లో" అన్నాడతను బాధగా.

పద్మజ వళ్ళు గగుర్పొడిచింది.

శివయ్య – ఎన్నిసార్లు చెప్పినా వినిపించుకోవడం లేదు. తను వద్దంటున్నదని రహస్యంగా ఏమీ చేయడంలేదు కదా. క్రిందకు వెళ్ళి హిమజను చూడాలని వుంది. హిమజకేమైనా జరిగితే లేవబోయింది పద్మజ.

"హిమజకేం జరగలేదు పద్మజా...." అన్నాడు తన భావం గ్రహించినట్లుగా "జరగవలసింది జరిగిపోయింది. మీరు పడుకోండి".

* * *

తెల్లవారుతోంది. శివయ్య మెల్లిగా ఇంట్లోకి అడుగుపెట్టాడు. నగరపు ఉత్తరదిశగా వుండే చేతబడి మాంత్రికుడు స్వయంగా కోడి కోసి పూజచేసి ఇక ఆ ఆత్మ భయం ఉండదని చెప్పాడు.

"రామయ్యా" పిలిచాడు. హాల్లో రామయ్య కనిపించలేదు. 'అప్పుడే లేచాడా' అనుకుంటూ వంటింటివైపు నడిచాడు. వంటింటి తలుపు వేసి వుంది. గట్టిగా తోశాడు. లోపల చీకటిగా వుంది.

"అరె! యిక్కడా లేనట్లుందే. ఎక్కడకు వెళ్ళాడు" లైట్ వేయబోయి ఆగిపోయాడు శివయ్య, వాసన ఘాటుగా రావటంతో.

"ఏమిటది?" ఆ క్షణంలో లైటు వేయకపోవటం అతని ప్రాణాలు కాపాడింది.

గ్యాస్ వాసన. లీక్ అవుతున్నట్లుంది. గబగబా అన్నితలుపులూ కిటికీలు తెరిచాడు శివయ్య. ఆ వెలుతురులో చూశాడు రామయ్యను.

"ఇక్కడ పడుకున్నావా? రామయ్యా లే" తట్టి లేపాడు.

రామయ్య శరీరం చల్లగా తగిలింది...

.. అరగంటలో యింటినిండా పోలీసులు. గ్యాసు కంపెనీ వాళ్ళూ వచ్చారు. సిలిండరు వాల్వు తెరిచి వుంది. స్టవ్ నాబ్ సరిగా ఆఫ్ చేయలేదు.

ఇన్‌స్పెక్టర్ అందరి దగ్గరా స్టేట్‌మెంట్లు తీసుకున్నాడు. వాడి పోయిన ముఖంతో పద్మజ దిగులుగా కూర్చుంది. ఇన్‌స్పెక్టర్ అడుగుతున్న ప్రశ్నలకు అన్యమనస్కంగా సమాధానమిస్తోంది. హిమజకు ఎవరి మీదో తెలియని కక్ష. తన గదిలోకి వెళ్ళి తలుపు వేసేసుకుంది.

"మిస్టర్ గిరీ!" పిలిచాడు ఇన్‌స్పెక్టర్.

గిరి నిద్రలో నడుస్తున్నవాడిలా మెట్లు దిగుతున్నాడు. ఇన్‌స్పెక్టర్‌కు ఆశ్చర్యంగా అనిపించింది.

"మిస్టర్ గిరీ- ఆర్ యు ఆల్ రైట్?" అడిగాడు.

గిరి సమాధానం చెప్పలేదు. మెట్లు దిగివచ్చి అందరి ఎదుటా నిలబడ్డాడు.

"ఈ ఇంట్లోనే కాదు. ఈ దేశంలోనే మారణ హోమాలు జరగబోతున్నాయి. ఆఫీసర్! మీరు అప్రమత్తంగా వుండాలి" అన్నాడు.

"ఏమిటి మీరంటున్నది? కాస్త అర్థమయ్యేట్లు చెప్పండి..." అన్నాడు ఇన్‌స్పెక్టర్.

"గిరి దగ్గర మీరు స్టేట్‌మెంట్ తీసుకోవడం జరిగిపోయింది ఆఫీసర్! నేను గిరిని కాదు. ఈ ఇంట్లో వాళ్ళెవర్నడిగినా చెప్తారు నేనెవర్నో. అయినా నేను ఎవరనికాదు మీరు విచారించాల్సింది. కొంతమంది స్వార్థపరులవల్ల ఈ దేశ భవిష్యత్తు విషమంగా తయారవబోతోంది. వెళ్ళి కాపాడుకోండి" అన్నాడు గిరి.

ఇన్‌స్పెక్టర్ దిగ్భ్రమతో అతడివైపు చూడసాగాడు.

ఈ ప్రపంచంలో ఫ్యామిలీ ప్లానింగ్ లేనిది ఒక్కటే... రూమరు.

9

"**ప్రేతాత్మలు** దేశం వదిలి మరో దేశం వెళ్ళకూడదనే రూలుంటే బాగుండును. కనీసం పారిస్‌లో ఇక్కడయినా 'నేను నేనుగా' వారంరోజులు బ్రతకొచ్చు". నవ్వుతూనే అన్నా అతని స్వరంలో పద్మజకు విషాదం తొంగి చూస్తున్నట్లనిపించింది. బరువుగా నిట్టూర్చింది.

అర్థరాత్రవుతోంది. హోటల్ రూమ్ బాల్కనీలో నిలబడి పారిస్ అందాల్ని రంగు రంగుల దీపాలవెలుగులో తన్మయత్వంతో చూస్తోంది పద్మజ. ఈ డెలిగేషన్‌లో తన పేరు కావాలనే వేయించుకుంది. ఎన్నాళ్ళగానో పారిస్ చూడాలని తన కోరిక. తండ్రితో రావాలంటే ఎప్పుడూ వీలు పడలేదు. ఈ రోజు ఇక్కడ నిలబడి చూస్తుంటే పారిస్ నగర చరిత్రంతా కళ్ళముందు తిరుగుతున్నట్లనిపిస్తూంది.

సినిమాల్లో, ఫోటోల్లో చూసిన ఈఫిల్ టవర్ ఇప్పుడు పాత పరిచయస్థురాలిమల్లే పలుకరిస్తోంది.

నాలుగేళ్ళు జర్మనుల హస్తగతంలో ఉన్నా పారిస్ నగర వాసుల్లో ధైర్యం ఏమాత్రం సడలిపోలేదు. తినడానికి తిండి దొరకకపోయినా, కరెంటు, నీళ్ళు సప్లయ్ ఆగిపోయినా అంతిమ విజయం తమదేనన్న దృఢనమ్మకంతో చిరునవ్వుతో గడిపారు వాళ్ళు! "మా న్యూస్ పేపరునే కొనండి. పన్నెండునిముషాల్లో ఒక లీటరు నీటిని కాచగలిగే ప్రపంచపు ఏకైక న్యూస్ పేపరు మాది" అనే ప్రకటనతో జీవితాన్ని ఒక సెన్స్ ఆఫ్ హ్యూమర్‌గా తీసుకున్న ప్రజలు వాళ్ళు!!!

ఎంతమందికి గుర్తుంది, ఐసెన్ హోవర్ (రెండవ ప్రపంచ యుద్ధం తర్వాత అమెరికా అధ్యక్షుడు) పారిస్‌ను జర్మనుల బారినుండి రక్షించడానికి సైన్యాన్ని నడిపించుకు వచ్చాడని, పారిస్ నగరం మంటల్లో కాలిపోతుందనే వార్త వినడానికి హిట్లరు ప్రతి నిముషం ఎదురుచూసేవాడనీ, ఈఫిల్ టవర్‌నూ, నోటర్ డామ్‌నూ, కూల్చివేయడానికి బాంబులు పెట్టినా చివరి నిముషంలో అవి కాపాడబడ్డాయని 'ఆర్మ్స్ అండ్ ది మాన్' లాంటి ప్రపంచ ప్రఖ్యాత రచనను చేసిన నోబెల్ బహుమతి గ్రహీత ఎర్నెస్ట్ హెమింగ్వే ఈ పరిస్థితిని స్వయంగా పరిశీలించడానికి ప్రెస్ తరఫున వచ్చాడనీ–

పారిస్ ప్రజల మనో ధైర్యానికి ప్రతీకగా నిలుచుని వుంది ఆ ఈఫిల్ టవర్!

పద్మజకు అర్ధరాత్రి వెళ్ళి సీన్ నదిలో బోటు షికారు చెయ్యాలనిపించింది. ఆ మాటే అంది గిరితో. మంచంమీద పడుకుని ఆమె వైపే చూస్తున్నాడతను.

"ఇప్పుడేం షికారు పద్మా! పారిస్ అంటే రొమాన్సుకు మారుపేరు. రాత్రిని వృధాచేయకు రా. ఇదే మన హనీమూన్ అనుకుందాం" ఆహ్వానిస్తూ పిలిచాడు.

పద్మజకు కాస్త నిరాశగా అనిపించింది.

"గిరీ– పగలంతా నేనెలాగూ బిజీగా ఉంటాను. ఆదివారం ఒక్క రోజే మనం పూర్తిగా ఫ్రీ. ఆ రోజు నోటర్ డామ్‌నూ మ్యూజియంనూ చూసి సీన్‌లో బోటుషికారు చెయ్యాల్సిందే తప్పదు" చెప్పింది.

"తప్పకుండా డియర్, అలాగే. ప్రస్తుతానికి ఆ ఆలోచనలు కట్టి పెట్టి ఇటురా. నోటర్ డామ్‌ని బ్రద్దలుకొట్టేద్దాం".

* * *

సీన్ నది ఒడ్డున ఓపెన్ రెస్టారెంటులో కూర్చుని కాఫీ త్రాగుతోంది పద్మజ. గిరి ఇప్పుడే వస్తానని వెళ్ళాడు.

"మే ఐ జాయిన్ యూ" పద్మజ తలెత్తి చూసింది.

చాలా అందంగా ఉందా అమ్మాయి. తేనెరంగు జుట్టు. అదే రంగు కళ్ళూ... హోటల్లో చూసింది అమ్మాయిని.

"ష్యూర్, వెల్కం" ఆహ్వానించింది చిరునవ్వుతో.

"ఐయామ్ జూలీ, జూలీ క్లాడ్, అమెరికన్" అందా అమ్మాయి.

"పద్మజ" తనూ పరిచయం చేసుకుంది పద్మజ.

"మీ భారతదేశపు వస్త్రధారణ అంటే నాకు చాలా యిష్టం... మిమ్మల్ని హోటల్లో చూసినప్పటి నుండీ పరిచయం చేసుకోవాలనుకుంటున్నాను".

ఫ్లాష్ మీద వెలగడంతో ఇద్దరూ తలెత్తి చూశారు.... గిరి.

"అరె ఏమిటి? అనుమతి తీసుకోకుండా ఫోటో తీయకూడదు" కాస్త నొచ్చుకుంటూ అంది పద్మజ.

"ఫర్వాలేదు లెండి. ఇటీజ్ ప్లెజర్" అంది జూలీ.

"మీ యిద్దర్నీ దూరంనించి చూస్తే గమ్మత్తుగా అనిపించింది. అందుకే తీశాను" అన్నాడతను.

ముగ్గురూ చాలాసేపు కూర్చుని కబుర్లు చెప్పుకున్నారు. తర్వాత హోటల్లో రెండుసార్లు కల్సిందా అమ్మాయి.

వారం రోజులు యిట్టే గడిచిపోయాయి. మర్నాడు ప్రొద్దుటే ప్రయాణం. ఆఫీసు పని చూసుకుని వచ్చి అలసటగా కూర్చుంది పద్మజ. గిరి మొత్తం అన్ని సామాన్లూ సర్ది స్నానానికి వెళ్ళాడు. ఆమె పక్కమీద పడుకుని ఏదో పత్రిక తిరగేస్తూంది.

"పద్మజా, మోనాలీసా ఒరిజనల్ చూడాలన్న మీ కోరిక యిన్నాళ్ళకు తీరింది కదూ?" గిరి స్వరంలో మార్పుకు వెనక్కి తిరిగి చూసింది పద్మజ. బాత్రూం తలుపు దగ్గర నిలబడి ఉన్నాడతను. అతని కళ్ళు మెరుస్తున్నాయి. ఈ వారం రోజులుగా గిరి కాస్త ఫ్రీగా వున్నాడనుకుంటోంది ఇప్పుడే.. మళ్ళీ ఇక్కడ కూడా.

"అవును శేఖరం! వింగ్డ్ విక్టరీని కూడా చూశాక నా జన్మ తరించిం దనుకున్నాను" అంది తమాయించుకుని.

మంచంమీద కూర్చుని అతడు ఆర్క్ డి ట్రయంఫ్‌నూ, సెయింట్ ఛాపల్‌ను వర్ణించి వివరిస్తుంటే వింది. ఆమె మనసు సంతృప్తితో నిండిపోయింది. ఏదో సంతృప్తితో కూడిన అసంతృప్తి.

అయిదు నిముషాలు మాట్లాడి అతను గిరి నుంచి విడివడి వెళ్ళిపోయాడు. వాళ్ళని చివరిసారి కలుసుకోవటానికి వచ్చిన జూలీ క్లాడ్ తలుపు దగ్గర నిలబడి ఈ సంభాషణ అంతా విన్నదని వారికి తెలీదు.

సంభాషణ పూర్తయ్యాక క్లాడ్ లోపలికి వచ్చి, వారికి మామూలుగానే అభినందనలు తెలిపి, విమానాశ్రయం వరకూ వచ్చి శలవు తీసుకుంది. మామూలు భార్యాభర్తలు అలా స్వాప్నికావస్థలో వున్నట్లు ఎందుకు మాట్లాడుకున్నారో ఆమెకి అర్థంకాలేదు.

కొత్త ఉత్సాహంతో ప్లేన్ దిగింది పద్మజ. గిరి కూడా చాలా హుషారుగా ఉన్నాడు. కొత్త బిజినెస్ కాంట్రాక్టు దొరికిందతనికి. గిరితో కలిసి విమానాశ్రయం బయటకు రాగానే ఎదురుపడ్డాడు ప్రకాశరావు.

"అరే, అంకుల్ మీకెలా తెలుసు మేము విమానంలో వస్తున్నామని?" ఇంగ్లీషులో ఆశ్చర్యంగా అడిగింది పద్మజ.

"తెలుసుకున్నాను మీ ఆఫీసులో" క్లుప్తంగా అన్నారాయన.

"ఏం జరిగింది అంకుల్?" అడిగింది ఆత్రుతగా, ఆయన ముఖం అదోలా వుండటం చూసి.

"రండి, కూర్చుని మాట్లాడుకుందాం" రెస్టారెంటులోకి దారి తీశాడాయన. అయోమయంగా ఆయన్ననుసరించారిద్దరూ.

"మీరు ఇల్లు చేరేలోపల మిమ్మల్ని కలవాలని వచ్చాను. ఈ పేపర్ కటింగ్స్ చదవండి" అందించాడాయన.

మొదటిది చిన్న కటింగ్.

మారణహోమాల గురించి హెచ్చరిస్తున్న ప్రేతాత్మ

అన్న హెడ్డింగ్‌తో వుంది.

ఈ మధ్య ఒక ఐ.ఏ.ఎస్. ఆఫీసరు ఇంట్లో గ్యాస్ లీక్‌తో మరణించిన ఒక వ్యక్తి కేసు గురించి దర్యాప్తు చేయడానికి వెళ్ళిన ఇన్‌స్పెక్టర్ గోపాల్ అక్కడ దెయ్యం ఆవహించిన ఒక వ్యక్తి దగ్గర స్టేట్‌మెంట్ తీసుకోవడం జరిగింది.

దేశంలో ఇక ముందు అనేకచోట్ల మారణహోమం జరగబోతుందనీ, జాగ్రత్త పడమనీ, ఆ ఆత్మ ఆ ఇంటి యజమాని ద్వారా తెలియపరిచింది. ఇన్‌స్పెక్టర్ భయభ్రాంతుడై తిరిగి వచ్చాడు. ఎవరికి చెప్పాలో తెలియక చెపితే హాస్యాస్పదుడనౌతాననే భయంతో అతను ఆ వార్తను బయట పెట్టలేదు. తరువాత మా విలేఖరి భూతనాథ్ దగ్గిర ఈ విషయం ప్రస్తావించడంతో అతనికి ఆసక్తి కలిగి దీని విషయమై దర్యాప్తు చేయబోతున్నాడు! త్వరలోనే పూర్తి వివరాలు మీకందించగలం.

ఆ తర్వాత పేపర్లో పద్మజ యింటి ఫోటో వేసి-

'ఐ.ఏ.ఎస్. ఆఫీసర్ ఆత్మానిలయం'

అన్న హెడ్డింగ్‌తో మళ్లీ వ్రాశారు.

"కొద్ది నెలల క్రితం ఒక ఐ.ఏ.ఎస్. ఆఫీసర్ సోమశేఖరం ఈ ఇంట్లో ఆత్మహత్య చేసుకున్నాడు. విఫలమైన ప్రేమ ఇందుకు కారణం అని తెలుస్తోంది. కాని అతని ఆత్మ మాత్రం ఆ ఇంటి పరిసరాల్లోనే తిరుగుతూ తను ప్రేమించిన ఆ ఇంటి యజమానురాలు అయిన శ్రీమతి పద్మజ భర్త గిరిధర్‌ను ఆవహిస్తున్నట్లు రూఢి అయిన వార్తలవల్ల తెలిసింది. గిరిధర్‌ను సోమశేఖరం ఆత్మ ఆవహించినపుడు గిరిధర్‌లో మార్పు వస్తుంటుందనీ, ఆ సమయంలో ఆయన వింతయిన భవిష్యత్తు వార్తలు చెప్తూ వుంటారని తెలిసింది. ఇంతకాలం ఈ విషయం బయట పడకుండా వారు చాలా జాగ్రత్తపడ్డారు.

ఈ విషయమై ప్రశ్నించేందుకు వెళ్ళగా శ్రీ గిరిధర్ దంపతులు ప్రస్తుతం దేశంలో లేరనీ, ఫ్రాన్స్ వెళ్ళారనీ తెలిసింది. వారు తిరిగి రాగానే మా పత్రిక తరఫున వారితో సంభాషణ జరిపి వివరాలను మీ ముందుంచగలం".

"మైగాడ్. పేపర్లలో ఫోటోలు, ఇంటర్వ్యూలు వేయించుకోవాలనే ముచ్చట నాకుందిగానీ ఈ రకంగానా? అంకుల్, నాకు పారిస్ ఫోన్ చేసి చెప్పివుంటే బాగుండేది. ఆ ఆత్మగాణ్ణి సీన్ నదిలో వదిలేసో, ఈఫిల్ టవర్ మీదనుంచి తోసేసో వచ్చేవాణ్ణి" అన్నాడు గిరి కోపంగా.

"గిరీ యిపుడు కూడా హాస్యమేనా, ఇపుడేం చేయమంటారు అంకుల్!" పద్మజలో ఉత్సాహమంతా చచ్చిపోయినట్లనిపించింది.

"దానికి బాధపడటం ఎందుకు పద్మా! ఉన్నదున్నట్లు చెపుదాం. భయం దేనికి? మనమేం తప్పు చెయ్యడంలేదు" అన్నాడు సీరియస్‌గా గిరి.

"అవునమ్మా, గిరి చెప్పిందే నిజం. ఇలాంటి విషయాలు దాచినా దాగవు. ఇంతవరకూ వచ్చాక యిప్పుడు దాచి పెట్టాలనుకున్నా అది అనుమానాస్పదంగా మారి మరిన్ని సమస్యలు తెచ్చిపెట్టే అవకాశం ఉంది" అన్నాడు ప్రకాశరావు. "ఈ విషయంలో ముందే మీకు తెలిసి వుంటే కాస్త ఆలోచించుకోవడానికి వీలుంటుందని చెప్పడానికి వచ్చాను. ఏ సమయంలోనూ ఆవేశపడవద్దు. ఈ ప్రెస్‌వాళ్ళు దానికి రంగులు పులుముతారు".

"అలాగే అంకుల్, థాంక్యూ!" మనస్ఫూర్తిగా ఆయనకు కృతజ్ఞతలు చెప్పింది పద్మజ.

వారనుకున్నట్లు ఆ మధ్యాహ్నమే వచ్చాడు ప్రెస్ రిపోర్టరు భూతనాథ్.

"మిస్టర్ గిరిధర్! నేను వర్తమానం పత్రికా విలేఖర్ని".

గిరిధర్ చిన్నగా నవ్వాడు.

"ఎందుకలా నవ్వుతున్నారు?" అడిగాడతను.

"ఏం లేదు. వర్తమానం పత్రిక్కి పనిచేసే భూతనాథ్‌గారు నా దగ్గర భవిష్యత్తు గురించి తెలుసుకోవాలని వస్తే తమాషాగా అనిపించింది".

"అయితే మీరు భవిష్యత్తు గురించి చెప్పగలరన్నమాట".

"లేదు. నేనేమీ చెప్పలేను" అన్నాడు గిరి సీరియస్‌గా.

"కాని యింతకుముందు చెప్పారు గదా?"

"చెప్పింది నేను కాదు. చేసేది నేను కాదు. చెప్పేదీ చేయించేదీ అంతా ఆ పైవాడే" గాలిలోకి చేతులూపుతూ అన్నాడు గిరి.

భూతనాథ్ నవ్వాడు. "ఇంతకీ శేఖరం ఆత్మ ఆవహించినపుడు మీరెలా ఫీలవుతారు?"

"చూడండి భూతనాథ్‌గారూ, మీరెప్పుడైనా భూతాన్ని చూశారా?"

"లేదు. అందుకే మీ దగ్గరకు వచ్చాను".

"నేను చాలా దురదృష్టవంతుణ్ని మిస్టర్ భూతనాథ్. దెయ్యం పట్టినప్పుడు నేనెలాగుంటానో చూడాలని నాకెంతో కోరిక. కానీ ఆ కోరిక తీరే దారి కనిపించడంలేదు" బాధగా నటిస్తూ అన్నాడు గిరి.

"అంటే అప్పుడు మీరెలా ఫీలవుతారో చెప్పలేరన్నమాట".

"చెప్పలేను. నాకే తెలియదు. నా చెవిలో ఏదో స్వరం అస్పష్టంగా ఏదో చెపుతున్నట్లు వినిపిస్తుంది. అది నేను నాకు తెలియకుండానే రిపీట్ చేస్తాను.

ఒక్కోసారి ఆ ఆత్మ నన్ను ఆవహించిందని, ఏదో చెప్పాననీ వీళ్ళు అంటుంటారు. నాకయితే ఏమీ తెలియదు. మత్తుగా నిద్రపట్టి నట్లుంటుంది".

"ఈ విషయమై మీరు ఎలాంటి ట్రీట్‌మెంట్ తీసుకుంటున్నారు?"

"ఈ విషయాలు మా ఫామిలీ డాక్టర్ యిక్కడే వున్నారు. ఆయన్ని అడిగి తెలుసుకోండి".

పక్కనే వున్న డాక్టర్ రామకృష్ణ కల్పించుకుంటూ "భౌతికంగా గానీ, మానసికంగా గానీ, మామూలు పరిస్థితుల్లో అతనిలో లోపమేంలేదు భూతనాథ్. మేము బాగా పరీక్షించాం" అన్నాడు.

"అయితే దీనికి పరిష్కారం ఏమిటంటారు? మన పాత పద్ధతిలో భూతవైద్యం చేయించాలంటారా?"

"ఇప్పటి భూతవైద్యుల్లో నాకు నమ్మకం లేదు. కానీ ఒక్క విషయం. శేఖరం మా అందరికి పరిచితుడు. చాలా మంచివాడు. ఇప్పుడూ ఒక రకంగా చూస్తే అతను గిరిధర్‌కు గానీ, పద్మజకు గానీ ఏ విధమైన హానీ చేయడంలేదు. నేనీమధ్య కొందరు స్పెషలిస్టులను కలసి ఈ విషయం ప్రస్తావించాను. గిరిని హిప్నాటిక్ ట్రాన్స్‌లో తీసుకెళ్ళి పరీక్షించాలనుకుంటున్నాం. శేఖరం అసలు కోరిక ఏమిటో బయటపడితే ఏమయినా చెయ్యవచ్చునని మా ఉద్దేశ్యం. గిరిధర్‌కు అభ్యంతరం లేకపోతేనే".

"నాకేం అభ్యంతరంలేదు. అసలిదంతా ఏమిటో తెలుసుకోవాలనే నాకూ కోరికగా వుంది" అన్నాడు గిరి.

"అయితే రేపు పదిగంటలకు మీరు నర్సింగ్‌హోంకు రండి".

"అది అంత అవసరం అంటారా" అడిగింది పద్మజ భయంగా.

"తప్పదు పద్మజా! ప్రయత్నించనివ్వండి" అన్నాడు రామకృష్ణ. భూతనాథ్ ఈ సంభాషణ అంతా వింటున్నాడు.

* * *

భగ్నప్రేమికుడయిన ఆఫీసర్ ఆత్మతో సంభాషణం

ఇంతకు పూర్వం మేము ప్రకటించిన వార్తల గురించి మా స్పెషల్ కరస్పాండెంట్ భూతనాథ్ పూర్తిగా దర్యాప్తు చేశారు. ఆయన దర్యాప్తులో తెలిసిన విషయాలు చాలా ఆసక్తిదాయకంగా ఉన్నాయి.

శ్రీ గిరిధర్ ఉత్సాహవంతుడైన యువకుడు. హాస్యప్రియుడు. అతని భార్య పద్మజ డిఫెన్సు సెక్రటేరియట్‌లో ఆఫీసరు. వారిది ప్రేమ వివాహం అనే చెప్పవచ్చు. మరణించిన శేఖరం ఒకప్పుడు పద్మజ తోటి ఆఫీసరు. స్నేహశీలి. మితభాషి.

పద్మజ వివాహం గిరిధర్‌తో జరుగుతోందని తెలియగానే శేఖరం ఆత్మహత్య చేసుకున్నాడు. అయితే అతని ఆత్మ ఆ యింటి పరిసరాలను వదిలిపోలేదు. గిరిధర్‌ని శేఖరం ఆత్మ ఆవహించడం మొదలుపెట్టింది. నైజీరియాలో 'కూప్' గురించీ, శ్రీ ఆండ్రోపోప్ మరణం గురించీ ఆ ఆత్మ ముందుగానే తెలియజేసింది. ఈ మధ్య ఇన్‌స్పెక్టర్ గోపాల్‌తో మాట్లాడుతూ దేశంలో మారణహోమం జరగబోతోందని హెచ్చరించింది. ఆ రకంగానే ఈ నెలరోజుల్లోనే పంజాబ్‌లో జమ్మూ, కాశ్మీర్‌లలో, ఢిల్లీలో ఎన్నోచోట్ల పలువురి ప్రముఖుల హత్యలు జరిగాయి.

* * *

ప్రఖ్యాత సైకియాట్రిస్టు డాక్టర్ రామకృష్ణ ప్రొఫెసర్ వర్మగారితో కలసి అక్కడే వున్నారు. గిరిధర్‌ను కాకుండా శేఖరం ఆత్మను మాట్లాడించాలన్న వారి శ్రమ ఫలించింది.

"శేఖరం, మీరెందుకిలా చేస్తున్నారు?" అన్న ప్రశ్నకు "నాకు పద్మజగారంటే చాలా ప్రేమ. ఆమెను వదిలి వెళ్ళలేకపోతున్నాను" అని సమాధానం వచ్చింది.

"అయితే ఎల్లకాలం మీరిలా ఉండిపోగలరా?"

"ఆ, పద్మజ ఆత్మను నాతో తీసుకెళ్ళగలిగే వరకూ".

"భవిష్యత్తు గురించి యిన్ని విషయాలు చెపుతున్నారు గదా. మరి అలాంటివి జరగకుండా మీరేం చేయలేరా?"

"అది నా పరిధిలో లేదు".

"మీరు శాంతంగా వెళ్ళిపోవడానికి మేమేం చేయగలం?"

"ఏమీ చెయ్యకండి. చేసినా ప్రయోజనం వుండదు. నా కోరిక తీరే వరకూ నేను వెళ్ళను, మీరేం చేసినా అది బెడిసికొడుతుంది. జాగ్రత్త!"

ఇలా హెచ్చరించిన తర్వాత ఆ ఆత్మ మళ్ళీ మాట్లాడలేదు.

అయితే ఈ విషయం యిప్పటికే దేశం అంతా తెలిసిపోయింది. శేఖరం ఆత్మకు ముక్తి కలిగించాలని చాలాచోట్ల చాలా రకాలైన పూజలు జరుగుతున్నాయని తెలియవచ్చింది.

పద్మజ యింటిచుట్టూ జనం గుంపులు గుంపులుగా కనిపిస్తున్నారు. వాళ్ళను కంట్రోల్ చేయడానికి పోలీసుల్ని పెట్టవలసి వచ్చింది. రోజు రోజుకీ ఎక్కువవుతున్న ఫోన్‌కాల్స్‌కి సమాధానం చెప్పలేక ఫోన్ తీసేయించింది.

ఆ రోజు పద్మజ పుట్టిన్రోజు. వద్దన్నా వినిపించుకోకుండా గిరి డిన్నర్ ఏర్పాట్లు చేశాడు. ప్రకాశరావు ఫ్యామిలీ, డాక్టర్ రామకృష్ణ, భూతనాథ్‌లు వచ్చారు.

భోజనాలయ్యాక అందరూ కూర్చుని కబుర్లు చెప్పుకుంటున్నారు.

"ఎంత దారుణం కదూ, మాజీ ప్రధాన మంత్రికి కూడా సి.ఐ.ఏ.తో సంబంధం వుందట" అన్నాడు డాక్టర్ రామకృష్ణ.

"ఏదయినా బయటపడే వరకూ అందరూ నీతిమంతులే" అన్నాడు గిరి. హెర్షే వ్రాసిన "మొరార్జీ పేపర్స్" గురించి మాట్లాడుతున్నారు వాళ్ళు.

"కోర్టులో కేసు నడుస్తోందిగా. నిజమేమిటో త్వరలోనే బయట పడుతుంది. అప్పటిదాకా ఏ సంగతీ చెప్పటం కష్టం" అన్నాడు ప్రకాశరావు.

"ఎంతైనా పై పదవిలో వున్న వాళ్ళకే ఇలా వెన్నుపోటు పొడిచే అవకాశాలు ఎక్కువ" అన్నాడు గిరి.

"అలా అంటే నే నొప్పుకోను. మన బ్యూరోక్రటిక్ సిస్టంలో చప్రాసీనుంచి పై అధికారి వరకూ అందరికీ వార్తలు చేరవేసే అవకాశం వుంది" అంది పద్మజ.

"ఏం హిమజా! నువ్వేం మాట్లాడవేం. జర్నలిస్టువి గదా" అడిగాడు గిరి హిమజ మౌనాన్ని చూసి.

"మీరే చెప్పారుగా బయటపడేదాకా అందరూ దొరలేనని. నిజం ఎప్పటికైనా బయటపడక తప్పదు" అంది హిమజ పొడిగా.

"పద్మా! సాగర్ రాగానే వీళ్ళ పెళ్ళి చేసేయాలి. తప్పదు. హిమజ చాలా మూడీగా తయారయిందీ మధ్య" అన్నాడు ప్రకాశరావు.

"దేశంలో మరో పెద్ద ఎస్పియనేజ్ రాకెట్ త్వరలో బయటపడుతుందన్న వార్తలు వచ్చాయి. ఎంతవరకూ నిజమో?" అన్నాడు భూతనాథ్.

"ఈ రోజుల్లో ఏది విన్నా ఆశ్చర్యపోనక్కర్లేదు. డబ్బుకోసం ఆత్మనే అమ్ముకునే మనుషులున్న సమాజంలో దేశాన్నమ్ముకోవడం వింతేమీ కాదు".

"ఆధ్యాత్మిక చింతనా, పాపభీతి గురించి మాట్లాడుతూనే యీ పెద్దమనుషులు డబ్బుకోసం కక్కుర్తిపడుతుంటారు. ఏమైనా అంటే అంతా భార్యాపిల్లలకోసమని నచ్చచెప్పుకుంటారు. వాళ్ళలా సంపాదిస్తున్నారని తెలియగానే ఆ భార్యాపిల్లలే వాళ్ళ బండారం బయట పెట్టాలి. అప్పుడే వాళ్ళకు బాగా బుద్ధొస్తుంది" అంది హిమజ.

"ఎవరు చేస్తారాపని? తమకోసం తండ్రి నానాగడ్డీ కరుస్తున్నాడని మరింత సంతోషంగా అనుభవిస్తారే తప్ప ఎవడు వదులుకుంటాడీ సుఖాల్ని" అంది పద్మజ.

మాటల మధ్యలో గిరి పైకి వెళ్ళడం గమనించింది పద్మజ. పదినిమిషాలయినా అతను రాకపోయేసరికి తనూ పైకి వెళ్ళింది. తలుపు వేసి గడియ పెట్టబడివుంది. పైన శివయ్యతో గిరి మాట్లాడుతున్నాడు చాలా చిత్రంగా. శివయ్య గిరిని దబాయిస్తున్నాడు. చాలా చిన్నగా వున్నా, వారి స్వరాలు స్పష్టంగా వున్నాయి. పద్మజకి అర్థం కాలేదు.

కింద హిమజకు యిబ్బందిగా ఉంది, అందరి అతిథులముందు దంపతులు పైకి వెళ్ళిపోవడం. మామూలుగా మాట్లాడుతూ అందర్నీ బిజీగా ఉంచడానికి ప్రయత్నిస్తోంది.

పైన గదిలోంచి అస్పష్టంగా మాటలు వినిపించసాగాయి. పద్మజ తలుపు కన్నంలోంచి చూసింది. "దేశంలో పరిస్థితులన్నీ నీ కెందుకు? నువ్వెందుకు చెప్పడం" శివయ్య గిరిని దబాయిస్తున్నాడు. పద్మజకు తను చూస్తున్నది నిజమో కలో అర్థంకాలేదు. తమ పనిమనిషి శివయ్య.... ఇంటి యజమాని గిరిని దబాయించటం!!! గిరి ఏదో నసుగుతున్నాడు.

"నీ మాటలు మితిమీరుతున్నాయి. జాగ్రత్తగా మాట్లాడు" అంటున్నాడు శివయ్య. పద్మజకి అర్థమైంది... శివయ్య గిరిలో వుండే శేఖరాన్ని హెచ్చరిస్తున్నాడు.

ఇదంతా తనమీద అభిమానంతోనా అని అనుమానపడింది. మరోవేపు ఇంకో అనుమానం... "దేశంలో పరిస్థితులు" - అన్నంత పెద్దపదం శివయ్య ఎలా ఉపయోగించగలిగాడు?

గుమ్మం ముందే నిలబడి లోపలి మాటలు వింటూంది. లోపల స్వరాలు చిన్నవయ్యాయి.

"క్రింద అందరూ... టూరు... వెళ్ళాలి".

......

"అనవసరంగా ఎక్కువ...చెపుతున్నావు. మరీ దెయ్యానికి హుషారు ఎక్కువ అవుతున్నట్టుంది. దేశం గురించి నీ కెందుకు?"

....

"అది చెప్పటానికి ఇదా సమయం?"

....

పద్మజకి మతిపోతోంది.

గిరిని శేఖరం ఆవహించడానికి శివయ్యా కారణం?

ఇప్పుడు శివయ్య మాట్లాడుతూంది గిరితోనా? శేఖరం ఆత్మతోనా?

ఆమె ఆలోచనలలో ఉండగానే చటుక్కున తలుపు తెరుచుకుంది. తప్పుకోవటానికి ఆమెకి టైమ్ లేకపోయింది.

స్థాణువై నిలబడింది.

గుమ్మం దగ్గర నిలబడ్డ ఆమెను చూసి శివయ్య ఉలిక్కిపడ్డాడు. చుట్టూ గాఢమైన నిశ్శబ్దం ... ముందు కదిలింది గిరి! అతడిలో ఆకస్మికంగా మార్పొచ్చింది. కళ్ళు ఎఱ్ఱబడ్డాయి.

"పద్మా! ఇక నువ్వు నాతో రావాల్సిన సమయం అసన్నమైంది" అని చేతులు సాచాడు.

పద్మజ కెవ్వున అరిచింది. శివయ్య గిరి వెన్నుని వెనుకనుంచి నిమిరాడు- ఏదో సూచన ఇస్తున్నట్టు!

క్రింద హిమజ లేచి నిలబడింది కంగారుగా.

పైనుంచి పద్మజ పరిగెత్తుకు వస్తూంది. వెనుకనే గిరి...

"ఆగు. నిన్ను వెళ్ళనివ్వను. ఈ రోజుతో మనకు విముక్తి" క్రిందికి దిగుతూ అరుస్తున్నాడు గిరి. వెనుకనుంచి ఏదో మృత్యుదేవత తరుముకొస్తున్నట్టు పద్మజ కంగారుగా మెట్లు దిగుతూంది. అప్పుడు పేలింది వెనకనుంచి గిరిచేతిలో పిస్తోలు- వరుసగా మూడుసార్లు...

పద్మజ శరీరం మెట్లమీద నుంచి దొర్లుతూ... క్రింద పడసాగింది.

హాలులో వున్న వాళ్ళందరూ ఈ ఆకస్మిక పరిణామానికి షాక్ తగిలినట్టు నిలబడిపోయారు.

"అక్కా!" అని అరుస్తూ పరుగెత్తుకువెళ్ళి పద్మజను పట్టుకుంది హిమజ.

అప్పటికే పద్మజ శరీరం రక్తసిక్తమై పోయింది.

"హిమా... శేఖరం... శివయ్య ..." ఏదో చెప్పబోయింది పద్మజ. గొంతులోంచి రక్తం బయటకు వచ్చింది.

"అక్కా... అక్కా" ఏడుస్తూ పిలవసాగింది హిమజ. ప్రపంచం అంతా గిర్రున తిరుగుతున్నట్లనిపించింది.

డాక్టర్ రామకృష్ణ పరుగున వచ్చి పద్మజ పల్స్ చూస్తున్నాడు. విలేఖరి అంబులెన్స్‌కు ఫోన్ చేస్తున్నాడు. క్షణాలలో అక్కడంతా హడావుడిగా తయారైంది.

"హ్హా.... హ్హా..... హ్హా.... ఏం ప్రయోజనం లేదు. అయిపోతుంది. నేను కావాలనుకున్నది సాధించాను. వెళుతున్నాను. నేను వెళ్ళిపోతున్నాను" పెద్దగా నవ్వుతూ గదిలోకి పరుగెత్తాడు గిరి.

అతని వెనుకే ప్రకాశరావు పరుగెత్తాడు.

ఆయన గదిలోకి వెళ్ళేసరికి గదిలో గిరి నేల మీద పడున్నాడు. పిస్తోలు పక్కనే పడివుంది. గిరి స్పృహలో లేడు.

మిసెస్ ప్రకాశరావు వచ్చి హిమజను పట్టుకుంది ఓదార్పుగా.

"ఆంటీ, అక్కయ్యను చంపేశాడు ఆంటీ" ఆమె వడిలో వాలి వెక్కి వెక్కి ఏడుస్తోంది హిమజ.

సాగర్ వూళ్ళో లేకపోవటం చాలా కొరతగా వుందామెకు.

శివయ్య తోటలో గుమిగూడిన వాళ్ళకు వివరించి చెపుతున్నాడు. శేఖరం ఆత్మ గురించి, హత్య గురించీ.

గిరికి ఇంకా స్పృహరాలేదు, డాక్టరు ఇచ్చిన ఇంజక్షన్‌తో కాస్త కదిలాడు. అతడి ముఖం చాలా నీరసంగా వుంది.

కళ్ళు తెరవగానే ఎదురుగా కనిపిస్తున్న మనుషులని చూసి ఆశ్చర్యంగా లేచి కూర్చున్నాడు.

"ఏం జరిగింది? నాకేమయింది?"

"ఏం జరిగింది డాక్టర్? మాట్లాడరేం?" అసహనంగా అడిగాడు మళ్ళీ.

డాక్టర్ మాట్లాడలేదు. ఇన్‌స్పెక్టర్ ఒకడుగు ముందుకేశాడు.

"క్రింద హాల్లో పద్మజ వున్నారు, రండి చూద్దురుగాని" అన్నాడు.

"పద్మజా! పద్మజకేమైంది?" అనుమానంగా చూస్తూ చప్పునలేచి, అతనితో కలిసి బయటకు వచ్చాడు గిరి.

పైనుంచి పద్మజ శవం కనిపిస్తోంది. అప్పటికే ఆమె ప్రాణం పోయింది.

ఒక్కసారిగా "నో" అంటూ పరుగెత్తాడతను.

"పద్మా, ఎవరు - ఎవరు చేశారీపని? ఎందుకు?" ఆవేశంగా అన్నాడు. అతడి కంఠం సన్నగా వణికింది.

"నువ్వే, నువ్వే చంపావు మా అక్కను. ఇంకా ఎవరని అడుగుతున్నావా?" కోపంగా, ఆవేశంగా అరిచింది హిమజ. ఆమె హిస్టీరికల్‌గా ఊగిపోతోంది.

"నే...నా?" - గిరికళ్ళలో షాక్ కనిపించింది.

"నేనా? నేనే చంపానా? నిజమా ఇన్‌స్పెక్టర్? నిజమా డాక్టర్?" డాక్టరు రామకృష్ణను అడిగాడు ఉద్వేగంతో.

"అవును గిరిధర్! హత్య మీరే చేశారు. మీకేమీ తెలియదా?" అడిగాడు ఇన్‌స్పెక్టర్.

"లేదు! లేదు! నేను చంపలేదు. నా పద్మను నేనే చంపుకుంటానా?" రెండు చేతులతో తలను పట్టుకున్నాడు గిరి. "చంపానేమో ఇన్‌స్పెక్టర్ - అవును నన్ను అరెస్ట్ చేయండి. నన్ను అరెస్టు చెయ్యండి" ఆవేశంగా అన్నాడు.

"ఐయామ్ సారీ గిరిధర్! పదిమంది సాక్షులమధ్య మీ భార్యను హత్య చేసిన నేరానికి మిమ్మల్ని అరెస్టు చేస్తున్నాను" అన్నాడు ఇన్‌స్పెక్టర్.

నిజం భయంకరమైంది. నిజంకన్నా అబద్ధం మరింత భయంకరమైంది. అవసరం ఈ రెండిటికన్నా భయంకరమైనది.

10

హైకోర్టు భవనం ఎప్పటికన్నా ఎక్కువగా కిటకిట లాడుతోంది.

పద్మజ హత్య జరిగిన తర్వాత సెషన్సు కోర్టులో కేసు నడుస్తున్నంత కాలం దేశంలోని నాలుగు మూలల నుంచి ప్రజలు కేసు గురించి ఫాలో అవుతున్నారు.

అప్పటికే దేశమంతా పేపర్లలో ఈ కేసుగురించి తర్జనభర్జనలు జరుగుతున్నాయి. "దెయ్యాలున్నాయా?" అన్న శీర్షికను కొన్ని పత్రికలు ప్రవేశపెట్టాయి. ఎంతో

మంది ఎన్నో రకాలైన అనుభవాల గురించి వ్రాశారు. ఎక్కడ చూసినా యిదే సంభాషణ. హత్యను కళ్ళారా చూశామని చెపుతున్న వాళ్ళ సాక్ష్యం వినడానికి చుట్టుపక్కల ఊర్లనుంచి జనం తండోప తండాలుగా వచ్చారు. 1960 ప్రాంతాల్లో నానాపతికేసు తర్వాత దేశాన్ని ఒక ఊపు ఊపింది ఈ కేసే.

పరాయి మగాడితో భార్యను కళ్ళారా చూసి సహించలేక హత్యచేసిన నానాపతికి యావజ్జీవ కారాగార శిక్ష విధించబడింది. మరి ఈ కేసులో జడ్జి తీర్పు ఎలాగుంటుందో? ఆ తీర్పుమీద అనేకచోట్ల అనేక రకాలైన బెట్స్ కట్టడం జరిగింది.

సెషన్సు జడ్జి వాదోపవాదాలన్నీ విన్నాక గిరిధర్‌కు యావజ్జీవ కారాగార శిక్ష విధించాడు. కోర్టు రూంలో హాహాకారాలు చెలరేగాయి. జనం సానుభూతితో చూశారు గిరివైపు. అతను కేసు మొదలుపెట్టినప్పుడెలా వున్నాడో యిప్పుడూ అంత నిర్లిప్తంగానే వున్నాడు.

అతని అక్కా, బావా వచ్చారు అమెరికానుంచి. వారి ప్రోద్బలంతో కేసు హైకోర్టు చేరుకుంది.

* * *

"మీ పేరు?"

"హిమజ".

"హతురాలు పద్మజ మీకేమవుతుంది?"

"అక్క".

"మీ అక్కా మీరు చాలా సాన్నిహిత్యంగా ఉండేవారా?"

"అవును. మా తల్లిదండ్రులు పోయాక అక్కయే నాకు తల్లీ తండ్రీ అయింది".

"మీ అక్కయ్య మరణం మీకు తీరని లోటుకదూ?"

"అవును".

"హత్య జరిగినప్పుడు మీరు అక్కడే వున్నారా?"

"ఉన్నాను. నేనేకాదు, మరెంతోమంది ఉన్నారక్కడ".

"అప్పుడేం జరిగిందో వివరంగా చెప్పగలరా?"

"ఆ రోజు అక్కయ్య పుట్టినరోజు. కొద్దిమంది దగ్గర స్నేహితులను డిన్నరుకు ఆహ్వానించాం. అందరం భోజనాలు చేసి కూర్చున్నాక, గిరిధర్ పైన గదిలోకి వెళ్ళాడు. కాస్సేపటికి అక్కయ్య కూడా పైకి వెళ్ళింది. వారిద్దరిమధ్యనా ఏం జరిగిందో నాకు తెలీదు. అతిథుల్ని వదిలి వెళ్ళలేక కాస్సేపు తటపటాయించాను నేను. ఇంతలో అక్కయ్య రూంలోంచి బయటకు పరుగెత్తుకు వచ్చింది. వెనకనే గిరికూడా వచ్చాడు. పిస్తోలుతో అక్కయ్యను కాల్చడం అందరం చూశాం".

"అప్పుడు ముద్దాయి గిరిలో మీకేమయినా మార్పు కనిపించిందా?"

"కొద్దిగా మనిషి ముఖంలో మార్పు వుంది. కళ్ళు ఎర్రగా వున్నాయి. అయినా మేమందరం కింద హాల్లో ఉన్నాం. అంత స్పష్టంగా కనిపించలేదు".

"అతను ఇదివరలో అప్పుడప్పుడూ కాస్త విపరీతంగా ప్రవర్తించే వాడని సాక్షులు చెప్పారు. మీరు దాని విషయంలో ఏమంటారు?"

"నేను ఎప్పుడూ అతను అలా ప్రవర్తించడం చూడలేదు".

"మీ అక్కయ్య అతని ప్రవర్తన గురించి మీకెప్పుడూ చెప్పలేదా?"

"ఒకటి రెండుసార్లు చెప్పింది శేఖరం ఆత్మ గిరిధర్‌ను ఆవహిస్తున్నట్లు. కాని నా కెందుకో నమ్మకం కలగలేదు. ఏదో మోసం ఉందని అనుకున్నాను నేను".

"అంటే గిరిధర్ సరియైన మానసికస్థితిలో వుండే మీ అక్కయ్యను హత్య చేశాడని మీ ఉద్దేశ్యమా?'

"నాకు తెలిసినంతవరకు అతని మానసిక పరిస్థితిలో ఏ లోపమూ లేదు. అతని ద్వంద్వ ప్రవృత్తిని నేను కళ్ళారా చూడలేదు. కాని ఒక్క విషయం మాత్రం గట్టిగా చెప్పగలను. అక్కయ్యను హత్యచేసింది అతనే. ఆ విషయం నేనే కాదు అక్కడున్న అందరం కళ్ళారా చూశాం, అతను పొరపాటుగా పిస్తోలు కాల్చలేదు. అక్కయ్యను చంపాలనే ఉద్దేశ్యంతోనే కాల్చాడు".

"దట్సాల్ యువర్ ఆనర్" ప్రాసిక్యూషన్ లాయర్ కూర్చున్నాక డిఫెన్సు లాయర్ లేచాడు. ఆయన పేరుమోసిన క్రిమినల్ లాయర్.

"మిస్ హిమజా! హత్య చేసిన సమయంలో ముద్దాయి మానసిక ప్రవృత్తిలో ఎలాంటి లోపమూ లేదని మీరన్నారు. ఒక మనిషి జీవిత సమస్య ఇది. అతని మానసిక పరిస్థితి గురించి డాక్టర్లు మరొక విధంగా చెప్పారు. మీరు కాస్త ఆలోచించి సమాధానం చెప్పడం మంచిది".

"చనిపోయిన వ్యక్తి నాకున్న ఒక్కగా నొక్క అక్క. ఆమె జీవితంపట్ల లేని సానుభూతి ఆమెను హత్య చేసినవాడిమీద వుండాలనడం హాస్యాస్పదంగా ఉంది లాయర్" అంది హిమజ కోపంగా.

"అబ్జెక్షన్ యువర్ ఆనర్! లాయరుగారు సాక్షిని క్రాస్ ఎగ్జామిన్ చేయాలిగాని యిది సమస్యల గురించి చర్చించాల్సిన ప్రదేశం కాదని మర్చిపోతున్నారు".

"అబ్జెక్షన్ సస్టెయిన్డ్. మీరు సాక్షిని అడగాల్సిన ప్రశ్నలు మాత్రం అడగండి".

"యస్, యువర్ ఆనర్! మిస్ హిమజా, మీ అక్కయ్య అబద్ధం చెప్పిందని మీరనుకున్నారా?"

"లేదు. అక్కయ్యకు అలా అబద్ధాలు చెప్పాల్సిన అవసరం లేదు".

"అంటే అదంతా నిజంగా జరిగిందే అయుండవచ్చుగా. ఇప్పటి వరకు సాక్ష్యం చెప్పిన వాళ్ళంతా అతని ప్రవర్తన కళ్ళారా చూశామని చెప్పారు. అందరూ చదువుకున్న విద్యావంతులే అంటే ఇది ఒక మానవాతీతశక్తి అనే విషయం రుజువయినట్లే కదా? వాళ్ళందరూ అబద్ధం చెపుతున్నారని మీ అనుమానమా?"

"నేనలా అనలేదు. వాళ్ళు భ్రమపడి వుండవచ్చు. నేను ప్రత్యక్షంగా చూడలేదు గాబట్టి నమ్మలేను".

"ముద్దాయి మీ అక్కతో కలిసి సైకియాట్రిస్టు దగ్గరకు వెళ్ళేవారని, తగిన ట్రీట్‌మెంట్ తీసుకునేవాడని మీకు తెలుసా?"

"విన్నాను".

"హత్య జరిగినప్పుడు ముద్దాయి ప్రవర్తన కాస్త అసాధారణంగానే వుందని మీరు అన్నారు గదా!"

"అయి వుండవచ్చు, కాని హత్య చేసింది మాత్రం అతనే".

"థాంక్యూ మిస్ హిమజా! దట్సాల్".

తర్వాత సాక్షిగా శివయ్య ప్రవేశపెట్టబడ్డాడు.

* * *

"నీ పేరు?

"శివయ్య".

"వారింట్లో నువ్వెంతకాలం నుంచి పని చేస్తున్నావు?"

"పదిహేను సంవత్సరాల్నుంచీ బాబూ!"

"అయ్యగారూ అమ్మగారూ తరచు దెబ్బలాడుకునేవారా?"

"లేదండి అయ్యగారు అమ్మగార్ని చాలా ప్రేమగా చూసుకునేవారు. కానీ అయ్యగారికి దెయ్యం పట్టిందండి. ఆ మాట నేను చెప్పినా ఎవరూ వినిపించుకోలేదండి".

"ఏ దెయ్యం? కొరివి దెయ్యమా?" (నవ్వులు)

"కాదండి. సోమశేఖరంగారు దెయ్యమయి పగ పట్టారండి".

"శివయ్యా! నీకు దెయ్యాల్లో నమ్మకం వుందా?"

"నేను కళ్ళారా చూశాక నమ్మకుండా ఎలా వుంటానండి బాబూ!"

"ఏం చూశావు నువ్వు?"

"నేనాండీ-?" అకస్మాత్తుగా శివయ్య కళ్ళు పెద్దవయ్యాయి. భయంగా శూన్యంలోకి చూశాడు. క్రమక్రమంగా అతడి కనుగుడ్లు వెనక్కి తిరిగి పోయాయి. అతడి స్వరం మారిపోయింది. డబ్బాలో గులకరాళ్ళు వేసినట్లు బొంగురు స్వరం అతడి కంఠం ద్వారా వినిపించసాగింది.

"శివయ్యే కాదు... మీరు కూడా చూడాలంటే చూడవచ్చు.... నేనే సోమశేఖరాన్ని....! నా కాంక్ష తీరింది... నా ప్రియురాలి ఆత్మతో కలిసి నేను దిగంతాలకి వెళ్లిపోతున్నాను".

చారిత్రాత్మకమైన ఆ కేసు వినటం కోసం దేశం నలుమూలల్నించీ వచ్చిన ప్రజానీకం కోర్టుహాలు లోపల కోర్టు బయట నిశ్చేష్టులై వుండగా సాక్షి శివయ్య శరీరం బోనులో క్రిందకి జారిపోయింది.

* * *

"మీ పేరు?"

"రామకృష్ణ".

"మీరెక్కడ పనిచేస్తున్నారు?"

"మెంటల్ ఆస్పత్రిలో-డిప్యూటీ సూపర్నెంట్‌గా".

"ముద్దాయి మానసిక పరిస్థితిమీద మీ అభిప్రాయం?"

"అతడు పారనాయిడ్ స్కిజోఫ్రెనియాతో బాధపడుతున్నాడని నా ఉద్దేశం".

"దాన్నే తెలుగులో దెయ్యం పట్టటం అంటారా?"

జవాబు చెప్పటానికి రామకృష్ణ ఆగాడు. కోర్టులో సూదిపడితే వినపడేటంత నిశ్శబ్దం. ఆ మెంటల్ డాక్టర్ కాస్త ఆలోచించి అన్నాడు-

"వెల్- తెలుగులో దాన్ని దెయ్యం అంటారేమో నాకు తెలీదు. ద్వంద్వ ప్రవృత్తి అనేది సరైన పదం అనుకుంటాను. మీరు దాన్ని భ్రాంతి అనికూడా అనవచ్చు".

"మీరిప్పుడు మీ కళ్ళముందే- బోనులో సాక్ష్యమిస్తున్న ఆ ఇంటి నౌకరు శివయ్యని దెయ్యం ఆవహించడం చూశారు. దీనికి మీరే కారణం చెపుతారు?"

"సోమశేఖరం ఆత్మహత్య చేసుకుని మరణించాక దెయ్యమయ్యాడని శివయ్య మనస్ఫూర్తిగా నమ్మేడు. ఆ ఇంటి యజమానిని తన దెయ్యం అప్పుడప్పుడు ఆవహిస్తూండటం అతడు కళ్ళారా చూశాడు. అందువల్ల కోర్టులో అతడిని "నువ్వెప్పుడైనా దెయ్యాన్ని చూశావా" అని ప్రశ్నించగానే ఆ భ్రాంతికి తనే స్వయంగా లోనయ్యాడు. చనిపోయిన సోమశేఖరం కోర్కెమిటో శివయ్యకు తెలుసు. అతడి ప్రియురాలు మరణించాలనీ, ఆ ఆత్మకూడా తనతో కలిసి స్వర్గానికి రావాలని సోమశేఖరం కోర్కె. శివయ్య స్వర్గాన్నీ, దేవుణ్నీ నమ్ముతాడు. కాబట్టి అసంకల్పితంగా- సోమశేఖరం ఆత్మ తనని పూనినట్టు కోర్టులో ప్రవర్తించాడు".

"ముద్దాయికూడా హత్యకి ముందు దెయ్యం పట్టినట్టు అప్పుడప్పుడు ప్రవర్తించేవాడా?"

"అవును. ఆత్మహత్య చేసుకున్న సోమశేఖరం ఆత్మ తరచు అతడిని ఆవహించేది. తన ప్రియురాలి ఆత్మకి ఆమె శరీరంనుంచి విముక్తి కలిగించమని అతడిని మానసికంగా వత్తిడి చేసేది. దాన్నే దెయ్యం పట్టటం అని అనుకున్నారు".

"కానీ ఒక డాక్టరుగా మీరుమాత్రం దాన్ని పారనాయిడ్ స్కిజోఫ్రెనియా అంటారు"

"అవును".

"ఆ మానసికమైన వత్తిడిలో ముద్దాయికి తనేం చేస్తున్నదీ తెలిసే అవకాశం వున్నదా?"

"లేదు"

"థాంక్స్ డాక్టర్! దట్సాల్" డిఫెన్స్ లాయర్ తన వాదన వినిపించటం ప్రారంభించాడు.

* * *

ఆ రోజే జడ్జి తీర్పునిచ్చేది.

క్రింది కోర్టులో జడ్జి ఇచ్చిన తీర్పుకు వ్యతిరేకంగా ఈతీర్పు వుండదని కొందరూ, కానీ ఈసారి డిఫెన్స్ లాయరు వాదన బలంగా వుంది కాబట్టి జడ్జిమెంటు వేరుగా వుంటుందని కొందరూ వాదించుకున్నారు. అసలు ఫలితం తెలుసుకోవటం కోసం జనం కోర్టులో నిండిపోయారు.

జడ్జి తన సుదీర్ఘమైన తీర్పు చదివాడు.

హైకోర్టు జ్యూరీస్‌డిక్షన్
ఆంధ్రప్రదేశ్ - హైద్రాబాద్
ప్రజెంట్ : ది ఆనరబుల్ జస్టిస్ : ధర్మదాస్

గిరి	అప్పలెంట్ (అక్యూజ్‌డ్)
వర్సెస్	
ది స్టేట్	రెస్పాండెంట్ (కంప్లెయింట్)

జడ్జిమెంట్

1. గిరిధర్ పద్మజను కోరి వివాహం చేసుకున్నాడు. పెళ్ళికి అతనే ముందుగా ప్రతిపాదించినట్టు రుజువయింది. వారి దాంపత్య జీవితంలో ఎలాంటి మనస్పర్థలూ లేవనీ, వారిద్దరూ చాలా అన్యోన్యంగా వుండేవారనీ తెలిసింది. వివాహం అయిన రాత్రి గిరిధర్ ప్రవర్తన కాస్త వింతగా వుందని పద్మజ, స్నేహితుడయిన డాక్టర్ రామకృష్ణకు తెలియచేసింది. వారి వివాహం అయిన కొద్ది రోజుల తర్వాత ఒక పార్టీలో గిరిధర్ అందరి ఎదుట ఏదో విదేశంలో జరుగుతున్న విషయం గురించి ముందుగానే చెప్పగలిగాడు. ఆ తర్వాత అలాంటి విషయాలెన్నో అతనీ విధంగానే చెప్పేవాడు. అవన్నీ నిజంగా జరిగేవని తెలిసింది. అతనికీ శక్తి ఎలా వచ్చింది? ఇది జవాబులేని ప్రశ్న. దీనినే ఆత్మ ఆవహించడం, దెయ్యం పట్టడం అన్నారంతా. అయితే కోర్టు వీటిని ఆ పేరుతో కాకుండా స్కిజోఫ్రెనియా అని వ్యవహరిస్తుంది.

2. పద్మజ పుట్టినరోజున గిరిధర్ డిన్నరు ఏర్పాటు చేయించాడు. అందరూ భోజనాలు చేసి కూర్చున్నాక గిరిధర్ ఎందుకో పైన గదిలోకి వెళ్ళాడు. హాతుగాలు

కూడా కాన్సేపయ్యాక వెళ్ళింది. వారి మధ్య చిన్న వాగ్వివాదం జరిగింది. గిరిధర్ ఆవేశంతో పద్మజను మెట్లమీద హత్య చేయడం అందరూ చూశారు. గిరిధర్ స్పృహతప్పి పడిపోయాడు. తెలివి రాగానే ఇన్‌స్పెక్టరుకు అతను తను చేసిందేదీ గుర్తులేదని చెప్పాడు.

3. తెలిసే చేజేతులా భార్యను హత్య చేశాడని క్రింది కోర్టు అతనికి సెక్షన్ 302 ఐ.పి.సి. ప్రకారం యావజ్జీవ కారాగార శిక్ష, సెక్షన్ 324 ఐ.పి.సి. ప్రకారం రెండున్నర సంవత్సరాల కఠిన కారాగార శిక్ష విధించింది... రెండూ ఏకకాలంలో అమల్లో పెట్టేటట్లుగా ... అందువల్లనే ముద్దాయి హైకోర్టుకు అప్పీలు చేసుకోవటం జరిగింది.

4. హత్య జరిగిన సమయంలో అక్కడే వున్న డాక్టర్ రామకృష్ణ మెంటల్ హాస్పటల్ డిప్యూటీ సూపరింటెండెంట్. ఆయన వెంటనే ముద్దాయిని పరీక్షచేసి అతను పారనాయిడ్ స్కిజోఫ్రెనియాతో బాధపడుతున్నాడని చెప్పారు. ఆ జబ్బుతో బాధపడే వ్యక్తికి ఏవేవో స్వరాలు వినిపించటం, ఎవరో తననేదో చేయబోతున్నారనే భావన కలగటం సహజం అని డాక్టర్లు చెప్పారు.

5. ఇన్‌సేనిటీ లేదా తెలుగులో చెప్పాలంటే పిచ్చి అనే పదానికి సరయిన నిర్వచనం లేదు. ఇది ఒక మానసిక రుగ్మత అన్న విషయం అందరూ ఒప్పుకున్నదే. ముద్దాయిని కొద్దికాలం మెంటల్ హాస్పిటల్‌లో వుంచటం జరిగింది. అక్కడ కూడా అతని ప్రవర్తన అప్పుడప్పుడు కాస్త అసాధారణంగా వుండేదని, అతను సరిగా భోజనం చేసేవాడు కాదనీ, చాలా నిర్లిప్తంగా వుండేవాడనీ, అక్కడ అతనికి వైద్యంచేసే డాక్టర్లు చెప్పారు. వారుకూడా అతని జబ్బును పారనాయిడ్ స్కిజోఫ్రెనియాగా గుర్తించారు.

ఈ ఆధారాల్నిబట్టి ముద్దాయి మానసిక రోగంతో బాధపడుతున్నాడని రూఢిగా తెలుస్తోంది. అయితే ఈ ఇన్‌సేనిటీ అన్న పదానికి వైద్య శాస్త్రంలో గాని, న్యాయశాస్త్రంలో గాని సరైన నిర్వచనం లేదు. మన దేశంలోనే కాదు, ఇతర దేశాల్లో కూడా లేదు. అందువలన ఈ మానసిక రోగగ్రస్తులైన నేరస్తుల విషయంలో విదేశాల్లో న్యాయస్థానాల్లోని కేసులను ఉదహరిస్తాను.

6. (ఎ) క్రీ.శ. పదమూడవ శతాబ్దిలో టూరిస్టుగా పనిచేసిన హెన్రీ బ్రాక్టన్ అనే వ్యక్తి తను చూసిన కేసులన్నింటినీ ఒక సంపుటంగా వెలువరించాడు. మహారాజు అయినాసరే చట్టానికి అతీతుడుకాదని వాదించిన మొదటివ్యక్తి అతను. మానసిక రుగ్మతలు న్యాయవిచారణలో ఎలాంటి అవరోధాలను కల్పిస్తున్నదీ అతను వివరించాడు.

6. (బి) 17వ శతాబ్దంలో లార్డ్‌హేట్ అనే న్యాయాధికారి మానసిక జాఢ్యంతో బాధపడే వ్యక్తి తను చేసిన నేరాలకు బాధ్యుడు కాదని మొదటిసారిగా తీర్పునిచ్చాడు. 1724లో జస్టిస్ ట్రేసీ, అర్నాల్డ్ అనే వ్యక్తి కేసులో 'పిచ్చి' అనేది మనిషి వివేకాన్ని లోపింపజేస్తుందనీ, అతను ఏం చేస్తున్నదీ, ఎందుకు చేస్తున్నదీ ఆలోచించే శక్తిని కోల్పోయి ఒక పశువులా ప్రవర్తిస్తాడనీ అన్నాడు. దీన్ని 'వైల్డ్ బీస్ట్ టెస్ట్' అన్నారు. 1800లో జార్జి చక్రవర్తిమీద అఘాయిత్యం జరిగినపుడు అప్పటి ముద్దాయి తరఫున వాదించింది అప్పట్లో ప్రఖ్యాతి పొందిన లాయరు థామస్ ఎరిస్కిన్. మానసిక జాఢ్యం ఉన్న మనుషులు అందరూ జంతువుల్లా ప్రవర్తిస్తారనే నమ్మకాన్ని ఎదిరించాడు. ఒక రకమైన భ్రమలో వున్న మనుషులూ మానసికరోగులే అని అతని వాదన. దాంతో 'వైల్డ్‌బీస్ట్ టెస్ట్' అధ్యాయం ముగిసింది. ఈ భ్రమ అన్నది కూడా భ్రమగా కొద్దికాలం మాత్రమే గుర్తించబడింది. తర్వాత 1843లో మెక్‌నాటెన్ రూల్స్ అమలులోకి వచ్చాయి. ఈనాటికీ ఈ సూత్రాలమీదే న్యాయం పరిశీలించ బడుతోంది.

డేనియల్ మెక్‌నాటెన్ అనే వ్యక్తి అప్పటి ప్రధానమంత్రి అయిన రాబర్ట్ పీల్‌ను చంపాలనుకున్నాడు. కానీ పొరపాటున ఆయన సెక్రటరీ అయిన ఎడ్మండ్‌ను చంపాడు. దీనికి ప్రత్యక్ష సాక్ష్యం విక్టోరియా మహారాణి. "అతను అపరాధి. అతను పిస్తోలుతో కాల్చడం నేను స్వయంగా చూశాను" అని ఆమె చెప్పింది. కానీ డేనియల్ మానసిక రోగి అని విడుదల చేయబడ్డాడు. ఈ కేసు ఇంగ్లాండులో పెద్ద సంచలనాన్నే రేపింది. న్యాయసూత్రాల గురించి ఘర్షణ జరిగింది. దానితో పదిహేనుమంది లా లార్డ్ (ఇంగ్లండులో జడ్జీలు) ఈ విషయం గురించి చర్చలు జరిపి ఒక నిర్ధారణకు రమ్మని కమిటీ వేశారు. నికోలాస్ టిండెల్ అనే ఛీఫ్ జస్టిస్ అందరి తరఫునా ప్రశ్నలకు సమాధానాలిచ్చాడు.

6. (సి) "ఒక వ్యక్తి నేరం చేసిన సమయంలో తను చేస్తున్నది తప్పు అనీ, చట్టానికి విరుద్ధంగా ప్రవర్తిస్తున్నాననీ తెలిసి చేస్తే అతను శిక్షార్హుడే. కాని అతనా సమయంలో మానసిక వ్యాధితో బాధపడుతూ తను ఏం చేస్తున్నదీ తెలుసుకోలేని పరిస్థితిలో ఉన్నట్లయితే ఆ పనిగురించి శిక్షవేయడానికి ఆలోచించాలి. ఒక వ్యక్తి తనను కాపాడుకోవడానికి నేరాన్ని చేస్తే అతను శిక్షార్హుడుకాదు. ఈ విషయమై జూరీ ఆలోచించాలి" అన్నాడు.

అప్పట్లో ఈ న్యాయసూత్రాలు ఉండి వుంటే డేనియల్‌కు శిక్షపడేదేమో. తర్వాత మానసిర రుగ్మత, పిచ్చి అనే పదాలు జూరిస్టులను కూడా కలవరపరచాయి.

ఇంగ్లండు, అమెరికా, ఆస్ట్రేలియా దేశాలలో ఈ సూత్రాల విషయంలో, రకరకాల అభిప్రాయాలున్నాయి. వైద్యశాస్త్రంలో, మానసిక శాస్త్రంలో ఈ పదాలను అర్థంలేనివని కొట్టిపడేశారు. ఇప్పటికీ ఈ పదాలను సమయానుకూలంగా వాడుకోవడమే తప్ప సరియైన నిర్వచనం ఇవ్వడం జరగలేదు.

6. (డి) స్కాట్లండ్‌లో ఈ 'రుగ్మత' క్షమార్హం కాదు. ఈ దేశంలో 'బాధ్యతారాహిత్యం' అనే పదాన్ని వాడతారు. అక్కడ మెక్‌నాటన్ రూల్స్‌ను వాళ్ళు న్యాయసూత్రాలుగా పరిగణించలేదు. ఇంగ్లాండ్‌లో కూడా ఈ సూత్రాల గురించి ఘర్షణపడి వాళ్ళుకూడా స్కాట్లాండ్ సూత్రాలనే అనుకరించడం మొదలుపెట్టారు. ఆస్ట్రేలియాలో మెక్‌నాటన్ రూల్సును చాలా ఉపయోగించుకున్నారు.

దాదాపు వంద సంవత్సరాల నుండి అమెరికాలో మెక్‌నాటన్ రూల్సు గురించి వాగ్వివాదాలు జరుగుతూనే వున్నాయి. 26 రాష్ట్రాల్లో ఈ రూల్సును తీసివేశారు. 22 రాష్ట్రాల్లో యింకా యివి అమల్లో ఉన్నాయి. రెండు రాష్ట్రాల్లో ఈ విషయంలో ఎలాంటి క్షమా చూపించరు. ఎనిమిది రాష్ట్రాల్లో నిందితుడు నేరస్థుడే కాని మానసిక రుగ్మతతో బాధపడుతున్నవాడు కాబట్టి శిక్ష తగ్గించవచ్చునని నిర్ధారణ చేశారు. కావాలని ఉద్దేశ్య పూర్వకంగా హత్య చేయడమూ, ఒక ఆవేశంలో, ఉన్మాదంలో హత్య చేయడమూ వేరువేరని చర్చించడం జరుగుతోంది. 'అమెరికన్ మాడల్ పీనల్ కోడ్'లో ఈ చర్చ చేర్చబడింది. దీనిలో ఇన్‌సేనిటీ అన్న పదానికి అర్థం 'ఒక నేరం చేస్తున్నప్పుడు ఆ వ్యక్తి తను చేస్తున్నది చట్టరీత్యా నేరం' అని తెలుసుకోలేని స్థితిలో లేనట్లయితే అతను ఇన్‌సేన్ అన్నారు.

ఈ రకమైన కేసుల్లో మాయ, భ్రమలాంటి పదాలను సరిగ్గా నిర్వచించలేం. ఉదాహరణగా గాలి చేసే శబ్దాలను స్వర్గాన్నుంచి వచ్చే పిలుపుగా భ్రమపడేవాళ్ళున్నారు. ప్రపంచ భవిష్యత్తు తన అరచేతిలో వుందనే వ్యక్తి మాయలో ఉన్నాడన్నమాట. మూడో విషయం భ్రాంతి ఇవన్నీ స్కిజోఫ్రెనియా లక్షణాలు.

1981లో అమెరికా అధ్యక్షుడు రోనాల్డ్ రీగన్‌మీద హత్యాప్రయత్నం జరిగింది. ముద్దాయి మానసిక జాఢ్యంతో బాధపడుతున్నాడన్న కారణంగా విడుదల చేయబడ్డాడు. ఒకనాడు ఇంగ్లండులో డేనియల్ మెక్‌నాటన్ కేసులో జరిగినంత గొడవా ఈ కేసు గురించి అమెరికాలో జరిగింది.

ఇది కామన్‌వెల్తు దేశాలలో అమెరికాలో, ఇలాంటి కేసుల గురించి సంగ్రహంగా చెప్పబడ్డ చరిత్ర. ఈనాడు అన్ని దేశాలలో మెక్‌నాటన్ రూల్సు పూర్తిగా నిషేధించబడ్డాయి.

7. సైకాలజిస్టు ప్రొఫెసర్ ఆలామ్ దిర్షోవిజ్ చెప్పిన ప్రకారం "ఇన్‌సేనిటీ" అంటే అది వైద్యశాస్త్రానికి సంబంధించినది. మానసిక శాస్త్రానికి సంబంధం లేనిగి అమెరికాలోనే రిచర్డు లారెన్స్ అనే వ్యక్తి 1835లో అధ్యక్షుడు అండ్రూ జాక్సన్‌ను కాల్చి చంపాడు. జాన్‌ఫ్రాంక్ అనే వ్యక్తి అధ్యక్షుడు రూజ్‌వెల్టుమీద హత్యాప్రయత్నం చేశాడు. జాన్‌హింక్లీ రీగన్‌ను హత్యచేయాలని ప్రయత్నించాడు. వీళ్ళిద్దరూ మానసిక రోగులుగా శిక్ష నుండి తప్పించుకున్నారు.

ఈ విధంగా అనేక దేశాల్లో ఈ విషయంలో చర్చలు జరుగుతున్నాయి. కొందరు తెలివిగల వ్యక్తులు ఈ రకమైన వంకతో శిక్షనుండి తప్పించుకుంటున్నారు. కాబట్టి ఏది న్యాయమో, కాదో తీర్పునివ్వడం కష్టసాధ్యమవుతోంది. గారట్ ట్రాప్నెల్ అనే వ్యక్తి ఇరవైసార్లు శిక్షనుంచి ఎలా తప్పించుకున్నదీ ఒక పుస్తకంలో వివరించాడు.

రీగన్‌ను హత్య చేయడానికి ప్రయత్నించిన వ్యక్తి దగ్గర ఈ పుస్తకం ఒకటి దొరికింది.

ఇండియన్ పీనల్‌కోడ్‌ను సమీక్షించిన లార్డ్ మెకాలేకు మెక్‌నాటన్ రూల్సు గురించి బాగా తెలుసు. ఆయన కూడా "మానసిక రుగ్మతతో బాధపడుతున్న వ్యక్తి తను చేసిన నేరానికి బాధ్యుడు కాదు" అన్నాడు. ఈ విషయంలో మన న్యాయవేత్తలు ఏ నిర్ణయానికీ రాలేదింతవరకూ. మనం విదేశాలలోని కేసులనే ఉదాహరణగా తీసుకుంటాం. ప్రఖ్యాత రచయిత నిరాద్‌చౌదరి చెప్పినట్లు మనం సెకండుహాండు వస్తువులకు అలవాటుపడ్డవాళ్ళం! మానసిక రోగులకు ఎలాంటి శిక్షనివ్వాలో యింతవరకు ఒక నిర్ణయానికి మనం రానేలేదు. క్వీన్ ఎంప్రస్ వెర్సెస్ లక్ష్మణ్ దాగూ, క్వీన్‌ఎంప్రస్ వెర్సెస్ వెంకటస్వామి వగైరా కేసులలో ఈ విషయం చర్చించబడింది. ఆవేశపూరితమయిన కుటుంబ వివాదాలలో హత్యలు జరగడం ఎక్కువయినకొద్దీ వీటిని ఎలా పరిగణించాలో వాగ్వివాదాలు జరగడం మొదలయింది.

8. ప్రస్తుత కేసులో ముద్దాయి పారనాయిడ్ స్కిజోఫ్రెనియాతో బాధపడుతున్నట్లు అతన్ని పరీక్షించిన డాక్టర్లు చెప్పారు. ఈ విషయంపై మరొక సైకియాట్రిస్టు డాక్టరు ప్రదీప్ సలహా తీసుకోవడం జరిగింది. ముద్దాయికి మొదటినుండి ట్రీట్‌మెంట్ యిస్తున్న డాక్టర్ రామకృష్ణ ముద్దాయి కొంతకాలంగా ఈ జబ్బుతో బాధపడుతున్నట్లుగా చెప్పాడు. ఆయన ఉద్దేశ్యం ప్రకారం ముద్దాయి యికముందు కూడా ఇలా ప్రవర్తించడానికి అవకాశం వున్నా అదృష్టవశాత్తూ అతను మామూలు మనిషి కావడానికి అవకాశం ఉందనీ చెప్పారు.

పారనాయిడ్ స్కిజోఫ్రెనియాతో బాధపడే వ్యక్తికి పక్కన ఎవరూ లేకపోయినా ఏవేవో శబ్దాలు వినిపిస్తాయ్. దాంతో అతను గాభరాపడి మెంటల్ బాలెన్స్ కోల్పోతాడు. తనేం చేస్తుందీ అతనికి తెలియదు. హత్య చేసిన సమయంలో ముద్దాయి మానసిక పరిస్థితి ఎలా వుందో డాక్టర్ సర్టిఫికెట్ ఇవ్వబడింది.

ఈ కేసులో ముద్దాయి అప్పటివరకు బాగానే వున్నాడు. భార్య వద్దంటున్నా పార్టీ ఏర్పాటు చేశాడు. ఆహ్వానితులతో చక్కగా మాట్లాడాడు. కానీ వున్నట్లుండి అతనిలో ఏదో మార్పు వచ్చింది. అక్కడ ప్రత్యక్ష సాక్షుల కథనం ప్రకారం అతను ఏం చేస్తుంది తెలియని పరిస్థితిలో హతురాలిని చంపినట్లు తెలుస్తోంది. అందువలన అతడు చేసిన నేరానికి అతను బాధ్యుడుకాదు. ఏ దెయ్యం అతనిలో చేరి ఈ పని చేయించిందో నేను చెప్పలేను.

నేను తీసుకున్న నిర్ణయంలో లొసుగులు నాకూ తెలుసు. ఛీఫ్ జస్టిస్ హోల్ట్ చెప్పినట్లు ఇలాంటి నిర్ణయాలు చేసేటప్పుడు కొంత విమర్శ తప్పదు. ఈ విమర్శపట్ల భవిష్యత్తులో నాకంటే తెలివిగల న్యాయవేత్తలు ఒక నిర్ణయానికి రాగలరనే నమ్మకం నాకుంది.

ఇక్కడ ముద్దాయికి తను చేస్తున్నది ఎలాంటి పనో తెలియదు. ఏం చేస్తున్నదీ తెలియదు. తెలివిలో ఉన్న వాడెవడూ పదిమంది ముందు ఒలిసేటట్లు హత్య చెయ్యడు. అతను మానసిక రోగి అని నిర్ణయించి అతన్ని విడుదల చేస్తున్నాం. అయితే ఇలాంటి వ్యక్తుల విషయంలో భవిష్యత్తు గురించి ఎలాంటి నిర్ణయాలు తీసుకోవాలో కొంత ఆలోచించాలి. ఐ.పి.సి. సెక్షను 328 లో ఇలాంటి "పిచ్చి వాళ్ళ" ని ఏం చేయాలో వుంది. 329 ఐ.పి.సి.ప్రకారం మానసికరోగుల్ని కోర్టులో ఎలా ట్రీట్‌చెయ్యాలో వివరించబడింది. సెక్షను 331 కొన్నాళ్ళు కేసు వాయిదావేసి తిరిగి పునర్విచారించడానికి అవకాశం ఇచ్చింది. సెక్షన్ 325 క్లాజ్-3 నిందితుణ్ని బాగా దగ్గర బంధువుల సంరక్షణలో ఉంచాలని వివరించింది. అందువల్ల ఈ చివరి సెక్షను ప్రకారం నిందితుణ్ని అతని అక్క సంరక్షణలో ఉంచాలని తీర్పునిస్తున్నాం. అతన్ని వాళ్ళతోపాటు అమెరికా వెళ్ళడానికి అనుమతినిస్తున్నాం".

జడ్జి తీర్పు చదవడం పూర్తవగానే...

అప్పటివరకు నిశ్శబ్దంగా ఉన్న కోర్టులో...

ఒక్కసారి గొడవ మొదలయింది.

(మొదటి అధ్యాయం సమాప్తం)

రెండో అధ్యాయం

ఆకాశం మూర్తీభవించిన స్వచ్ఛతకు మారుపేరులా, మంచు వర్షాన్ని కురిపించబోతున్నట్లుగా మెరుస్తోంది. ఎంత అందంగా ఉందీ ప్రదేశం? హిమాలయాల్లోంచి కైలాస పర్వతం ఎగిరివచ్చి ఆ మైదానంలో వాలినట్లు ఉంది.

ఆ సానువుల నుండి జాలువారుతున్న ఆ సెలయేర్లూ, ఎర్రటి పూలతో మెరుస్తున్న ఆ ప్రకృతి ఎవరికోసమో ఎదురుచూస్తోన్న అభిసారికలా వుంది. ఆ పర్వతాగ్రం పురుషుడిలా వుంది. సాధునయనాలతో, ఆర్తితో ప్రకృతిని ప్రేమతో స్పృశిస్తూంది. ఆ శిఖరం ప్రేయసి పొందుకోసం తహతహలాడే పురుషుడిలా లేదు. చరాచర జగత్తును శాసించే మహాశక్తిలా తను సృష్టించిన జగతిని అనురాగంతో తిలకిస్తున్నట్టు వుంది. ప్రపంచంలో జరిగే అన్యాయాలనూ, ఆ అన్యాయాలని అరికట్టటానికి మనిషి ఏర్పరచుకున్న చట్టాలన్నీ చూస్తూ పరిహసిస్తున్నట్లు వుంది. అంతలో ప్రకృతి మారిపోయింది.

ఆకాశం నిండా నల్లటి మబ్బులు చేరుకున్నాయి. ఎక్కడనుంచి వచ్చాయో తెలీదు. ఆ పర్వత మధ్యంలో సెగలు ప్రారంభం అయ్యాయి. ఎక్సరే కళ్ళతో చూస్తున్నట్లు అంతర్భాగంలో ఉన్న కల్మషం అంతా కనిపిస్తోంది. భూమి లావాలా మరుగుతోంది. క్షణంలో ఎంత భీభత్సంగా తయారయింది! అప్పటి ఆ దివ్యమంగళ పురుషుడు ఇప్పుడు భయంకరమైన కోరలతో రాక్షసుడిలా కనిపిస్తున్నాడు. ఇదే అతని అసలయిన రూపమా? ఆ లావాని ఉండలుగా చుట్టి విసురుతున్నాడు. చెట్లూ, చేమలూ కాలిపోతుంటే చూసి వికటాట్టహాసం చేస్తున్నాడు.

ఎవరో స్త్రీ, అటే వెళుతోంది చూసుకోకుండా. అమాయకంగా నవ్వుతూ వెళుతున్నది. ఆ భయంకర రూపాన్ని ప్రేమపూరితంగా చూస్తూ నన్నేం చెయ్యలేడు అన్న ధీమాతో నడుస్తోంది.

అరే, అది పద్మజ కదూ, ఎక్కడినుంచి వచ్చింది?

"అక్కా ఆగు అటువెళ్ళకు" దిక్కులు పిక్కటిల్లేలా అరిచింది హిమజ నిద్రలోనే.

పద్మజ వినడంలేదు. చిరుహాసంతో అలాగే వెళుతోంది నిర్భయంగా.

అయ్యో, వాడు విసిరిన నిప్పు బంతిలా వచ్చి పద్మజను కబళించివేస్తోంది.

"అక్కా అక్కా" పరుగెడుతోంది హిమజ. మరుగుతున్న లావాప్రవహిస్తూ అడ్డం వచ్చింది.

"అక్కా...!" భయంతో మెలుకువ వచ్చి లేచి కూర్చుంది హిమజ.

ఒళ్ళంతా చెమటలు పట్టాయి. ఈ మధ్య రోజూ యిలాంటి కలలు వస్తున్నాయి. పద్మజ ఎప్పుడో కాకుండా యిప్పుడే హత్యచేయబడినట్లుగా అనిపిస్తోంది. ఏమిటీ కలకు అర్థం?

హిమజ లేచి బాల్కనీలోకి వచ్చింది. దూరంగా మినుకు మినుకు మని వెలుగుతూ దూరమవుతోంది విమానం. నన్నెవరూ అందుకోలేరు అన్న ధీమాతో.

గిరి వెళ్ళిపోయాడు. ఎవరికీ అందనంత దూరంగా. తననుంచీ, చట్టాన్నించీ తప్పించుకుని, ఉన్న ఒకే ఒక్క రక్తబంధువునీ దూరంచేసి విజయగర్వంతో ఎగిరిపోయాడు. ఒక్కమాటైనా అనలేదు పద్మజ గురించి. తప్పు చేశానన్న భావం ఏ కోశానా కనిపించలేదు. సాగర్ కంట్రోల్‌చేసి ఉండకపోతే ఏం చేసి ఉండేదో తను? తన నిస్సహాయతని తలుచుకుంటుంటే హిమజ కళ్ళలో నీళ్ళు తిరిగాయి. మంచంమీద పడి దిండులో ముఖం దాచుకుని వెక్కి వెక్కి ఏడ్వసాగింది. గుండెలోని ఆవేదనంతా కన్నీళ్ళ రూపంలో వదిలించుకుందామని.

కింద ఫోను మోగుతోంది.

అర్థరాత్రి ఎవరు చేసి ఉంటారు? ఎవరో ఓదార్చడానికో, ఒంటరిగా ఉన్నందుకు జాలిపడుతూ నిట్టూర్చడానికో చేసి ఉంటారు. ఎవరితోనూ మాట్లాడా లనిపించటం లేదు.

కింద శివయ్య కాబోలు ఫోన్ తీసి మాట్లాడుతున్నాడు. అంతగా అవసరమైతే పిలుస్తాడులే అనుకుంది.

శివయ్య పిలువలేదు. ఆమె తిరిగి కళ్ళు మూసుకుంది. ఎవరిమీదో తెలియని కోపం, కసి, కక్ష మిళితమై గుండెల్ని కోసేస్తున్న బాధ.

తిరిగి నిద్రపోవటానికి ప్రయత్నించింది హిమజ మరో పీడ కలకు ఆహ్వానం పలుకుతూ. ఆ ఫోన్‌లోనయినా మాట్లాడి ఉంటే మనసు కాస్త డైవర్టు అయ్యేదేమో?

* * *

అదే సమయానికి పారిస్‌లో...

ఫోన్ డిస్కనెక్ట్ చేసి ఆలోచనలో పడింది జూలీ క్లాడ్.

హిమజ యింట్లో లేదట. టైం చూసుకుంది. పదవుతోంది. అంటే ఇండియాలో రాత్రి రెండు దాటింది. ఈ సమయంలో ఎక్కడకెళ్ళి వుంటుంది? ఫోన్లో మాట్లాడిన నౌకరు వచ్చీరాని ఇంగ్లీషులో హిమజ లేదని చెప్పాడు. పేపరూ, పెన్ను తీసుకుని వ్రాయడం మొదలుపెట్టింది ఆమె.

"ప్రియమైన హిమజా!

నా పేరు జూలీక్లాడ్. మీ అక్కయ్య పద్మజ యిక్కడకు వచ్చినప్పుడు మాకు స్నేహం కలిసింది. మీ యింటి అడ్రస్సూ, ఫోన్ నెంబరూ తనే యిచ్చింది నాకు. ఉత్తరాలు వ్రాస్తుండమనీ, మీతో కలం స్నేహం చేసుకోమనీ అనేది. ఇలాంటి పరిస్థితిలో ఉత్తరం వ్రాయవలసి వస్తుందని కలలో కూడా అనుకోలేదు.

విచిత్రమైన పరిస్థితిలో పద్మజ మరణం గురించి యిప్పుడే ఒక మ్యాగజైన్‌లో చదివాను. పుస్తకం తిరగేస్తుంటే పద్మజ ఫోటో కనిపించింది. ఆశ్చర్యంగా తీసి చూశాను. తను చనిపోయిందనీ, హత్య చేయబడిందని చదవగానే నన్ను నేను కంట్రోల్ చేసుకోలేక పోయాను. వెంటనే మీకు ఫోన్ చేసాను. మీరు ఇంట్లో లేరని చెప్పారు. మళ్ళీ ఆలోచిస్తే అనిపించింది. ఫోన్లోకంటే ఉత్తరం ద్వారా మీకు వివరంగా విశదంగా తెలియపర్చవచ్చునని.

ఎంతోమంది భారతీయులను అంతకుముందు చూసినా, కొద్ది మందితో పరిచయం ఉన్నా, పద్మజను చూడగానే చాలా అభిమానం కలిగింది. కొంతమందిని చూడగానే ఎన్నాళ్ళగానో తెలిసిన వాళ్ళనిపిస్తుంది. మరి కొందరితో కొద్ది పరిచయంతో సన్నిహితులవుతాం. పద్మజను చూడగానే పాత స్నేహితురాలిని చూసినట్లనిపించింది. నాలుగు రోజుల పరిచయంలోనే ఎంతో దగ్గర స్నేహితులమయ్యాం. నేనొక జర్నలిస్టు ననగానే, మీ గురించి చెప్పింది. తనతో ఎంతసేపు మాట్లాడినా

తనివితీరేది కాదుగానీ తనకు మాత్రం నాతో ఎక్కువసేపు గడపడానికి వీల్లేని పరిస్థితి. నన్ను మీ దేశం రమ్మని ఆహ్వానించింది. అలాంటి వ్యక్తి ఈ రోజు హత్యచేయబడిందనీ, అందులోనూ భర్త చేతుల్లోనే చచ్చిపోయిందనీ తెలిసి నన్ను నిగ్రహించుకోలేక పోతున్నాను. నాలో రేకెత్తిన అనుమానాలను మీకు తెలియపరచకుండా వుండలేక పోతున్నాను.

నేను చదివిన పుస్తకంలో కేసు గురించి పూర్తి వివరాలు వ్రాశారు. అది చదువుతుంటే నా కనిపించింది. ఇదేదో పకడ్బందీగా ఎన్నాళ్ళగానో వేసుకున్న ప్లాన్ అని. మీ బావ గిరిధర్‌ని ఇక్కడ చూశాను. సైకాలజీ మెయిన్‌గా చదువుకున్న నాకు కనిపించిన ప్రతీ మనిషినీ పరీక్షించి చూడటం అలవాటు. మీ అక్కయ్యను చూడగానే ఎంత అభిమానం కలిగిందో గిరిధర్‌ను చూడగానే అతనిలో ఏదో అస్వాభావికత కనిపించింది. అతను నవ్వుతూ మామూలుగా మాట్లాడుతున్నా నటిస్తున్నట్లుగానే అనిపించేది నాకు. అతనిలో ద్వంద్వ ప్రవృత్తి స్పష్టంగా కనిపించేది. అయితే మాటల సందర్భంలో మీ అక్కయ్యకు అతనిమీద ఉన్న భక్తీ, అనురాగమూ గమనించాక ఏమీ చెప్పలేక పోయాను. ఎంత ఆరాధిస్తుంది ఈమె భర్తను అని ఆశ్చర్యపోయాను. అసలు భారతీయ సాంప్రదాయమే అదనీ, భర్తని దైవంగా పరిగణిస్తారనీ తను చెప్పింది. అందుకే వాళ్ళలో బలహీనతలు కూడా కనిపించవేమో. అతను నా వేపు చూసే చూపులకు అర్థం తెలిసివుంటే ఆమె అతన్ని అంతగా పూజించగలిగేదా? ఏది ఏమయినా మీ అక్కయ్య హత్య విషయంలో గిరిధర్ అమాయకుడంటే నమ్మలేక పోతున్నాను. కారణం అప్పుడు నాలో రేకెత్తిన కొన్ని అనుమానాలు.

మీ అక్కయ్య ఇక్కడకు వచ్చింది దేశరక్షణ విషయమై డిఫెన్స్ మినిస్టర్స్ కాన్ఫరెన్స్ కోసం. రెండుదేశాల మధ్య ఆయుధాల కొనుగోలుకు సంబంధించిన అతి ముఖ్యమైన ఒప్పందాలు జరిగాయి. జర్నలిస్టుని గాబట్టి మీ అక్కయ్య ప్రాముఖ్యం నాకు బాగా తెలుసు. అందువల్ల ఆమె దగ్గర ఆ విషయాలేవీ ప్రస్తావించేదాన్ని కాదు. ఒకరోజు సాయంత్రం తను కాస్త ఫ్రీగా ఉంటాననీ గిరిధర్ కూడా ఏదో వ్యాపార చర్చల నిమిత్తం వెళతానన్నాడనీ, సియాన్ నదికి షికారు కెళదామనీ అంది పద్మజ. తను చెప్పిన సమయానికి కాస్త ఆలస్యంగా తన గదికి వెళ్ళాను హడావిడిగా. అప్పటికి గదిలో పద్మజ లేదు. గిరిధర్ ఉన్నాడు. అతన్ని

చూసి ఆశ్చర్యపడ్డాను. నన్నుచూసి అతను గాభరా పడుతున్నాడు. కానీ అతను మంచి నటుడు సుమా. ఆ విషయం నాకు తెలియకూడదని చాలా జాగ్రత్తపడ్డాడు. కాని మనిషి ముఖకవళికలూ, మాటలే కాకుండా శరీరపు కదలికలు కూడా అతని ప్రవృత్తిని తెలియజేసాయి. అతనెందుకు గాభరా పడుతున్నాడోనని క్యాజువల్‌గా గదిని పరిశీలించాను. నా అనుమానం గదిలో వేరే ఎవరో వున్నారని, కానీ ఎవరూ లేరు.

"మీరు పద్మజతో బయటకు వెళ్ళలేదా" అని అడుగుతున్నాడతను. అంటే ఆమె గదిలో ఉండదని తెలిసి అతడు తిరిగి వచ్చాడా? అంతలో మంచంమీద ఫైలుమీద పడింది నా దృష్టి. అందులోంచి అతనేదో కాపీచేస్తున్నట్లుంది. తెల్ల కాగితాలు కనిపించాయి. ఆ ఫైలు అతని వ్యాపారానికి సంబంధించినదేమో, నాకు తెలియదు. కానీ అలాగయితే అతను గాభరాపడడం దేనికీ? ఫైలు అట్టమీద పడింది నా దృష్టి. అది ఫ్రెంచి గవర్నమెంటు ఫైలులా అనిపించింది. ఒకవేళ పద్మజే అతన్ని ఏదైనా కాపీ చేయమన్నదేమో అనుకుని వెళ్ళిపోయాను.

మర్నాడు వాళ్ళు వెళ్ళిపోతున్నారని కలవడానికి వెళ్ళాను. గది లోపల ఆమె, గిరిధర్ వున్నారు. కాని అతని స్వరం వేరుగా వుంది. వాళ్ళిద్దరూ ఏదో గమ్మత్తుగా మాట్లాడుకుంటున్నారు. నాకు అర్థం కాలేదు. ఆ విషయం చాలా గమ్మత్తుగా అనిపించింది. ఈ రోజు పుస్తకంలో గిరిధర్ గురించి చదువుతున్నప్పుడు అతను ఎందుకు అలా ప్రవర్తించాడో తెలిసింది. ఎందుకు చేశాడో తెలియదుగాని చాలా చక్కగా నటించాడప్పుడు. ఒక సైకాలజీ రీసెర్చి స్కాలర్‌గా ఆ విషయాన్ని గుర్తించాను. నా అభిప్రాయం ప్రకారం అప్పటినుంచి అతనేదో ప్లాన్‌లో ఉన్నాడని స్పష్టమౌతోంది. ఇదంతా ఇప్పుడు రుజువు చెయ్యలేం. కానీ ఈ విషయం మీకేమైనా ఉపయోగపడుతుందేమోనని రాస్తున్నాను.

అంతకు ముందురోజు వాళ్ళ గదికి నేను వెళ్ళినపుడు గిరిధర్ ఎంతో ఉత్సాహంగా ఫారిన్ విశేషాలు "నన్ను అడిగి" తెలుసుకున్నాడు. నేనూ కూర్చుని అన్నీ వివరించి చెప్పాను. మర్నాడు వాళ్ళు వెళ్ళిపోతున్నారని వీడ్కోలు చెప్పడానికి వెళ్ళాను. గది బయటకే వాళ్ళ మాటలు వినిపిస్తున్నాయి. నేను ఆగిపోయాను. నా దగ్గరనుంచి తెలుసుకున్న అక్కడి ట్రయంఫ్ నోటర్ కాథడ్రల్ విశేషాలను చూసినట్లుగా స్వరం మార్చి పద్మజకు చెబుతున్నాడు గిరిధర్. అప్పుడు నాకు అర్థం

కాలేదు. కాని ఇప్పుడు ఆలోచిస్తే అనిపిస్తోంది. అతను పద్మజను మోసం చెయ్యడానికి, ఒక ఆత్మలాగా, అన్ని విషయాలు తెలిసినట్లుగా నటించి ఉంటాడని. ఆ అవసరం ఎందుకు కలిగిందతనికి? ఇదేదో కుట్రలా అనిపించడం లేదూ?

ఈ విషయంలో మీకేమయినా సహాయం కావలసివస్తే నేను సిద్ధం. నాకు ఉత్తరం వ్రాసినా సరే లేదా ఫోన్ చేసినా మీకు కావలసిన సహాయం చెయ్యగలను.

– జూలీక్లాడ్"

వారం రోజుల తర్వాత ఉత్తరం అందుకుని చదివిన హిమజ దిగ్భ్రమ చెందింది. ఆ విషయాలు ఆమెను కలచివేశాయి.

ఆ ఉత్తరాన్ని సాగర్‌కి అందజేసింది.

"ఇలాంటి ఆధారాలు మనకు ముందుగానే తెలిసివుంటే కొంత ఉపయోగపడేవి. పరిస్థితి చెయ్యిజారి పోయాక యిప్పుడు తెలిసీ ప్రయోజనం ఏమిటి?" దిగులుగా అంది. "అదీగాక ఈ ఉత్తరం మనకే విధంగా ఉపయోగపడుతుంది? కేవలం మన మనసుల్ని మరింత బాధపెట్టటం తప్ప".

"ఏమీ చేయలేమనీ, అంతా అయిపోయిందనీ ఎందుకనుకుంటున్నావు? ఈ ఆధారాలు మనం రుజువు చెయ్యగలిగేవి కావు. రుజువు చేయగలిగితే ఎన్నేళ్ళ తర్వాతయినా అపరాధిని శిక్షించవచ్చు. జర్నలిస్టుగా నువ్వు ఈ కేసులో ఎంతో చెయ్యగలవు. ఇరవై సంవత్సరాల తర్వాత డేవిడ్ యాలోప్ పరిశోధించి వ్రాసిన నవలల ఆధారంతో ఇద్దరు నిర్దోషులను కోర్టువారువిడుదల చేశారు. తప్పించుకున్న మరోవ్యక్తిని అన్నేళ్ళ తర్వాత శిక్షించటం జరిగింది. గిరిధర్ నేరం రుజువు చేయడానికి కావలసిన ఆధారం దొరకనీ, అతడు అమెరికాలో ఉన్నా, ఆర్కిటికాలో ఉన్నా రప్పిస్తాను" అన్నాడు సాగర్.

"ఇలా ఎందుకు జరుగుతుంది సాగర్! ఒక జడ్జి వాదోపవాదాలు విని అతను నేరం చేశాడని రుజువయిందని శిక్ష విధిస్తాడు. అదేరకమైన వాదనలు విన్న మరో జడ్జి అతను నిరపరాధి అంటాడు. ఎంత అపసవ్యంగా ఉందీ న్యాయవ్యవస్థ".

"జడ్జి అయినా మనిషేకదా, వాద ప్రతివాదాల మీదే అతని తీర్పు ఆధారపడి ఉంటుంది. గిరిధర్ కేసులో తీర్పు నిచ్చిన జస్టిస్ ఏమన్నారు? న్యాయశాస్త్రంలో ఇలాంటి లొసుగులున్నాయనీ వాటిని ఆధారంగా తీసుకుని కొందరు నేరస్తులు తప్పించుకుంటున్నారనీ. తెలివిగల వాళ్ళు నేర్పుగా 'లా' లో ఇలాంటి లొసుగులనే ఉపయోగించుకొని శిక్షపడకుండా తప్పించుకుంటున్నారు".

"కాని గిరిధర్ మీద నేరం నిరూపించడం కష్టంకదూ. అతనిదంతా నటన అని నిరూపించడం జరిగేపని కాదేమో? అదీగాక నిజంగా గిరిధర్ కేవలం స్కిజో ఫ్రెనియా అవస్థలోనే ఈ హత్య చేశాడేమో" నిస్పృహగా అంది.

"దురదృష్టవశాత్తు మానవాతీత శక్తుల మీదున్న నమ్మకం మన వాళ్ళకు మనుష్యుల శక్తిమీద ఉండదు. అందుకే వీళ్ళను మోసం చేయడమంత సులభం మరొకటిలేదు. దైవశక్తి కెంత విలువనిస్తారో దెయ్యాలకి అంత భయపడే జనం మనవాళ్ళు. ఇక గిరిధర్ చెప్పిన భవిష్యవాణి విషయం అంటావా- అతడేం చెప్పాడు? నైజీరియాలో కూ(ప్) గురించి చెప్పాడు. అంతేగా. నైజీరియాతో, వ్యాపార సంబంధాలున్న మనిషి అతడు. ఈ కుట్రలనేవి అప్పటికప్పుడు జరిగేవి కావు. అతడు కొన్ని నెలలుగా ప్లాన్ చేస్తూ ఉండవచ్చు. అటువంటపుడు ఆ కూ(ప్) విషయం తెలుసుకోవడం కష్టంకాదు. ఎందుకంటే ఇలాంటి కుట్రల్లో వ్యాపారస్తుల మద్దతు కూడా వుంటుంది. ఇకపోతే ఆంద్రోపోవ్ మరణం గురించి చెప్పడంలో అసలు ఆశ్చర్యం ఏమీలేదు. ఈ మధ్య మన దేశంలోనే జరిగిందికదా. ఇందిరాగాంధీని పొద్దుట తొమ్మిదింటికి హత్యచేస్తే కారణాంతరాలవల్ల సాయంత్రం వరకూ ఆమె మరణించినట్లు వార్త బయటకు రానివ్వలేదు. బి.బి.సి ఈ వార్త ముందుగా ప్రసారం చేసింది. అలాగే కొన్ని కారణాలవల్ల దేశనాయకుల మరణవార్తలు వెంటనే బయట పెట్టరు. ముఖ్యంగా రష్యాలాంటి కమ్యూనిస్టు దేశాల్లో. అలాంటప్పుడు మరో సోర్స్ ద్వారా ఆ వార్త తెలుసుకోవడంలో వింతేమీలేదు".

"నిజమే సాగర్. నాకది తట్టనేలేదు" విభ్రమంగా అంది హిమజ. సాగర్ సి.బి.ఐ. బ్రెయిన్‌తో సాలోచనగా, తార్కికంగా సమస్యని చర్చిస్తున్నాడు.

"అయితే గిరిధర్ విషయం మనకు తెలిసినట్లు బయట వాళ్ళకు నిరూపించడం కష్టం. మనది వితండవాదం అంటారు. అంతగా కలుషితం అయిపోయాయి మనవాళ్ళ బుర్రలు. మనం ఒక పద్ధతిలో పరిశోధన ప్రారంభించాలి. గిరి గతం గురించి మనకు బాగా తెలియదు. ఈ విషయంలో అతనికి సహాయం చేసినవాళ్ళెవరో తెలుసుకోవాలి. ముఖ్యంగా డాక్టర్ రామకృష్ణకు ఇందులో భాగం వుందా అన్నది".

హిమజ ఉలిక్కిపడింది.

"ఆ డాక్టర్‌కి మేమంటే చాలా అభిమానం సాగర్! ఆయనకు యిందులో సంబంధం వుందంటే నేను నమ్మలేను".

"నిరూపించబడేంతవరకూ అందరూ దొంగలే, అనుమానితులే హిమా! రామకృష్ణ సహాయం లేకపోతే గిరి అంత సులభంగా తప్పించుకునేవాడు కాదు. ఎందుకంటే సెక్షన్ 84 ప్రకారం నిందితుడు నేరం చేసిన సమయంలో మానసికమైన జబ్బుతో బాధపడుతున్నట్లు రుజువు కావాలి".

"అందర్నీ అనుమానించి ఒకవేళ వాళ్ళు నిరపరాధులని తెలిస్తే వాళ్ళకి మనస్తాపం కలిగించిన వాళ్ళమవుతాం. ఎందుకింకా ఈ పరిశోధనలు? పూర్తిగా ఓడిపోయామనే అనిపిస్తోంది".

"ఎందుకంత నిరాశాపూరితంగా మాట్లాడావు హిమా! చదువుకున్న దానివి. నిరాశావాదం పనికిరాదు. మనిషన్నవాడు ఒక ఓటమిని మనసులో పెట్టుకుని ఎప్పటికీ ఓడిపోతూనే ఉంటానన్న నిర్ణయానికి రాకూడదు. ఇప్పుడు మనకు చిన్న ఆధారం దొరికింది. దాని ఆధారంగా ముందుకు సాగుదాం".

"నాకు నమ్మకం కలగడంలేదు సాగర్! కటిక చీకట్లో కనిపించకుండా ఏమని వెదకడం? జరగవలసిన నష్టం జరిగిపోయింది".

"హిమా, ఒక ఉదాహరణ చెప్తాను. ఇప్పుడు వున్నట్లుండి కరెంట్ పోయిందనుకో, అంతకు మునుపెప్పుడో చీకట్లో అగ్గిపెట్టె వెతకబోయి టేబుల్ మీద గ్లాసు పడేసి విరగ్గొట్టావే అనుకో- కాబట్టి నాకేమీ కనిపించదు. ఇలా చీకట్లో కూర్చోవడమే మంచిది అన్నది నెగటివ్ ఫీడ్‌బాక్- నిరాశావాదం- దాన్ని నీలోంచి తీసివెయ్యి, నీకు అగ్గిపెట్టె ఎక్కడుందో తెలుసు. చీకట్లో అయినా కాస్త జాగ్రత్తపడితే తడుముకుంటూ అయినా తీసి వెలిగించగలను అనుకుని మొదలు పెట్టి అలాంటి పాజిటివ్ ఫీడ్‌బాక్ మెదడుకు అందించు. నీకు విజయం లభిస్తుంది. గిరి హంతకుడని మనకు తెలుసు. ఎంత జాగ్రత్తపడినా ఏదో ఒక పొరపాటు కూడా చేసే ఉంటాడు. అతని గది తాళాలు తీసుకురా చూద్దాం".

హిమజ తెచ్చిన తాళంతో గిరి గది తలుపు తెరిచాడు సాగర్. గది నిండా వస్తువులు చిందరవందరగా పడి వున్నాయి.

గదిలోపల నిశ్శబ్దంగా వుంది.

"చివరిసారిగా ఈ గదిలోకి ఎవరు వచ్చారు?" అడిగాడు సాగర్ నిశ్శబ్దాన్ని భంగం చేస్తూ.

"కోర్టునుంచి విడుదలయ్యాక గిరిధర్ అమెరికా వెళ్ళబోయేముందు వచ్చాడు. గదిలో ఒక గంటసేపు వుండి వెళ్ళిపోయాడు. తరువాత నేనే తాళం వేశాను".

"అయితే హడావుడిగా అన్నీ తిరగేసి కావలసినవి పట్టుకెళ్ళిపోయినట్లున్నాడు. అయినా తొందరలో ఏమైనా వదిలేశాడేమో? చూద్దాం" ఒక్కో వస్తువు తీసి, చూసి పక్కన పెడుతూ అన్నాడు.

హిమజ అతనికి సాయం చెయ్యసాగింది.

చాలావరకు గిరిధర్ రోజూ వాడుకునే వస్తువులే కనిపిస్తున్నాయి. బీరువా ఖాళీగా వుంది. బట్టలు కూడా గదిలో నేలమీద పడివున్నాయి. బీరువా లాకర్‌లో కొన్ని రసీదులు, పాత బిల్లులు తప్ప మరేం లేవు. సాగర్ కనిపించిన కాగితాలన్నీ తీసి ఒక పక్కగా పెట్టాడు.

బాత్రూంలో మెడిసిన్ ఛెస్టులో చాలా మందులు కనిపించాయి. చాలా వరకు ప్రతి యింటిలో వుండేవే. ప్రతి సీసాని జాగ్రత్తగా పరిశీలించాడు సాగర్. ఏదీ అనుమానాస్పదంగా కనిపించలేదు.

"మళ్ళీ మొదటికే వచ్చాం.ఏ క్లూ దొరకలేదు కదూ?" అంది హిమజ.

"లేదు. ముందుగా అనుకున్నదే. పద, వెళదాం" బయటకు దారి తీశాడు సాగర్.

"పద్మజ గదిలో ఏమైనా దొరుకుతుందేమో చూస్తే" అడిగింది హిమజ.

"అదీ ఒకసారి చూద్దాం పద".

గది తలుపులు తెరవగానే ఎదురుగా పద్మజ ఫోటో నవ్వుతూ పలకరించింది.

గిరిధర్ గదిలో కాకుండా పద్మజ గదిలో సామానులు ఎక్కడి వక్కడ నీట్‌గా సర్ది వున్నాయి. పద్మజ వ్రాసుకునే టేబుల్ ఖాళీగా వుంది.

"ఆఫీస్ ఫైల్స్, పేపర్లు... అన్నీ వాళ్ళు వచ్చి పట్టుకెళ్ళిపోయారు" అంది హిమజ అతని ఆలోచన గ్రహించినట్లుగా.

సాగర్ మనసులో ఫిరోజ్‌పూర్ నుంచి స్నేహితుడు హరీందర్ సింగ్ ఇచ్చిన టెలిగ్రాం మెదిలింది. పంజాబ్‌లో తీవ్రవాదులకు ఆయుధాలు సరఫరా చేయడానికి తోడ్పడుతున్నది డిఫెన్స్ సెక్రటేరియట్‌లో పనిచేసే ఒక స్త్రీ అని తెలిసిందనీ, అది పద్మజ అని తను అనుమానిస్తున్నాడనీ, మరొక చిన్న ఎంక్వయిరీలో అది కన్‌ఫర్మ్ కావచ్చుననీ తెలియచేశాడతను. హరీందర్ హత్య చేయబడకపోతే అప్పుడే ఈ విషయం బయటకొచ్చేది. అఫీషియల్‌గా పరిశోధన చేయడం జరిగేది. తను పద్మజను రాస్త రనిపెట్టాలనుకుంటుండగానే గుజరాత్ అల్లర్ల గురించి అక్కడకు

పంపారు. దాదాపు నెలపైగా తను అక్కడే వుండిపోవడం, హిమజను దక్షిణదేశం తిరగటానికి పంపడం జరిగింది. అందువల్ల హిమజకు ఇక్కడి విషయాలు ఏమీ తెలియవు.

మొదట్లో తన అనుమానం పద్మజా, గిరీ ఇద్దరూ కలసి నాటక మాడుతున్నారనే... గిరి వ్యాపారానికి పద్మజ డబ్బు ఇచ్చిందని తెలియగానే ఆ అనుమానం మరింత ధృవపడింది. దేశంలో సంచలనం సృష్టించిన కుమార్ నారాయణ కేసులాంటిది తొందరలో మరొకటి బయట పడబోతూందని అనుకున్నాడు.

గిరి పద్మజను హత్య చేశాడని వినగానే ఆశ్చర్యపడ్డాడు తను. అప్పుడే అనుమానం వచ్చింది. పద్మజ నిరపరాధేమోనని, ఆమె మీదకు అనుమానం మళ్ళేలా ప్రయత్నము చేశారేమోనని... కానీ పద్మజకు తెలియకుండా ఈ రహస్యాలెలా బయటకు పొక్కాయి?

“పద్మజ డైరీ వ్రాస్తుండేది గదూ?” అడిగాడు సాలోచనగా.

“అవును, ఇదివరకు రెగ్యులర్‌గా వ్రాసేది. ఇప్పటి సంగతి నాకు సరిగా తెలియదు. కోర్టులో కేసు నడుస్తున్నప్పుడు ఏదయినా ఆధారం దొరుకుతుందేమోనని గదిలో చూశాను. పాతవి కనిపించాయి గాని కొత్తవేం లేవు” బీరువా తెరచి చూస్తూ అంది హిమజ.

“ఏ నేరస్థుడయినా నేరాన్ని కప్పిపుచ్చుకోవడం కోసం చాలా జాగ్రత్తపడతాడు. ఒక్కోసారి అతి జాగ్రత్తతో చిన్న చిన్న పొరపాట్లు చేస్తుంటాడు. వాటినే మనం పట్టుకోవాలి” టేబుల్ సొరుగులో నుండి పుస్తకాలు తీస్తూ అన్నాడు సాగర్. రెండో అరలో పుస్తకాల వెనక కనిపించిందొక కవర్. తీసి చూశాడు. అతని భృకుటి ముడిపడింది.

అవి డిఫెన్సు మినిస్ట్రీ లెటర్ హెడ్స్. లేతపచ్చరంగు కాగితాలు. చాలా ముఖ్యమైన ఉత్తరాలు వ్రాయడానికి ఉపయోగిస్తారు. వాటిమీద ఏమీ వ్రాసిలేదు. క్రింద ఒక పక్కగా పద్మజ సంతకం కనిపిస్తోంది. బ్లాంక్ పేపర్లమీద పద్మజ సంతకాలు పెట్టి ఎందుకుంచినట్టు? ఇవి ఎవరి కంటా పడకుండా ఎలా మిగిలిపోయాయి?

దొరికిన ఆధారాలన్నీ పద్మజను నేరస్తురాలిగా నిలబెడుతున్నాయి.

పద్మజ ఎందుకు చేసిందిలా?

గిరిధర్ కోసమా? అయితే అతను పద్మజను ఎందుకు హత్యచేసినట్లు? వారి మధ్య అభిప్రాయభేదం ఏదైనా వచ్చి వుంటుందా? పార్టీలో కూర్చున్నవాళ్ళు అప్పటికప్పుడు పైకి వెళ్ళి దెబ్బలాడుకున్న విషయం ఏమిటి? పద్మజ ఏ విషయంలోనయినా గిరిని బెదిరించిందా? అదే ఆమె హత్యకు దారితీసిందా? అన్నీ అనుమానాలే. జవాబు దొరకని ప్రశ్నలు.

అరగంట తర్వాత లైబ్రరీ పుస్తకాల మధ్య దొరికాయి పద్మజ డైరీలు. అంత ముఖ్యమైన పేపర్లను గదిలో అశ్రద్ధగా పడేసి ఈ డైరీలు ఎందుకింత జాగ్రత్తగా దాచినట్టు? సాగర్ ఒక డైరీ తెరిచాడు.

నవంబరు 10 :

గిరిధర్ తలపులు ఎందుకో నన్ను చాలా ఉద్వేగ పూరితురాల్ని చేస్తున్నాయి. ఇన్నాళ్ళూ ప్రతి పురుషుడూ శేఖరంతో సహా నన్ను తమతో సమంగా భావించి మాట్లాడేవారు. చాలా కాలం తర్వాత నాలో స్త్రీత్వాన్ని జ్ఞప్తికి తెచ్చి నిదురపోయిన వలపులకు మేల్కొలుపు పాడాడా గిరిధర్ అనిపిస్తోంది. అతని స్పర్శ శరీరాన్ని పులకింపజేసింది. అతడిని భర్తగా పొందిన నేను ఎంత అదృష్టవంతురాల్ని. సెక్స్‌లో స్త్రీని సంతృప్తి పరిచే ఆర్ట్ చాలా కొద్దిమంది మగవాళ్ళకే వుంటుందన్న విషయం గ్రహించడానికి పెద్ద అనుభవం, ఒకరికన్నా ఎక్కువ మందితో సంబంధం అక్కర్లేదు. అనుభూతి, ఆలోచించగల విచక్షణా జ్ఞానం వుంటే చాలు. ఇంత ఆనందంలో ఫోన్లో ఆ వార్త వింటుంటే భయంతో ఒళ్ళు జలదరించింది. అన్ని ఆయుధాలు తీవ్రవాదుల చేతుల్లో పడడం ఎంత భయంకరపరిస్థితి! ఈ దేశ భవిష్యత్తు ఏం కాబోతుంది?

నవంబరు 22 :

హిమజ నేను శేఖరాన్ని వివాహం చేసుకుంటాననుకున్నదిట. అలాంటి అభిప్రాయం నాకెప్పుడూ కలగలేదంటే వింతగా చూసింది. పిచ్చి పిల్ల. రేపు ప్రకాశరావు అంకుల్‌తో చెప్పాలి. ఏమనుకుంటారో?

నవంబరు 30 :

శేఖరం చచ్చిపోయాడు. అందరూ హత్య అనుకున్నారు. కాని నాకు తెలుసు అతనిది ఆత్మహత్య అని. ఎందుకింత పిరికిపని చేశాడు? కనీసం నాతో కాస్సేపు

మాట్లాడితే బాగుండేది. అతని మరణానికి నేనే కారకురాలినా అనిపిస్తోంది. కాని నా తప్పేం లేదని నాకు తెలుసు. ఏమయినా అతని లేని లోటు నాకు కనిపిస్తోంది.

డిసెంబరు 12 :

ఆ రాత్రి అంత భయంకరమైనదవుతుందని కలలో కూడా అనుకోలేదు. శేఖరం ఆత్మ గిరిలో ప్రవేశించటమేమిటి? నాతో మాట్లాడాలని కోరుకోవటమేమిటి? ఇలాంటి వాటిని గురించి ఎప్పుడూ పుస్తకాల్లో చదవడమే గాని ప్రత్యక్షంగా చూడవలసి వస్తుందని అనుకోలేదు. శేఖరం చనిపోయిన రోజు నుండీ నాలో అంతర్లీనంగా వున్న భయం ఎందుకో ఈ రోజే అర్థమవుతుంది.

మరో డైరీ తెరిచాడు సాగర్.

జనవరి 20 :

గిరిధర్ మంచితనం ఇప్పుడు మరింత తెలుస్తూంది. తన డబ్బు అంతా ఫ్రీజ్ అయి అవస్థలు పడుతున్నా కూడా నా దగ్గర నుంచి పైసా కూడా తీసుకోడానికి ఇష్టపడడంలేదు. తననుచూస్తే ఒక రకంగా బాధగా వున్నా తన వ్యక్తిత్వాన్ని నిలబెట్టుకోవడం చూస్తే చాలా తృప్తిగా, గర్వంగా వుంది.

"ఒక్కోసారి అర్థంలేని పట్టుదలకు 'వ్యక్తిత్వం' అన్న పేరుపెట్టి గర్వపడుతుంటారు కొందరు".

సాగర్ నవ్వుకున్నాడు. మరో పేజీ తిప్పాడు.

ఫిబ్రవరి 10 :

గిరిధర్ మామూలు మనిషయ్యాడు. వాళ్ళ అక్కయ్య డబ్బు పంపిందట. తిరిగి బిజినెస్‌లో పడ్డాడు. ఉత్సాహంగా ఉన్నాడిప్పుడు.

ఆఫీసులో పని ఎక్కువగా వుంటోంది. శేఖరం ఆత్మసహాయం లేకపోతే తట్టుకోలేకపోయేదాన్ని. ఈ మధ్య అలసటతో నిద్ర ఎక్కువవ్వుతున్నట్లనిపిస్తోంది. మత్తుగా నిద్రపోతున్నాను. ఒక్కోసారి శేఖరమే పని పూర్తిచేసి పెడుతున్నాడు. శేఖరం సీట్లో ఇంకా ఎవర్నీ వేయలేదు. ఆ పని వత్తిడి తెలియటంలేదు.

సాగర్ ఆలోచనలోపడ్డాడు. డైరీలో అబద్ధం రాసి వుండదు పద్మజ. అబద్ధమే అయితే రాయాల్సిన పనిలేదు. మరోచోట పద్మజ రాసింది ఆకర్షించిందతన్ని.

మే 15 - చండీఘర్ :

గిరిధర్‌ని నాతో రమ్మని బ్రతిమాలినా రాలేదు. అర్జంటుగా బెంగుళూరు వెళ్ళాలంటూ వెళ్ళిపోయాడు. ఇవ్వాళ మీటింగ్‌లో సరిగ్గా మాట్లాడలేకపోయాను.

అందరూ నావైపు వింతగా చూస్తున్నారనిపించింది. శేఖరం గురించి ఏమైనా తెలిసిందేమోనని అనుమానం వచ్చింది. అలాంటి విషయాలే అంగరిలో ఆసక్తిని కలిగిస్తాయి. కాని నిజం తెలిసిన తర్వాత చాలా బాధగా అనిపించింది. తీవ్రవాదులకు సహాయం అందజేస్తున్న వాళ్ళలో గవర్నమెంటు ఆఫీసర్లు కూడా వున్నారట, స్త్రీలు కూడా. అందుకే అందరూ నన్ను అనుమానంగా చూస్తున్నారేమో? ఆ చూపులు నేను అర్థం చేసుకోలేకపోయానేమో? ప్రభుత్వ యంత్రాంగం రోజు రోజుకీ దిగజారిపోతున్నది. డబ్బుకోసం కన్న తల్లినే అమ్ముకుంటున్నారు. ఎంత దారుణం! తలుచుకుంటేనే తల తిరుగుతోంది. ఒక పక్క ఎంత త్యాగం చేసి స్వాతంత్ర్యం సంపాదించుకున్నదీ గొంతెత్తి చెప్పుకుంటూ అది సంపాదించుకుని నలభై ఏళ్ళయినా కాకుండానే దేశాన్నే అమ్ముకునే స్థితికి దిగజారిపోయాం. నేనూ ఒక అనుమానితురాలినే అన్న ఆలోచనే భరించలేనిదిగా ఉంది.

"శేఖరం" తో మాట్లాడాలనిపిస్తోంది. చచ్చిపోయాకే శేఖరం ఇంకా దగ్గరయ్యాడు అనిపిస్తోంది. అతని ప్రేమను గుర్తించలేక పొరపాటు చెయ్యలేదు కదా? ఒకప్పుడు శేఖరం డైరీలు చదువుతుంటే కోపం వచ్చేది. ఇప్పుడు అవి చదువుతుంటే మనశ్శాంతిగా ఉంటోంది. నేనేమైనా తప్పు చేస్తున్నానా? ఇలా ఆలోచించడం తప్పేమో! గిరిధర్‌కు అన్యాయం చేస్తున్నానేమో? త్వరలో పారిస్ ప్రయాణం ఉంది. స్థలం మార్పుతోనే మేము మరింత దగ్గరవ్వాలి.

మే 10 :

పంజాబ్ ఈస్టరన్ సెక్టారులో ప్రభుత్వం తీసుకోవలసిన జాగ్రత్తల గురించి శేఖరం రాసి పెట్టారు రాత్రి. కాని ఆ సూచనలు పాటిస్తే తీవ్రవాదులకు సహాయం చేసిన వాళ్ళమవుతామని అనుమానంగా వుంది. ప్రకాశరావు అంకుల్ కూడా అదే అన్నారు. ఫ్రాన్సునుంచి రాగానే దీని విషయం ఆలోచించాలి.

డైరీ మూసేసి పేపరూ, పెన్నూ తీసుకున్నాడు సాగర్. హిమజ ఉత్సాహంగా ముందుకు వంగింది. పద్మజ డైరీని ఆమె కూడా అతని భుజం వెనుకనుంచి చదివింది. చదివేకొద్దీ అక్క నిర్దోషిత్వం బయట పడడం ఆమెకి సంతోషాన్నిచ్చింది. ఈ లోపులో సాగర్ రాయడం మొదలు పెట్టాడు.

1. డైరీవలన పద్మజ దేశద్రోహి కావడానికి వీల్లేదనిపిస్తోంది. అయితే ఆమెను దేశద్రోహిగా రుజువు చేయడానికి ప్రయత్నాలు జరిగాయి. వీటి వెనుక ఉంది ఎవరూ? లేక ఈ డైరీలు కూడా నాటకమా?

2. ఒకవేళ గిరిధర్‌కు ఇందులో భాగముంటే అతను పొందిన లాభం ఏమిటి? లాభం పొందుతున్నవాడు హత్య ఎందుకు చేశాడు?

3. గిరిధర్ పెళ్ళికి పూర్వ జీవితం గురించి ఎవరికీ తెలియదు. అతని గదిలో ఎలాంటి వివరాలూ దొరకలేదు. ఇది పరిశోధించాల్సిన విషయం.

4. శేఖరం డైరీలు ఎక్కడా కనిపించలేదు. వాటిలో ఏదయినా దొరికే అవకాశముందా?

గది బయట ఏదో నీడ పడినట్లనిపించి శబ్దం చేయకుండా లేచాడు సాగర్. అతని అనుమానం నిజమన్నట్లు శివయ్య మెట్లదగ్గర శుభ్రంచేస్తూ కనిపించాడు. సాగర్ అడుగుల చప్పుడు విని తలెత్తాడు అతను.

"ఏం కావాలి సాగర్ బాబూ?" అడిగాడు అమాయకంగా.

"ఏం లేదు" గదిలోకి వచ్చేశాడు.

"శివయ్య కూడా కోర్టులో దెయ్యం పట్టినట్లు మాట్లాడాడు. ఆ విషయం మనం మర్చిపొయ్యాం. శివయ్యకూ ఇందులో భాగం ఉందేమో? అతన్ని కాస్త కనిపెడుతుండు హిమా!"

భయంగా అతనివేపు చూసింది హిమజ.

"ఈ దుస్వప్నం ఇంకా పూర్తికాలేదంటే భయంగా ఉంది సాగర్! నువ్వే లేకపోతే నేనేమైపోయేదాన్ని?"

బేలగా మాట్లాడుతున్న ఆమెను దగ్గరగా తీసుకున్నాడు సాగర్.

"ఈ బేలతనం, పిరికితనం పనికిరావు హిమా! పద్మజ విషయమే చూడు. మూర్ఖత్వంతో, పిచ్చి నమ్మకాలతో తన జీవితాన్ని తనే నాశనం చేసుకుంది. అంత తెలివిగలది కదా, ఒకసారి ఆలోచించి ఉంటే తనెలాంటి ఉచ్చులో యిరుక్కున్నదీ గ్రహించగలిగేది".

"తరతరాలనుంచీ రక్తంలో జీర్ణించుకుపోయిన మూఢనమ్మకాలు అంత త్వరగా సమసిపోవేమో సాగర్".

చిన్నగా నవ్వాడు సాగర్.

"దీనంతటికీ కారణం ఏమిటో తెలుసా హిమా! ఆలోచనారాహిత్యం. మనం నమ్మే పిచ్చినమ్మకాలను, ఆచారాలను గురించి ఒక్కసారి నిశితంగా పరిశీలిస్తే మనకే అర్థమవుతుంది. లోపం ఎక్కడ ఉందో, పద్మజ విషయమే చూడు. ప్రేతాత్మల గురించిన పుస్తకాలతోపాటు తను సైకియాట్రి పుస్తకాలలో స్కిజోఫ్రెనియా గురించి

చదివి ఉంటే గిరిధర్ విషయం అర్థమయిపోయేది. పద్మజేకాదు, చాలామందికి సినిమాలు చూడడానికీ- గంటల తరబడి పేకాటలతో కాలక్షేపం చెయ్యడానికీ దొరికే సమయం కాసేపు ఆలోచించడానికి, ఒక మంచి పుస్తకం చదవడానికి ఉండదు. వందల మైళ్ళయినా ప్రయాణంచేసి ఒక గుడిని దర్శించడానికి తీసుకున్న శ్రమ, ఉన్న ఊళ్ళోనే ఒక మేధావి ఉపన్యాసం వుంటే వెళ్లి వినే తీరిక దొరకదు. అయినా ఈ అనవసరపు మాటలతో సమయం వృధా చేయడం దేనికిగాని నేను వెళ్ళొస్తాను".

మెట్లు దిగుతూంటే గేటు బయటకు నడుస్తున్న శివయ్య కనిపించాడు.

"శివయ్య ఎక్కడికి వెళుతున్నాడు తాయారూ?" అడిగింది హిమజ.

"ఫోన్ వచ్చిందమ్మా! బంధువులెవరో ఊరినుంచి వచ్చారట, స్టేషన్‌కు వెళ్ళాలని చెప్పాడు".

వస్తానన్నట్లు హిమజవేపు చూసి స్కూటర్ స్టార్టు చేశాడు సాగర్.

శివయ్య ఆటో ఎక్కుతున్నాడు. ఒక్కక్షణం తటపటాయించి వెనకే స్కూటర్ పోనిచ్చాడు సాగర్. ఆటో స్టేషన్‌వేపు వెళ్ళడంలేదు. చాలా చుట్టూ తిరిగి కొత్తగా కట్టిన కాలనీవేపు మళ్లింది.

సాగర్‌కు అర్థమైంది అతనెక్కడకు వెళుతున్నాడో.

డాక్టర్ రామకృష్ణ ఈ మధ్యనే రెండంతస్తుల ఇల్లు కట్టుకున్నాడీ కాలనీలో. శివయ్య ఆటో గిది ఇంట్లోకి వెళ్ళడం చూడగానే సాగర్ స్కూటర్ వెనక్కి తిప్పాడు.

అనుకున్న తీగ లాగితే ఒకోసారి అనుకోని డొంక కదలొచ్చు.

11

"నమస్తే అంకుల్!"

మొక్కల దగ్గర చేస్తున్న పనిని ఆపి వెనక్కి తిరిగి చూశారు ప్రకాశరావు. సాగర్‌ని చూడగానే ఆయన ముఖం వికసించింది.

"ఓ, సాగర్ రా, కూర్చో!" ఆప్యాయంగా ఆహ్వానించారు.

కుర్చీలో కూర్చుని తోటంతా పరిశీలించి చూసాడు సాగర్. రకరకాల పూలచెట్లు విరగబూసి ఉన్నయ్.

"చెప్పు" నౌకరు తెచ్చిన కప్పు అందిస్తూ అన్నారు.

"అంకుల్! మీరు పద్మజతో చాలా సన్నిహితంగా వుండేవారు. తన మరణం మిమ్మల్ని చాలా కృంగదీసిన విషయం నాకు తెలుసు. పద్మజ హత్య గురించి మీరేమనుకుంటున్నారు?" సూటిగా విషయంలోకి వస్తూ అన్నాడు సాగర్. ప్రకాశరావుగారికి నాన్చుడాలూ, ఉపోద్ఘాతాలూ ఇష్టం ఉండవని తెలుసతనికి.

"నిజం చెప్పాలంటే అది ఒక మిస్టరీగానే ఉండిపోయింది. నాకు ఈ దెయ్యాలమీదా, ప్రేతాత్మలమీద నమ్మకం లేదు. పద్మజ మొదట గిరి గురించి చెప్పినప్పుడు నమ్మలేక పోయాను. అంతేకాదు పద్మజను మందలించాను కూడా. రామకృష్ణ కూడా అంత ఆలోచనా రహితంగా అలా చెప్పేదేమిటి అని కోప్పడ్డాను. కానీ నా కళ్ల ఎదురుగానే జరిగిన కొన్ని సంఘటనలతో ఏదీ అర్థం కాకుండా పోయింది. గిరి అచ్చం శేఖరంలా ప్రవర్తించడం, పోనీ అది నటనేమో అనుకుంటే చేతివ్రాత కూడా శేఖరం వ్రాతలా మారిపోవడం, స్వరం కూడా ఉన్నట్లుండి మారడం చాలా ఆశ్చర్యకరంగా అనిపించేది. అందులోనూ నాకు తెలిసినంత వరకూ వారిద్దరూ అపరిచితులు. అందుకే నేనేమీ చెప్పలేకుండా వున్నాను. అదంతా ఒక కలలా అనిపిస్తోందిప్పుడు. ఆ విషయం ఆలోచించినకొద్దీ మనస్తాపం తప్ప మరేం మిగలడంలేదు. అందుకే ఆ ఆలోచన రాకుండా పనిలో మునిగి పోతున్నాను".

"సారీ అంకుల్! మర్చిపోతున్న విషయాన్ని గుర్తుచేసి మిమ్మల్ని బాధ పెడుతున్నానని తెలుసు. కాని తప్పడం లేదు".

"ఫర్వాలేదు సాగర్, నిస్సంకోచంగా అడుగు" కాస్త తేరుకుని అన్నారాయన.

"గిరిధర్ మీకు చాలా కాలంగా తెలుసా అంకుల్?"

"లేదు, గిరితో నా పరిచయం కొద్దికాలంగానే. వాళ్ళ అక్కయ్య సుందరి నాకు చాలా కాలంగా తెలుసు. అప్పట్లో గిరి హాస్టల్లో వుండి చదువుకునేవాడు. అతన్ని ఒకటి రెండుసార్లు చూశానంతే. సుందరి ఉత్తరం వ్రాసిన మీదట గిరిధర్‌ను మా ఇంటికి ఆహ్వానించాను. అప్పుడే అతనితో బాగా పరిచయమయింది. మంచి వ్యాపార దక్షత కలవాడు. చాలా కొద్దికాలంలోనే బాగా పైకి వచ్చినవాడు. అతనంటే గౌరవం కలిగింది. అతని బుద్ధి కుశలతకు ముచ్చటేసింది. నీకు తెలుసా సాగర్? అతనికి రాధనిచ్చి పెళ్ళి చేయాలనే ఉద్దేశ్యం నాకుండేది. కాని ఈ లోపునే, పద్మజకు అతనితో పరిచయం కావడం, వాళ్ళిద్దరూ పెళ్ళిచేసుకోవాలనుకోవడం. జరిగిపోయింది. పద్మజ కూడా నాకు కూతురులాంటిదే. అభ్యంతరం చెప్పాల్సిన

అవసరం కనిపించలేదు. అంతకంటే గిరి గురించి వివరంగా చెప్పడానికేం లేదు".

"సరే అంకుల్! నే వస్తానింక థ్యాంక్యూ" లేచి నిలబడ్డాడు సాగర్.

"అలాగే సాగర్! అప్పుడప్పుడూ వస్తూండు. నీకేం అవసరం వచ్చినా నేనున్నానని మర్చిపోకు".

* * *

కంట్రోలర్ ఆఫ్ ఇంపోర్టు అండ్ ఎక్స్‌పోర్ట్ ఆఫీసునించి బయటకు వచ్చాడు సాగర్. అతడికి కావల్సిన వివరాలు దొరికాయి.

వీనస్ ఇంపోర్ట్ అండ్ ఎక్స్‌పోర్ట్ కంపెనీ అయిదేళ్ళ క్రితం ప్రారంభించబడింది. హైద్రాబాద్, విశాఖపట్టణంలోనే కాకుండా వాళ్ళ బ్రాంచీలు గుజరాత్‌లోని అహ్మదాబాద్‌లో, రాజస్థాన్‌లోని శ్రీ గంగానగర్‌లో కూడా వున్నాయి. రెడీమేడ్ దుస్తులు, టీ వగైరా ఎగుమతి చేస్తూ, కోకో, కొన్ని మెషిన్ పార్ట్సు దిగుమతి చేస్తున్నారు. వాళ్ళ బిజినెస్ అంతా ఆఫ్రికన్ దేశాతోనే జరుగుతుంది. సంవత్సరంలో టర్నోవర్ పాతికలక్షల పైగా వుంది. కంపెనీ మంచి లాభంలో వుంది. టాక్స్ రిటర్న్సు అన్నీ సవ్యంగా సబ్మిట్ చేస్తున్నారు. కంపెనీ మీద ఇంతవరకూ ఎలాంటి అభియోగం లేదు. గిరిధర్ కాకుండా మరో ఇద్దరు భాగస్తులున్నారు. అందులో ఒకరు గుజరాతీ. గుజరాత్‌లో బ్రాంచి వుండడానికీ కారణం అదే కావచ్చు.

ఇవీ వివరాలు.

సాగర్ ఆలోచనలో పడ్డాడు. అఫీషియల్‌గా తను కేసు పరిశోధించటానికి అనుమతి దొరక్కపోవచ్చు. స్వంతంగా బాధ్యత తీసుకుని చెయ్యాలనుకుంటే తను కొన్ని న్యాయ విరుద్ధమైన పనులు చెయ్యక తప్పదు. సాగర్‌కు నవ్వు వచ్చింది. తన చేతిలో ఐడెంటిఫికేషన్ పట్టుకుని చేసిన పని న్యాయసమ్మతం. అది లేకపోతే న్యాయవిరుద్ధం. ప్రభుత్వము న్యాయవిరుద్ధమైన పనులు చేయడానికి తనకో లైసెన్సు ఇచ్చింది.

ఇప్పుడు నిర్ణయించుకోవాల్సింది- తను ఏం చెయ్యాలి?

ఒక నిర్ణయానికి వచ్చాడు సాగర్.

* * *

మేకప్ ముగించుకుని అద్దంలో చూసుకున్నాడు. దాదాపు నలభై అయిదేళ్ళ వ్యక్తిలా వున్నాడు. త్రీపీస్ సూట్‌లో కాస్త లావుగా కనిపిస్తున్నాడు. గుబురుమీసాలు, కళ్ళజోడు ముఖాన్ని కొద్దిగా కప్పేశాయి. సినిమాల్లో చూపించినట్లు చిన్న గెడ్డం, కళ్ళజోడు పెట్టుకోగానే రూపం మారిపోతే ఎంత బాగుంటుంది అనుకున్నాడు. వేషం మార్చుకోవడం అంత సులభంకాదని అనుభవం వున్న వాళ్ళకి తప్ప తెలియదు.

ఫోన్ తీసి నెంబరు డయల్ చేశాడు.

"హోటల్ దిల్‌కుషా" వినిపించిందొక స్వరం.

"రూం నెంబరు మూడువందల ఒకటి" అడిగాడు.

అవతల వాళ్ళు ఫోన్ తీయగానే డిస్కనెక్ట్ చేసి మళ్ళీ చేశాడు. ఈసారి 202కి. ఈసారి అతని ప్రయత్నము ఫలించింది.

"జవాబు లేదు సర్!" చెప్పింది ఆపరేటరు. (రూమ్‌లో వాళ్ళు బయటకు వెళ్ళిన ఏదైనా ఒక రూమ్‌కోసం వెతుకుతున్నాడు అతడు)

"అరే మిస్టర్ షా గదిలోనే ఉంటానన్నారు. కాస్త కనుక్కుని చెప్తారా?" అభ్యర్ధనగా అడిగాడు.

"ఒక్క నిముషం... సారీ సర్. రూం నెంబరు రెండువందల రెండులో ఉన్నది మిస్టర్ షా కాదు– మిస్టర్ మెహతా ఉన్నారు. ఆయనిప్పుడే బయటకెళ్ళారు".

"మిస్టర్ షా అక్కడే ఉంటానన్నారే. ఎనీవే థాంక్యూ!" డిస్కనెక్టు చేసి బయటపడ్డాడు చేతిలో బ్రీఫ్‌కేసుతో– సో.. రూం నెంబరు మూడువందల రెండులో మెహతా అనే వ్యక్తి ఎవరో వుంటున్నారు.

– అరగంట తర్వాత అతను వీనస్ ఇంపోర్ట్సు అండ్ ఎక్స్‌పోర్ట్సు కంపెనీ మేనేజింగ్ డైరెక్టరు సుందర్‌లాల్ గదిలో కూర్చుని ఉన్నాడు.

"అయితే మిస్టర్ గిరిధర్ ఇప్పుడు ఇండియాలో లేరన్నమాట" అన్నాడు నిరాశగా.

"అవును. ఆయన విదేశాలకు వెళ్ళిపోయి రెండు నెలలవుతోంది. ఆయన మీకెలా తెలుసు?" అడిగాడతను అనుమానంగా.

"నా పేరు మెహతా! మేము పారిస్‌లో కలుసుకుని రెండేళ్ళవుతూంది. ఇదిగో ఈ విజిటింగ్ కార్డ్ యిచ్చి, వచ్చినప్పుడు తప్పక కలవమన్నారు". గిరిధర్ బీరువాలో దొరికిన కార్డ్ ఒకటి అందిస్తూ సాగర్ అన్నాడు.

అది చూడగానే ఎదుటి మనిషి ముఖంలో కాస్త ప్రసన్నత కనిపించడం గమనించాడు.

సాగర్ అనుమానం నిజమయింది. గిరి బీరువాలో రెండు రకాల విజిటింగ్ కార్డ్స్ కనిపించాయి. చూడగానే దీనిలో ఏదో ప్రత్యేకత కనిపించిందప్పుడే.

"ఆ తర్వాత ఆయన్ను మీరు కలవలేదా?" అడిగాడు సుందర్‌లాల్.

"లేదు. పారిస్‌నించి నేనే ఆస్ట్రేలియా వెళ్ళిపోయాను. అక్కడ ఆలిస్ స్ప్రింగ్స్‌లో ఉండిపోయానిన్నాళ్ళూ... ఈ మధ్యనే ఇక్కడకు వచ్చాను. రాగానే గిరిధర్ గుర్తు వచ్చాడు. నేను వచ్చి ఇండియాలో స్థిరపడాలనుకుంటే తను నాతో కలసి వ్యాపారం చేస్తానన్నాడు. మా స్వస్థలం కాకినాడ. అక్కడ బ్రాంచి తెరిచే ఆలోచన ఉందని చెప్పారాయన" సాగర్ మాట పూర్తికాకముందే టేబిల్ మీద ఇంటర్‌కం మ్రోగింది.

అది తీసి "అలాగే" అని పెట్టేశాడు.

"కాని గిరిధర్ ప్రస్తుతం తిరిగివచ్చే ప్రసక్తి లేదు. ఇక మీ బ్రాంచి కాకినాడలో తెరవడం యిప్పట్లో జరగదు" మర్యాదగా చెప్పాడు.

"అలాగా నా దురదృష్టం. నాకు గిరిధర్ అడ్రస్ యిస్తారా? ఎంతో ఆశతో వచ్చాను".

"ఒక్కనిముషం కూర్చోండి, ఇప్పుడే వస్తాను ఎక్స్క్యూజ్‌మీ" లేచి టాయ్‌లెట్‌లోకి వెళ్ళాడతను.

టాయిలెట్ తలుపు మూసుకోగానే గదినంతా పరికించి చూశాడు సాగర్. చాలా సింపుల్‌గా వుంది గది. ఒక పెద్ద కంపెనీ మేనేజింగ్ డైరెక్టర్ గదిలా లేదు. సాగర్ జేబులోంచి కర్చీఫ్ తీస్తున్నట్లు తీశాడు. కర్చీఫ్‌తో పాటు వచ్చిన చిన్న వస్తువుని ఎడం చేతిలో వుంచుకుని వంగి కుడిచేతితో టేబుల్ మీద న్యూస్ పేపరు అందుకున్నాడు. ఎడం చెయ్యి టేబుల్ పై భాగానికీ సొరుగుకీ మధ్య ఖాళీలో ఒక్కక్షణం కదిలింది. ఏం జరగనట్లుగా పేపర్ తీసి చూస్తున్నాడు. గదంతా నిశ్శబ్దంగా వుంది. గదిలో ఏదో తెలియని అస్వాభావికత.

అయిదు నిమిషాల తర్వాత బయటకు వచ్చాడు సుందర్‌లాల్ కర్చీఫ్‌తో చేతులు తుడుచుకుంటూ.

"సారీ మిస్టర్ మెహతా! ఆలస్యం అయింది. ఇప్పుడే గిరిధర్ అడ్రసు రాసి యిస్తాను" అతను అడ్రసు రాస్తున్నాడు.

సాగర్ తృప్తిగా నిట్టూర్చాడు. ఎందుకో అతనికి ఫోన్ రాగానే తనమీద అనుమానం వచ్చిందేమోననిపించింది. తన విషయం బయటపడితే ఏం చేయాలో ఆలోచిస్తూండిపోయాడు.

"థాంక్యూ మిస్టర్ సుందర్‌లాల్!" సెలవు తీసుకుంటూ అన్నాడు. అతను తలుపు దగ్గరకు రాగానే-

"మీరే హోటల్లో దిగారు?" ఉన్నట్లుండి అడిగాడు సుందర్‌లాల్.

"హోటల్ దిల్‌కుష్. రూం నెంబరు 203" చెప్పి బయటకు నడిచాడు సాగర్.

అతను కూర్చోగానే టాక్సీ కదిలింది. సాగర్ ఊహించినట్లుగానే కాసేపటికి టాక్సీ వెనుక కాస్త దూరంలో ఫాలో చేస్తున్న బుల్లెట్ మోటార్ సైకిల్ కనిపించింది. చిన్నగా నవ్వుకున్నాడు.

బుల్లెట్ మీద వ్యక్తి టాక్సీ దిగి హోటల్‌లోకి వెళుతున్న సాగర్‌ను చూస్తూ అనుమానంగా నిలబడ్డాడు కాస్సేపు. అయిదు నిముషాల తర్వాత ఆ వ్యక్తి హోటల్ రిసెప్షన్‌లోకి నడిచాడు.

"మిస్టర్ మెహతా అనే వ్యక్తి రూం నెంబరు 203లో ఉన్నారా?"

"ఉన్నారు" చెప్పాడు రిసెప్షనిస్ట్.

అతను గబగబా బయటకు నడిచాడు.

అతడు వెళ్ళిపోయిన పదిహేను నిముషాల తర్వాత సాగర్ కాఫీ రెస్టారెంట్‌లోంచి బయటకు వచ్చాడు.

* * *

రాత్రి పదకొండవుతుంది.

వీనస్ ఇంపోర్ట్సు ఎక్స్‌పోర్ట్సు ఆఫీస్ ఎదురుగా వున్న రెస్టారెంట్‌లో కూర్చున్నాడు సాగర్ మామూలు వేషంలో. ఎదురుగా బిల్డింగులో అక్కడక్కడా వరండాల్లో మాత్రం లైట్లు వెలుగుతున్నాయి. వాచ్‌మెన్ కాబిన్ బయట కూర్చున్నాడు. అప్పుడప్పుడు లేచి అటూ ఇటూ తిరుగుతున్నాడు. అతన్ని గమనిస్తున్న సాగర్ పదకొండవగానే లేచి వచ్చి ఫోన్ కోసం అడిగాడు. హిమజకు ఫోన్ చేసి చెయ్యవలసింది చెప్పి పెట్టేశాడు. బిల్లు చెల్లించి బయటకు వచ్చాడు.

ఈ లోపునే గదిలో ఫోన్ మోగటం విని లోపల కెళ్ళాడు వాచ్‌మెన్.

"హలో!"

"నేను నీతా కంపెనీ మేనేజరు ఇంటినుంచి మాట్లాడుతున్నాను. మావారు ఆఫీసులోనే ఉంటామన్నారు. ఫోన్‌చేస్తే జవాబివ్వడం లేదు. బయటకుగాని వెళ్ళారా?" అడిగిందొక తియ్యని కంఠం.

"లేదు మాడమ్! బిల్డింగ్‌లో ఎవరూ లేరు. అంతా వెళ్లిపోయారు" చెప్పాడతను.

"అరె. అరగంట క్రితం ఫోన్ చేసి అక్కడే ఉంటామన్నారే. ఒకసారి చూసి వస్తావా వాచ్‌మెన్?" అభ్యర్థనగా అడిగింది.

"అలాగే, మీరు లైన్లో ఉండండి, చూసి వస్తాను" రిసీవర్ పక్కన పెట్టి లిఫ్ట్‌వైపు నడిచాడతను. నీతా అండ్ కంపెనీ అయిదో అంతస్థులో వుంది. వాచ్‌మెన్ లోపలికి వెళ్ళగానే, కొంచెం టైమిచ్చి సాగర్ లోపలకు నడిచాడు. తనకు కావలసిన ఆఫీసు క్రింద అంతస్థులోనే వుంది. అదొక అదృష్టం. మెట్ల పక్కనే వున్న ఖాళీలో నక్కి కూర్చున్నాడు. అరగంట వరకూ అక్కడినుంచి కదలలేదు. తరువాత తలుపు దగ్గిర కెళ్ళాడు.

రెండంగుళాల వెడల్పు మైకా ముక్కకు చిన్న కత్తి కలిపి తియ్యడంతో స్ప్రింగ్ లాక్ తెరుచుకుంది. గది చీకటిగా వుంది. ఆఫీసులో ఎవరూ లేరని నిర్ణయించుకున్నాక పెన్‌టార్చ్ వెలిగించాడు. తర్వాత టైం వేస్ట్ చేయలేదు. ఆఫీసు అలమార్లలో ఉన్న ఫైల్స్‌ల్లో ఏమీ దొరకవని తెలుసు. అందుకని వెతకలేదు.

ఎమ్.డి. టాయిలెట్‌లోకి వెళ్ళినప్పుడు నీళ్ళ చప్పుడు కూడా బయటకు వినిపించలేదు. సాగర్ టాయిలెట్ తలుపు తీశాడు. రాలేదు. తాళం వేసి వుంది. రెండు నిమిషాలలో తలుపు తెరిచాడు, బాత్రూంకి అంతబలమైన తాళం ఎందుకు వెయ్యవలసి వచ్చింది.

గదిలో మామూలుగా ఉండవలసిన వస్తువులు తప్ప మరేం లేవు. అతని చూపులు గదిలో గోడలను నిశితంగా పరిశీలించినయ్. అక్కడేమీ లేదు. స్క్రూడ్రైవర్‌తో గోడని కొట్టి చూడడం మొదలు పెట్టాడు. వెంటిలేటర్ క్రింద టైల్స్ మధ్య ఖాళీ కనిపించింది. అతనికి అర్థం అయింది. అది మామూలు తాళం కాదు. విదేశాల్లో కొన్ని హోటళ్ళలో గదులకు వేసే కంప్యూటర్ తాళం అది. దాని తాళం చెవి చిన్న ప్లేట్‌లా వుంటుంది. దానిమీద కోడ్‌లో రంధ్రాలు పంచ్ చేసి వుంటాయి. దాన్ని ఆ ఖాళీలోంచి లోపలకు తోస్తే తలుపు తెరుచుకుంటుంది.

సుందర్‌లాల్ జేబులో ఏదో వేసుకుని వెళ్ళడం గుర్తు వచ్చింది. టేబుల్‌కి కుడివైపు సొరుగులో ఫైల్ మధ్య దొరికిందతనికా తాళం.

తాళం తెరిచి చూసిన సాగర్ నిశ్చేష్టుడై నిలబడ్డాడు కాస్సేపు.

అత్యంత అధునాతనమైన ఎలక్ట్రానిక్ స్విచ్ బోర్డ్ ఉందందులో. చిన్న నోట్ బుక్‌లో చాలా నెంబర్లు వ్రాసి వున్నాయి. కాని అర్థం కావడం లేదు. కోడ్‌లో వ్రాసినట్లుంది. జేబులో నుంచి డైరీ తీసి గబగబా అన్నీ నోట్ చేసుకున్నాడు. మామూలుగా తాళం వేసి ఎక్కడివక్కడ సర్దేశాడు. వెనకవైపు గోడౌన్స్ వున్నాయి. అటునుంచి బయటకు వెళ్ళడానికి షట్టర్స్ వేసిన తలుపులున్నాయి. గోడౌన్‌లో పెద్ద పెద్ద చెక్కపెట్టెలు ప్యాక్‌చేసి వున్నాయి. అన్నింటిమీదా శ్రీ గంగానగర్ అడ్రస్ వ్రాసి వుంది. కొన్ని మెషిన్‌లు ఇంకా పక్కనే పెట్టి వున్నాయి. వాటిని పరిశీలించాడు.

తను చూసిన విషయం వెంటనే రిపోర్ట్ చేస్తే వీనస్ ఇంపోర్ట్స్ అండ్ ఎక్స్‌పోర్ట్స్‌ని అఫీషియల్‌గా సెర్చి చేస్తారు. కానీ దానివల్ల వాళ్ళు చేస్తున్న ఇల్లీగల్ పనులు బయటపడతాయా? గిరిధర్ విషయం కూడా బయట పడుతుందా? ఇంకా కొన్ని అసలయిన ఆధారాలు సంపాదించాలి. అప్పుడే వీళ్ళ కుట్రనంతా బయటపెట్టాలి. ఆలోచిస్తూ తల పైకెత్తాడు సాగర్. బీరువామీద పెట్టిన రెండు సూట్‌కేసులమీదా అతని దృష్టి పడింది.

ఏదో అనుమానం వచ్చి సూట్‌కేస్‌లను కిందకు దించాడు. రెండూ ఖాళీగానే వున్నాయి. కాని ఒకటి కాస్త బరువుగా అనిపించింది. మరుక్షణం సూట్‌కేస్ వెనక్కుతిప్పి అడుగునుంచి క్లాంప్‌లు గట్టిగా లాగాడు. అడుగునవున్న సీక్రెట్ అర బయటపడింది. నిండా కాగితాలు. ఒక్కక్షణం ఆలోచించాడు. వెంటనే ఆ కాయితాలన్నీ తీసేసి బీరువాలో కనిపించిన కాగితాలు అందులో పెట్టేసి క్లాంపులు బిగించాడు. సూట్‌కేసులు ఎప్పటిలా పైన పెట్టేసి గదికి తాళం వేసేశాడు. ఇంటికొచ్చి గదిలో కూర్చుని ఒక్కో కాగితం చూడడం మొదలుపెట్టాడు సాగర్. టెలిఫోన్ నెంబర్లు వ్రాసివున్న చిన్న నోటు పుస్తకం కనిపించింది. ఒక నావకు సంబంధించిన వివరాలతో వున్న బ్లూ ప్రింట్ వుంది.

ఒక మ్యాప్‌లో నావ ప్రయాణంచేసే రూట్‌మార్క్ చేసి వుంది. అవి కాకుండా కొన్ని ఉత్తరాలు సాగర్‌ను ఆకర్షించాయి. అందులో ఒకటి తీశాడు. అది బాంబేలో పోస్ట్ చేయబడింది. పారిస్‌లో శివరాం అనే వ్యక్తిని ఉద్దేశించి వ్రాశారు.

"డియర్ శివరాం,

మీరు చెప్పినట్లుగా అన్నీ సిద్ధం చేశాం. మిమ్మల్ని గాంధీనగర్‌లో నేనే స్వయంగా రిసీవ్ చేసుకుంటాను. - పి. యస్. ఆర్."

పి. యస్. ఆర్. అంటే పి. యస్. రామకృష్ణ!

కవరు మీద తేదీ చూశాడు. ఎప్పటిలాగే బాంబేలో పోస్ట్ మార్కు ముద్దగా ఏమీ కనిపించకుండా ఉంది. పారిస్‌లో డెలివరీ చేసిన తేదీ స్పష్టంగా వుంది.

* * *

"హల్లో సాగర్, రా !" ఆహ్వానించాడు మోహన్. అతను సాగర్ స్నేహితుడు. ఆ డిపార్ట్‌మెంట్‌లోనే పనిచేస్తున్నాడు.

"చిన్న సాయం చేసి పెట్టాలి మోహన్! అఫ్‌కోర్స్ అఫీషియల్‌గా కాదనుకో".

అతని కనుబొమలు ముడిపడ్డాయి. సాగర్ ఎప్పుడూ యిలాంటి కోరిక కోరలేదు. అతని అనుమానం గ్రహించినట్లుగా-

"ఇదేమీ న్యాయవిరుద్ధమైన పనికాదు మోహన్. ఒక అనుమానం నివృత్తి చేసుకుందామని. తర్వాత అవసరం అయితే తప్పకుండా రిపోర్ట్ చేస్తాను" చెప్పాడు సాగర్.

"సరే, అయితే చెప్పు".

జేబులోంచి కొన్ని కాగితాలు తీసి యిచ్చి తనకు కావలసినదేమిటో వివరించాడు సాగర్.

"నేను నాలుగురోజుల వరకూ ఊళ్ళో వుండటంలేదు. నేను వచ్చేటప్పటికి తెలుసుకుంటే చాలు. ఇంకో విషయం. నాకు డాక్టర్ రామకృష్ణ గురించి పూర్తి వివరాలు కావాలి. అతని గతం, ఇప్పటి ఆస్తిపాస్తులు, ఆదాయం వగైరా అంతా. వీలైతే అతన్ని ఫాలోచేసి ఏం చేస్తున్నాడో కనుక్కుంటే మంచిది. అవసరం అయితే ప్రైవేటు అసిస్టెన్స్ తీసుకో, డబ్బిచ్చి వెళతాను".

మోహన్‌కు ఆ పని అప్పగించాక కాస్త తీరిక దొరికింది సాగర్‌కు.

అతని ప్లాన్‌లో రెండో ఘట్టం మొదలయింది.

కనపడేదంతా నిజం కాదని, మిథ్య అనీ కొందరంటారు. కానీ మిథ్యకన్నా బలమైనది ఇంకొకటి వుంది. అది-

12

"హలో!" గుమ్మంలో నిలబడి పిలిచింది హిమజ.

సీరియస్‌గా ఏదో ఆలోచిస్తున్న డాక్టర్ రామకృష్ణ తలెత్తి చూశాడు.

"హలో, హిమా! రా, పొద్దుట యింటికి వస్తే ఎవరూ లేరు. ఎక్కడి కెళ్ళావ్?" అడిగాడు.

"నేనిప్పుడు ప్రకాశరావు అంకుల్ దగ్గరుంటున్నాను. శివయ్యను పని మానిపించి పంపేశానుగా".

"శివయ్యను మానిపించావా? ఏం జరిగింది?" ఆత్రుతగా అడిగాడాయన.

"అతని ప్రవర్తన అనుమానాస్పదంగా అనిపించింది" ఆయన ముఖకవళికల్ని పరిశీలిస్తూ అంది.

"ఎన్నో సంవత్సరాలుగా ఉంటున్నాడు కదమ్మా. నమ్మకంగా పని చేశాడు కూడా. అతని మీదేం అనుమానం".

"ఈ రోజుల్లో ఎవర్ని ఎప్పుడు అనుమానించాలో తెలియకుండా వుంది. గిరిధర్ అక్కయ్యను అలా హత్య చేస్తాడని కలలోనయినా అనుకున్నామా?'

"గిరిధర్ విషయం వేరమ్మా. హత్య చేసింది అతనీ మనుష్యుల్లో ఉండి కాదు".

"ఎప్పుడో చచ్చిపోయిన శేఖరం ఆత్మ అని నన్ను మభ్యపెట్టడానికి ప్రయత్నించకండి. పద్మజలా సులభంగా నేను నమ్మేదాన్ని కాదు. గిరిధర్ చాలా బాగా నటించాడని నా ఉద్దేశ్యం".

"నీకనుభవం లేదమ్మా. అందుకే అలా మాట్లాడుతున్నావు" నెమ్మదిగా అన్నాడు రామకృష్ణ.

"మీకు దెయ్యాలతో చాలా అనుభవం వుందా డాక్టర్?" అంతే కూల్‌గానూ అడిగింది హిమజ.

"ఉంది హిమజా! కాబట్టే నీలా ఆవేశపడటంలేదు. అర్థం చేసుకోగలిగాను. ఒకసారి నాతోరా" లేచి నిలబడుతూ అన్నాడు. హిమజ అతన్ని అనుసరించింది.

ఆయన కొత్తగా కట్టుకున్న ఇల్లు పూర్తిగా చూడటం ఇదే మొదలు. రామకృష్ణ ఒక గది తలుపులు తెరిచాడు. ఎదురుగా నిలువెత్తు ఫోటో. అతను చెప్పడం మొదలు పెట్టాడు.

"మా అన్నయ్య వదినల పెళ్ళి ఫోటో ఇది. అన్నయ్య నాకంటే పదేళ్ళు పెద్దవాడు. నాకు పదిహేనేళ్ళప్పుడు అన్నయ్యకు పెళ్ళయ్యింది. పెళ్ళయి రెండు నెలలయినా కాకముందే అన్నయ్య పిచ్చి పిచ్చిగా ప్రవర్తించడంమొదలు పెట్టాడు. మాకు తెలియని భాషలో ఏదేదో మాట్లాడుతూండేవాడు. ఎవరో చెప్పారు. అది భోజ్‌పురి భాష అని. అన్నయ్య ఎప్పుడూ బీహారు ప్రాంతానికే వెళ్ళలేదు. మాకు బీహారి వాళ్ళెవరితోనూ ఎప్పుడూ పరిచయమైనా లేదు. మరి అది అతనికెలా వచ్చిందో మాకర్థంకాలేదు. నవ్వుతూ, తుళ్ళుతూ మాట్లాడుతుండే అన్నయ్య వున్నట్లుండి పిచ్చి-పిచ్చిగా వాగడం మొదలు పెట్టేవాడు. గంతులేసేవాడు. ఒకోసారి జుట్టుపీక్కుంటూ ఏడ్చేవాడు. నాన్నగారు ఎందరో డాక్టర్ల దగ్గరకు తీసుకువెళ్ళారు. ప్రయోజనం లేకపోయింది. మంచి భూతవైద్యులనీ పిలిపించారు. వాళ్ళ వైద్యంలో కొన్నాళ్ళు బాగానే వుండేవాడు, మళ్ళీ మొదలయ్యేది. వదిన జబ్బుపడింది. ఆమె అప్పటికే గర్భవతి కూడా. దాదాపు ఆరునెలలు మేము చాలా అవస్థపడ్డాం. అన్నయ్యను రాత్రిళ్ళు కాపలా కాయటం చాలా కష్టమయ్యేది. నిద్రలో లేచి వెళ్ళిపోయేవాడు. ఒకసారి నవంబరు నెలలో మామిడిపళ్ళు కావాలని గోలపెట్టాడు. ఎక్కడనించి తెస్తాం?

ఇవ్వలేదని 'మీ వాడిని ప్రాణాలతో వదలను' అని వళ్ళంతా రక్కుకున్నాడు, రక్తసిక్తమైపోయింది శరీరం. స్పృహతప్పి పడిపోయాడు. కాసేపు అయాక 'నాకేమైంది ఈ గాయాలేమిటి?' అని అడిగాడు. ఇదంతా కళ్ళారా చూసినవాణ్నీ, అనుభవించినవాణ్నీనమ్మా"

"తర్వాత ఏమయింది అంకుల్?" అడిగింది హిమజ.

"వదినకు బాబు పుట్టాడని వార్త వచ్చింది. విషయం వినగానే అన్నయ్య సంతోషంతో గంతులువేశాడు. అందరికీ స్వీట్లు పంచి పెట్టాడు. అలా స్వీట్సు ఇస్తూనే పెద్దగా నవ్వాడు. పిచ్చిగా గంతులు వేశాడు. అందరం చూస్తూండగానే పైకి పరిగెత్తాడు. మేమందరం వెనకే పరిగెత్తాం. కాని లాభం లేకపోయింది. మూడో అంతస్థునుంచి రోడ్డు మీదకు దూకేశాడు. అది మెయిన్ రోడ్డు. సమయానికి అటుగా వెళుతున్న బస్సు అతనిమీద నుంచి వెళ్ళకపోతే బహుశా బ్రతికే వాడేమో".

రామకృష్ణ ఆగి నెమ్మదిగా అన్నాడు.

"... ఆత్మకు చావులేదనీ, మళ్ళీ మళ్ళీ పుడుతుందనీ మన శాస్త్రాలలో చెప్పింది నేను నమ్ముతున్నాను. అలాంటప్పుడు ఆత్మ ఆవహించడంలో ఆశ్చర్యమేమీ లేదని నా ఉద్దేశ్యం, నా అనుభవం కూడా. కావాలంటే నీకు కొన్ని కేసులను ప్రత్యక్షంగా చూపించగలను కూడా"

హిమజ అతడినే చూస్తుంది. ఇదే కథ ఎవరో చదువుకోనివాడు చెపితే తను నవ్వుతూ వినేది. కాని ఒక సైకియాట్రిస్టు చెపుతున్నాడు. ఇలాంటి వాళ్ళే సమాజానికి చీడపురుగులు. తమకున్న వైద్యజ్ఞానాన్ని అడ్డుగా పెట్టుకుని అవతలి వాళ్ళని హేతువువైపు వెళ్ళకుండా నిరోధిస్తారు. దురదృష్టవశాత్తు ఐ.పి.సి. లో వీరికి ఏ శిక్షాలేదు.

ఆయన దగ్గర సెలవు తీసుకుని వచ్చేసింది.

* * *

రాత్రి ఎనిమిది దాటింది. అహ్మదాబాద్‌లో పరిస్థితి ఉద్రిక్తతతో నిండుకుని వుంది. ఏ క్షణంలోనయినా ఆ గంభీరత బద్దలై పరిస్థితి ప్రమాదకరం కావచ్చు. ఖేడాలో జరిగిన మారణకాండలో ప్రజలు ఉద్రిక్తులై వున్నారు. పోలీసు కనిపిస్తే హత్య చేసేటట్లున్నారు.

సాగర్ హోటల్ రూమ్‌నించి వీనస్ ఇంపోర్ట్సు అండ్ ఎక్స్‌పోర్ట్సు ఆఫీసుకి ఫోన్ చేశాడు.

ఎవరూ ఫోన్ ఎత్తడంలేదు. 'అంటే వాచ్‌మన్ కూడా లేడా?' అనుకుంటూ హోటల్ నుంచి బయటకొచ్చాడు.

జేబుల్లో చేతులు పెట్టుకొని క్యాజువల్‌గా నడక సాగించాడు. తనను ఎవరూ గమనించటం లేదని నిర్ధారణ చేసుకున్నాక వీనస్ ఆఫీసు వున్న రోడ్డులోకి వచ్చాడు. రోడ్డు మీద జనం ఎక్కువగా లేరు.

ఆఫీసు బిల్డింగు విడిగా పెద్ద కాంపౌండ్ వాల్ మధ్యగా వుంది. వెనకవైపు పెద్ద ఖాళీస్థలం కనిపిస్తోంది.

ఆఫీసులో ఎవరూ లేరు. వెనక వైపుకు నడిచాడు సాగర్. లారీలు వచ్చి పోవటానికి వీలుగా పెద్ద గేటు వుంది. మనుషులు వచ్చిపోవడానికి చిన్నసైజు గేటు వుంది. దానికి తాళం వేలాడుతోంది.

ఒక నిమిషం సందేహించి అటూ ఇటూ చూశాడు సాగర్. అన్నీ ఆఫీసులు వుండే ప్రదేశం కాబట్టి అంతా నిర్మానుష్యంగా వుంది. ఎక్కడా అలికిడి లేదు. మరిక ఆలస్యం చేయకుండా జేబులోంచి తాళంగుత్తి తీసి లోపలకు వెళ్ళాడు.

ఆఫీసు లోపల చాలా పెద్దగా వుంది. గదుల్లో ఫర్నిచర్, కొన్ని ఫైల్సు తప్ప మరేం లేవు.

ఒక్కొక్క ఫైలూ విసుగు లేకుండా చదవటం మొదలుపెట్టాడు. అందులో ఏ విశేషమూ లేదు. అన్ని ఫైల్సూ చదవటానికి దాదాపు రెండు గంటలు పట్టింది. ఏమీ దొరకలేదు. ఫైల్సు వాటి స్థానంలో పెట్టెయ్యబోతూ టేబుల్ అరలో వున్న మరో పుస్తకాన్ని చూసి అదిరిపడ్డాడు.

అది సోమశేఖరం డైరీ...

ఆత్మహత్య చేసుకున్న సోమశేఖరం డైరీల్లో ఒకటి... ఇక్కడి కెలా వచ్చింది? ఇన్ని వేల మైళ్ళ దూరంలోకి...

సోమశేఖరం అమ్మగారు అతడు మరణించాక కొన్ని డైరీలు పద్మజకి ఇవ్వడం తెలుసు. కాని ఇది...?

సాగర్ అయోమయంగా అక్కణ్ణుంచి లేచాడు.

* * *

"అంకుల్, మీకు డాక్టర్ రామకృష్ణ వాళ్ళన్నయ్య విషయం తెలుసా?" అడిగింది హిమజ.

"ఏదో విన్నానమ్మా. చాలా కాలమయింది. ఇప్పుడెందుకొచ్చిందా సందేహం నీకు?" అనుమానంగా అడిగారు ప్రకాశరావు.

డాక్టర్ రామకృష్ణతో సంభాషణ అంతా వివరించింది హిమజ.

"నాకెందుకో డాక్టర్ అంకుల్ గిరిధర్‌తో కలిసి అక్కయ్యను హత్య చెయ్యటానికి తోడ్పడ్డాడనే అనుమానం. కానీ ఇప్పుడీ విషయం వింటుంటే నేనే పొరపాటు పడ్డానేమో ననిపిస్తోంది".

చిన్నగా నవ్వాడు ప్రకాశరావు.

"పద్మజకు నేనేనాడో చెప్పాను. రామకృష్ణ తన అనుభవంలోంచే చూస్తున్నాడని, అతను నీకు చెప్పని విషయం మరొకటుంది హిమా!" అంటూ చెప్పసాగాడు.

"రామకృష్ణ అన్నయ్య భార్య పెళ్ళికి ముందే మరెవరినో ప్రేమించింది. కాని పెద్దల కిష్టంలేక బలవంతంగా పెళ్ళి చేశారు. కానీ అప్పటికే ఆ అమ్మాయి గర్భవతి. ఈ విషయం పెళ్ళయిన నెలరోజులకే శ్రీధర్‌కి తెలిసిపోయింది. అది అతని మీద సైకలాజికల్‌గా ప్రభావం చూపింది. తల్లి దండ్రులకు ఈ విషయం చెప్పలేక తనలో తను మధనపడి అలా తయారయ్యాడతను. ఏవో పిచ్చిగా మాట్లాడినా దాన్ని వాళ్ళు మరేదో భాష అనుకున్నారు. ఈ విషయం నాకు అతని భార్య ద్వారా తెలిసింది. రామకృష్ణకూ తెలుసు".

"అలాగా, అయితే ఆయన తనను తాను సమర్థించుకోవడానికి అలా చెప్పాడన్నమాట".

"హిమా, నీకు ఫోన్ పారిస్‌నించి" వచ్చి చెప్పింది రాధ.

సాగర్ కనుక్కోమన్న విషయాలు తను జూలీ క్లాడ్‌కు ఫోన్‌చేసి చెప్పి, మరికొన్ని వివరాలు కనుక్కోమని చెప్పింది. నాలుగు రోజులయినా ఫోన్ రాకపోయేటప్పటికి ఆ విషయం గురించి ఏమీ తెలియలేదనే అనుకుంది. ఇప్పుడు ఫోన్ వచ్చిందంటే...

"హలో హిమజా హియర్".

"నేను జూలీని. మీరు అడిగిన విషయం తెలుసుకోవడానికి సమయం పట్టింది కాస్త".

"అవును. చాలా కాలమయింది గదూ, ఇక ఆశ వదులుకున్నాను కూడా".

"మరీ అంత నిరాశ పడకండి. కొంత సమాచారం సేకరించాను".

"నిజంగా, ఏమిటో చెప్పండి" ఉత్సాహంగా అడిగింది.

"మీరు చెప్పిన ఆ శివరాం అనే వ్యక్తి హోటల్లో వారం రోజులున్నాడు. పారిస్‌కు రావడం మాత్రం నైజీరియా లాగోస్‌నించి వచ్చాడు. ఇక్కడ నుంచి ఇండియా వెళ్ళినట్లు తెలిసింది. అడ్రసు అహ్మదాబాద్ లోది. చెప్తాను వ్రాసుకోండి" ఆమె చెప్పిన అడ్రస్ నోట్ చేసుకుంది హిమజ.

"థాంక్యూ జూలీ, థాంక్యూ సోమచ్".

"ఇంకో ముఖ్య విషయం! అతను ఇండో – తైవాన్ ఫ్రెండ్‌షిప్ అసోసియేషన్ మెంబరని వ్రాసుకున్నాడు. అంతకంటే ముఖ్యమైన విషయం. అతనిక్కడ నుండి ఇండియాకు విమానంలో వెళ్ళలేదు. 'భారత్' అనే కార్గో నౌకలో వెళ్ళినట్లు

తెలిసింది. ఆ షిప్ దారిలో మాయమయిందనీ అందులోని యాభైమంది ప్రయాణీకులు నవిపోయారనీ యిక్కడ రికార్డులో వుంది. మరి అతని పాస్‌పోర్టు నీ దగ్గరకెలా వచ్చింది?" అడుగుతోంది జూలీ.

హిమజ స్థబ్ధురాలైంది. ఓడ ప్రయాణంలో మరణించిన శివరామ్ పాస్‌పోర్టు గిరిధర్ దగ్గిర కెలా వచ్చింది? దాన్నంత జాగ్రత్తగా ఎందుకు దాచాడు".

"ఇంకా ఏమైనా వివరాలు కావాలంటే ఫోన్ చేయండి".

"అలాగే. థాంక్యూ జూలీ!" డిస్కనెక్టు చేసింది హిమజ.

"ఎవరు హిమా ఫోన్ చేసింది?" ప్రకాశరావు అడిగాడు.

"క్లాడ్ అని - అక్కయ్యకి పారిస్‌లో పరిచయమయింది. అక్కడ నుంచి కావలసిన ఇన్ఫర్మేషన్ పంపుతోంది..."

ప్రకాశరావు తలూపారు.

ఫోన్ రింగయింది మళ్ళీ. ఈసారి ఫోన్ చేసింది సాగర్.

"సాగర్ యిప్పుడే జూలీ ఫోన్ చేసింది... " అన్నీ వివరించి చెప్పింది.

" 'భారత్' లోనా? దాని విషయం ఒకసారి శేఖరం అడిగాడు నన్ను. రేపోసారి డైరీలో కనిపిస్తాయేమో చూడు".

"ఎప్పుడొస్తున్నావ్ నువ్వు?"

తను ఎయిర్‌పోర్టు నుంచి మాట్లాడుతున్నాననీ, శ్రీ గంగానగర్ వెళుతున్నాననీ చెప్పడం ఇష్టంలేకపోయింది సాగర్‌కు.

"రెండు రోజుల్లో వచ్చేస్తున్నాను" అన్నాడు క్లుప్తంగా.

ఫోను డిస్కనెక్టు చేసి టైం చూసుకున్నాడు సాగర్. ఇంకో గంటటైముంది. టాక్సీలో హిమజ చెప్పిన ఇంటికి వెళ్ళడానికి ఇరవై నిముషాలు పట్టింది. అహ్మదాబాద్ మెయిన్ రోడ్డులో చాలా అధునాతనమయిన బంగళా అది. ఒక ప్రక్కగా చిన్న బోర్డు వేలాడుతోంది. 'ఇండో-తైవాన్ ఫ్రెండ్‌షిప్ అసోసియేషన్' అని. గేటు దగ్గర గూర్ఖా వున్నాడు.

"శివరాంగారున్నారా?" అడిగాడు సాగర్.

"శివరాం ఎవరు? ఈ యిల్లు సేఠ్ సుందర్‌లాల్‌ది" చెప్పాడతను.

సేఠ్ సుందర్‌లాల్ వీసన్ ఇంపోర్ట్సు, ఎక్స్‌పోర్ట్సుకి భాగస్తుడు.

"సారీ! తప్పు అడ్రసు అనుకుంటాను..." వెనక్కి తిరిగాడు సాగర్.

చిన్న తీగ కనపడింది. లాగాడు.

పొద కదులుతున్నట్టుంది.

లోపల ఏముంటుందో చూడాలి.

మణులో... నాగులో.

* * *

ఎయిర్ పోర్టులో అడుగు పెడుతుండగా వినిపించిందతనికి ఎనౌన్స్‌మెంట్. తను ప్రయాణం చేయవలసిన విమానం రెండు గంటల లేటు అని.

సాగర్ సమయం వృధా చేయదలచుకోలేదు. కంట్రోలర్ ఆఫ్ ఇంపోర్ట్సు అండ్ ఎక్స్‌పోర్ట్సు ఆఫీసుకు చేరుకున్నాడు అరగంటలో.

అక్కడ తెలిసిందతనికి సేఠ్ సుందర్‌లాల్‌కి వీనస్ ఇంపోర్ట్సు అండ్ ఎక్స్‌పోర్ట్సులో భాగం కాకుండా విడిగా శక్తిగన్ ఫ్యాక్టరీ ఉందనీ, అదీ రాజస్థాన్‌లోనే ననీ.

డైరెక్టరేట్ ఆఫ్ డిఫెన్సు ప్రొడక్షన్ ఆఫీసు అక్కడకు దగ్గరలోనే ఉండడం అదృష్టం. అక్కడ ఆ ఫ్యాక్టరీకి సంబంధించిన ఫైలు చాలా పెద్దదే వుంది. ఆ ఫ్యాక్టరీ మూడు సంవత్సరాల క్రితమే ప్రారంభించబడింది. మొదట్లో కేవలం అయిదు వందల గన్స్ తయారు చేయడానికి అనుమతి మాత్రమే వుంది. అదిప్పుడు అయిదువేలకు పెరిగింది.

శక్తి గన్ ఫ్యాక్టరీలో రివాల్వర్లు తయారు చేయడానికి అనుమతి కోసం ప్రయత్నిస్తోంది. కాని హోం మినిస్టరు ప్రైవేటు రంగంలో పిస్తోళ్ళు తయారుచేయించడం సమంజసం కాదని అభ్యంతరం తెలపడంతో అది ఆగిపోయింది. కేంద్ర ప్రభుత్వంలో కొందరు మంత్రులు, పార్లమెంటు సభ్యులు వాళ్ళకా పర్మిట్ నివ్వమని హోం మినిస్టర్‌కీ, ప్రధానమంత్రికీ కూడా ఉత్తరాలు వ్రాశారు. అదంతా ఇంకా పరిశీలనలో వుంది.

కొద్దికొద్దిగా పొరలు విడుతున్నట్లనిపించింది సాగర్‌కు. మూడు సంవత్సరాలలో ఉత్పత్తి పదిరెట్లు పెంచడానికి అనుమతి లభించడం అంతసులభం కాదు. ఏ రాజకీయ నాయకుల హస్తమో వుంటే తప్ప.

ఎయిర్‌పోర్టు చేరేలోపల ఆ ఊరిలో వున్న అసోసియేషన్ దగ్గిర ఆగాడు సాగర్. అతని అనుమానం నిజమైంది.

ఆల్-ఇండియా అండ్ తైవాన్ అసోసియేషన్‌కు డాక్టరు రామకృష్ణ అధ్యక్షుడు. అనేకమంది మంత్రులు, పార్లమెంటు సభ్యులు అందులో మెంబర్లు.

* * *

అవతలివైపు సాగర్ ఫోన్ డిస్కనెక్టు చెయ్యగానే రిసీవరు క్రెడిల్ మీదుంచి ఆలోచనలో పడింది హిమజ. శేఖరం డైరీలకు అంత ప్రాముఖ్యం వుందని తెలిస్తే జాగ్రత్తగా వెతికేది. అసలవి యిప్పటిదాకా ఇంట్లోనే ఉన్నాయన్నదీ సంశయమే? పద్మజ వాటినంత సీక్రెట్‌గా దాచి వుంటే తప్ప.

సీక్రెట్....?

ఏదో లీలగా గుర్తు. జ్ఞాపకాల పొరల్లో అడుగున... చిన్న పిల్లగా ఏడుస్తూ పద్మజ దాచిపెట్టిన బొమ్మకోసం వెతికిన సన్నివేశం. ఎలా మర్చిపోయింది తను?

"హిమా!" మృదువుగా పిలిచారు ప్రకాశరావు.

తలెత్తింది హిమజ. ఆ గదిలోనే ఆయన కూర్చుని చదువుకుంటున్న విషయం మర్చేపోయింది.

"ఇలా వచ్చి కూర్చోమ్మా!" ఆప్యాయంగా పిల్చారాయన. "ఇందాకటి నుంచీ చూస్తున్నాను ఏమిటో దీర్ఘాలోచనలో పడ్డావ్".

"అంకుల్!" ఏదో అడగబోయి సంశయంగా ఆగిపోయింది. శేఖరం, పద్మజా ఎప్పుడూ ప్రకాశరావుగారి సలహా తీసుకోవడం తెలుసు ఆమెకు. కాని ఈ విషయం ఆయనకు తెలుసో, లేదో?

"రాధా, నువ్వూ ఎక్కడికో వెళ్ళాలనుకున్నారు గదూ. రాధ ఎదురు చూస్తున్నట్లుంది వెళ్లిరామ్మా. తరువాత అడుగుదువుగానిలే అడగాలనుకున్నది" అన్నారాయన- హిమజ సందేహించడం గమనించి.

అదే ఆయనలోని ప్రత్యేకత. ఎవరి విషయంలోనూ జోక్యం చేసుకోరు. ఏదీ చెప్పమని బలవంతం చెయ్యరు. సహాయాన్ని కోరినవాళ్ళకు లేదనకుండా చేతనయింది చేస్తారు.

"అంకుల్. శేఖరం ఎప్పుడయినా 'భారత్' అనే నౌక గురించి మీతో ఏమన్నా అన్నాడా?"

"భారత్?" ఆలోచిస్తూ అన్నాడాయన. "ఊహు, లేదే... ఆ... అన్నట్లు పద్మజ ఒకసారి ప్రస్తావించింది ఆ విషయం. అనేక అనుమానాస్పదమైన పరిస్థితుల్లో మునిగిపోయిందనీ, దాని గురించి శేఖరం విచారణ చేస్తున్నాడనీ. తర్వాతేం జరిగిందో తెలియదు. ఆ ప్రస్తావనే రాలేదు. మళ్ళీ ఇప్పుడు నీకెందు కొచ్చిందా అనుమానం?" అడిగారాయన.

"ఏం లేదు. సాగర్ తెలుసుకోమన్నాడు. శేఖరం డైరీలు కనిపించడం లేదు. రేపోసారి ఇంటికి వెళ్ళి వస్తాను".

"అలాగే వెళ్ళు. కాని అనవసరమైన ఆలోచనలతో నీ ఆరోగ్యం పాడుచేసుకోకు" మృదువుగా మందలించారాయన.

హిమజ కదలబోతూంటే ఫోన్ మ్రోగింది. ప్రకాశరావు మాట్లాడుతున్నాడు. తనకి కాదనుకుని దిగబోయింది.

"హిమా! నీకే ఫోన్".

సాగర్ తనకోసం ఇక్కడకెందుకు చేశాడా అని ఆశ్చర్యపోయి, వెళ్ళి రిసీవర్ అందుకుంది.

"నీ కోసం చాలాచోట్ల ప్రయత్నించాను హిమా!"

"ఏమిటి సాగర్? ఏమైంది?"

"ఫ్రాన్స్‌నుంచి ఇప్పుడే వార్త వచ్చింది. జూలీక్లాడ్‌ని నిన్న రాత్రి ఆమె అపార్ట్‌మెంట్‌లో ఎవరో హత్యచేశార్ట".

హిమజ చెయ్యి వణికింది, రిసీవరు జారిపోయింది. నో...నో... నో.. తనలో తనే గొణుక్కుంది. కారణం సరిగ్గా తెలీదు కానీ ఎందుకో క్లాడ్ హత్యకి కారణం తమ పరిశోధనే అని ఆమె మనసు చెపుతోంది.

* * *

సాగర్ హోటలు గది కిటికీ దగ్గర కూర్చుని సరిగ్గా రెండు గంటలయింది. ఎదురుగా రోడ్డుకి ఇవతలివైపు వుంది వీనస్ ఇంపోర్ట్సు అండ్ ఎక్స్‌పోర్ట్సు ఆఫీసు. చాలా పాత బిల్డింగు అది. ఒకప్పుడు ఏ రాజ వంశీయుల నివాసగృహమో అయి

వుంటుంది. ఎత్తైన ప్రహారీకి మధ్య నాలుగు వైపులా పెద్ద ఖాళీ స్థలం. చాలావరకు చెట్లు కొట్టేసి చదును చేసినట్లున్నారు. ఒక ప్రక్కన మాత్రం గుబురు గుబురుగా పొదలు పెరిగినయ్.

మధ్యాహ్నం తర్వాత శక్తిగన్ ఫ్యాక్టరీ ట్రక్కులు రెండువచ్చాయి నిండా సరుకుతో. నలుగురు పనివాళ్ళు వచ్చి సరుకు దించి లోపలకు తీసుకెళ్ళిపోయారు. చూస్తున్నకొద్దీ సాగర్‌కు ఆ ఆఫీసులోకి జొరపడాలన్న కోరిక అధికం కాసాగింది. అతడి సిక్స్‌సెన్స్ చెబుతోంది, ఒక్కసారి వెళ్ళితే అక్కడి గుట్టు బయటపడొచ్చని.

అనుకోకుండా ఆ రాత్రి దొరికింది ఆ అవకాశం-

సాయంత్రం ఆరుగంటలనుంచి ప్రారంభమైంది వర్షం. రాజస్థాన్‌లో వర్షపాతం తక్కువ. పక్కనే ఎడారి మూలంగా వాతావరణం ఎప్పుడూ పొడిగానే వుంటుంది. కానీ వర్షం కురవడం మొదలు పెడితే కుంభవర్షమే.

రాత్రి పదయ్యేటప్పటికి వర్షం ఉధృతంగా పెరిగింది. దానికి తోడు కరెంటుపోయి అంతా చీకటి. ఆ అవకాశాన్ని వదులుకోదలుచుకోలేదు సాగర్.

ఆ రోజు సాయంత్రం బజారులో కొన్న రెయిన్‌కోటు తొడుక్కోకుండా గోడ పైభాగాన గాజు పెంకులనుంచి రక్షణ పొందేందుకు వినియోగించడం ద్వారా బాగా తడిసిపోయాడు. చీకట్లో పరిసరాలకు అలవాటుపడడానికి పదినిమిషాలు పట్టిందతనికి.

ముందువైపున కొద్ది వెలుతురు కనిపిస్తుంది. వెనక భాగమంతా చీకటి. వెనక గదిలో ప్రవేశించాడు సాగర్. చాలా గదులు ఖాళీగా వున్నాయి. ఒక గదిలో గన్స్ నీట్‌గా సర్దిపెట్టి ఉన్నాయి. ముందువైపు ఆఫీసు గదిలోకి వెళ్ళబోతూ ఆగిపోయాడతను. ఆ గదిలో ఎవరో వున్నారు.

అతను రిస్క్ తీసుకోదల్చుకోలేదు. మరో గదిలోంచి బయట వరండాలోకి వచ్చాడు. అక్కడ దృశ్యాన్ని చూస్తూ అచేతనుడై నిలబడి పోయాడు.

పదిమంది మనుషులు చప్పుడు చెయ్యకుండా లారీల్లోకి సరుకు ఎక్కిస్తున్నారు. పైనుంచి పడుతున్న వర్షపుధారలు కానీ, కనీ కనిపించని వెలుతురుగానీ వాళ్ళ పనికి అంతరాయం కలిగించడంలేదు. చీకట్లో పని చేయడం అలవాటున్న వాళ్ళలా నిశ్శబ్దంగా పని సాగిస్తున్నారు.

పైన వరండాలో కాస్త దూరంలో నిలబడి లైటు చూపిస్తూ పర్యవేక్షిస్తున్నాడొక వ్యక్తి. అతను వీనస్ ఎక్స్‌పోర్ట్సు ఆఫీసు మేనేజింగ్ డైరెక్టర్ సుందర్‌లాల్‌గా

గుర్తించాడు సాగర్. అతనీ సమయంలో ఇక్కడ సరుకులు ఎక్కించడానికి స్వయంగా రావల్సిన అవసరం ఏమిటి?

కాస్సేపటికి పనివాళ్ళు వెళ్ళిపోయారు. అందరూ వెళ్ళిపోయారని నిర్థారణ అయ్యాక లోపల ఎవర్నో పిలిచాడు సుందర్‌లాల్. ఇద్దరు వ్యక్తులు లోపలనించి వచ్చారు. సుందర్‌లాల్ లైటు చూపిస్తుండగా ఆ ఇద్దరూ లారీలకున్న నంబర్ ప్లేట్స్ మారుస్తున్నారు. సాగర్ అక్కడ నుంచి మెల్లగా కదిలాడు. ఆ కదలడంలో చేతిలో ఉన్న టార్చి పక్క గోడకు తగిలి చిన్నగా చప్పుడయింది.

వెంటనే టార్చి వెలుతురు పడిందటువైపు. అప్పటికే సాగర్ అక్కడ నుంచి తప్పుకున్నాడు.

"ఏ ఎలుకో అయి వుంటుంది" అన్నారెవరో.

"సరే. అంతా రెడీయేగా? వెళ్ళి వాళ్ళని లేపు-బయలుదేరాలిక" సుందర్‌లాల్ స్వరం.

అందరూ లోపలకు వెళుతున్నట్లు అడుగుల చప్పుడు.

సాగర్ కదలకుండా నిలబడ్డాడు.

వర్షం ధారలుగా అతనిమీద పడుతోంది. వేసుకున్న బట్టల్లోంచి వర్షపు నీళ్ళు క్రిందకు ప్రవహిస్తున్నాయి. సాగర్ కదలలేదు. బూట్లనిండుగా నీళ్ళు. చలికి కొంకర్లుపోతున్న కాళ్ళూ, చేతులు. అయినా సాగర్ కదలలేదు. అతని కళ్ళు మాత్రం కదులుతున్నాయ్. అరగంట నించీ ఆ చీకటికి, వాతావరణానికీ అలవాటుపడ్డ కళ్ళు నిశితంగా గమనించాయి వరండాలో స్థంభం పక్క నిలబడ్డ వ్యక్తిని.

అతనికి అనుమానం వచ్చిందని సాగర్‌కు తెలుసు. వెళ్ళిపోతున్నట్లుగా మాట్లాడి ట్రాప్ చేయడానికి ప్రయత్నించడం ప్రొఫెషనల్స్ వేసే పథకం.

పావుగంట తర్వాత అవతలివ్యక్తి అనుమానం తీరి లోపలకు వెళ్ళడం గమనించాక వచ్చిన దారినే బయటపడ్డాడు సాగర్.

అర్థరాత్రి నీళ్ళోడుతున్న బట్టలతో వచ్చి ఫోన్‌కోసం అడుగుతున్న సాగర్‌ని ఆశ్చర్యంగా చూశాడు హోటల్ మేనేజరు. మాట్లాడ్డం పూర్తిచేసి తన గదిలోకి వెళ్ళి బట్టలు మార్చుకుని వచ్చేటప్పటికి పోలీసు జీపు సిద్ధంగా వుంది.

* * *

ఒంటరిగా యింట్లో అడుగు పెడుతుంటే, ఎందుకో ఒళ్ళు జలదరించినట్లయింది హిమజకు. తోటలో చెట్లన్నీ విషాదంగా పలకరించి నట్లనిపిస్తోంది. నాలుగు రోజులకే బెంగ పెట్టుకున్నాయా? నవ్వుకుంది హిమజ. అనుభూతులనూ, ఆత్మీయతనూ తోటి మనుషులే కాదు, ప్రాణంలేని వస్తువులు కూడా పంచుకుంటాయి నిశ్శబ్దంగా.

స్టడీ రూంలో పుస్తకాలు తీస్తుంటే చేతులు వణికినయ్. తన కిష్టమైన మిక్కీమౌస్ బొమ్మను పద్మజ దాచేస్తే ఇలాగే వెతుక్కోవడం, "పద్మా, ఇంకా చిన్నపిల్లవా? చెల్లినలా ఏడిపిస్తావేం?" అని అమ్మకోప్పడడం, "దానికేమంత వయసు వచ్చిందనీ, అది చిన్నపిల్లే" అని తండ్రి ఆత్మీయంగా పద్మజను సమర్థించడం అంతా కలలోలా అనిపిస్తోంది. అందరూ వెళ్ళిపోయారు తనని వంటరినిచేసి. ఆలోచనలకు ఫుల్‌స్టాప్ పెట్టి కింద అర తెరచింది హిమజ. సంతోషంతో ఆమె ముఖం విప్పారింది-

నాలుగు డైరీలు వున్నాయందులో, ఉత్సాహంగా ఒకటి చేతిలోకి తీసుకుంది.

ఆమె ముఖం పాలిపోయింది.

లోపల చాలా పేజీలు లేవు. ఎవరో చింపివేశారు. గాభరాగా అన్ని డైరీలు తీసింది. అన్నీ అంతే. అదృష్టం, దురదృష్టం రెండూ పోటీపడుతూ మనుషులతో ఆడుకుంటాయి కాబోలు.

నీరసంగా పద్మజ గదిలోకి వచ్చింది హిమజ. ఆమెకు చెప్పలేని కసిగా వుంది. ఎదురుగా రతీ మన్మధుల బొమ్మ. అది గిరిధర్ తీసుకొచ్చాడని ఎంతో అపురూపంగా చూసుకునేది పద్మజ. ఎందుకింకా అదిక్కడ? ఎదురుగా గోడమీద పద్మజ, గిరిధర్‌ల పెళ్ళిఫోటో. గిరిధర్ నవ్వుతున్నాడు. విగ్రహాన్నెత్తి కోపంగా ఫోటోకేసి విసిరింది హిమజ. ఫోటో భళ్ళున బ్రద్ధలైంది. లోహంతో చేసిన విగ్రహం చెక్కుచెదరలేదు. అందులోంచి జారిపడిందొాక పుస్తకం. ఆశ్చర్యంగా తీసి చూసింది హిమజ. అది పద్మజ డైరీ.

విగ్రహాన్ని చేతిలోకి తీసుకుని చూసింది. దాని వెనక డొల్లలా వున్న భాగంలో మరో కవరు ఇరుక్కుంది. అది శేఖరం పద్మజకు వ్రాసిన ఉత్తరం.

"పద్మజా-

ఈ ఉత్తరం నా చేతులతో మీ కందీయాలనే ఉద్దేశంతోనే మొదలు పెట్టాను. కానీ ఇచ్చే ధైర్యం నాలో వుందా అన్నది అనుమానమే. నాలో ఈ పిరికితనాన్ని

తలచుకొన్నప్పుడల్లా నా మీద నాకే జాలేస్తుంది. పిరికి వాళ్ళు ప్రేమించడానికి అనర్హులేమో నాకు తెలియదు కాని ప్రేమించే అధికారాన్ని పోగొట్టుకోలేరుగా?

ఈ రోజు ఉదయం ఊర్నించి రాగానే అమ్మ చెప్పిందీ వార్త. పది రోజులు నేనూళ్ళో లేకపోయేసరికి మీ పెళ్ళి నిశ్చయమై పోవడం నా దురదృష్టం కాక మరేమిటి? నేను చెప్పవలసిన మాట జీవితకాలం లేటయిపోయింది. నిజం చెప్పాలంటే మీ వివాహం అని వినగానే ఆత్మహత్య చేసుకోవాలనిపించింది. కాని కళ్ళెదురుగా కన్నీళ్ళతో అమ్మ నా బాధ్యతని గుర్తు చేస్తూంది. అమ్మకు తెలుసు నా మనసు. మీ ఇంటి నౌకరు శివయ్యకు తెలుసు. హిమజకూ తెలుసు- సర్వ ప్రపంచానికీ తెలుసు. మీ ఇంట్లో, మా ఇంట్లో ప్రతీ చెట్టుకీ పుట్టకీ తెలుసు. నేను మిమ్మల్నెంత అభిమానిస్తానో, ప్రేమిస్తానో ఒక్క మీకే తెలియదు.

నేను వెళ్ళిన పని పూర్తిచేసుకోకుండానే తిరిగిరావలసి వచ్చింది, కొన్ని అనుమానాల్ని తీర్చుకునేందుకు.

పద్మజా!

నేను తెలుసుకున్న భయంకరమైన నిజాలని మీ ముందుంచాలని ఉంది. మనతోపాటు, మనలో ఒకరుగా తిరిగే వ్యక్తులు స్వార్థంతో చేస్తున్న అమానుష కృత్యాలు మీతో చర్చించాలనీ వుంది. కానీ ఇది సమయం కాదేమో! ఇంకా కొన్ని రుజువులు సంపాదించి మీతో వివరంగా చెబుతాను. అది చాలా పెద్ద ముఠా. త్వరలో వాళ్ళని పట్టుకోకపోయినట్లయితే దేశం సర్వనాశనం అవుతుంది. వాళ్ళ ప్లానులో మిమ్మల్ని సమిధగా వాడుకుంటున్నారని తలచుకున్నప్పుడల్లా నా రక్తం మరుగుతోంది. వాళ్ళ అంతు చూడాలనిపిస్తోంది. ఆ రకంగా నాకు ప్రాణంపోయినా నాకు తృప్తే.

ఇంకొక్క విషయం మీ వివాహం గిరిధర్ అనే వ్యక్తితో అని విన్నాను. నా పరిశోధనలో నాకు తగిలిన గిరిధర్, ఈ గిరిధర్ ఒకరు కాకూడదని మనసారా కోరుకుంటున్నాను. ఒకవేళ అతనే ఈ గిరిధర్ అయిన పక్షంలో మీకు వివాహం జరిగితే మీ పసుపు కుంకుమలు హరించే రాక్షసుడిగా మారడానికయినా నేను సిద్ధం.

– శేఖరం"

వణుకుతున్న చేతులతో పద్మజ డైరీ విప్పింది హిమజ.

* * *

తెల్లవారుజాము నాలుగ్గంటలకు పట్టుకున్నారా లారీని. పంజాబ్ బార్డర్ దాటుతుండగా. పోలీసులనుచూసి డ్రైవర్ బెదరలేదు. జేబులోంచి కాగితాలు తీసి ఇచ్చాడు. పంజాబ్‌లో స్పెషల్ డ్యూటీలో ఉన్న ఆర్మీజవాన్లకి అందజేయాల్సిన ఆయుధాలకు పర్మిట్ అది. పేపర్లలో అనుమానించడానికేమీ లేదు.

ఇన్‌స్పెక్టర్ అనుమానంగా సాగర్ వైపు చూశాడు.

"ఇవి ఫోర్జరీ చేసిన డాక్యుమెంట్స్. నేను ప్రూవ్ చేయగలను" చెప్పాడు సాగర్. ఇద్దరు కానిస్టేబిల్స్‌ని లారీలో పెట్టెలు తనిఖీ చెయ్యమన్నాడు. పాలిథిన్ షీట్స్‌లో గన్స్ నీట్‌గా ప్యాకేజి చేయబడి వున్నాయి. అడుగుభాగంలో పెట్టెలకున్న షాల్స్ బాటమ్‌లో దొరికాయవి.

అత్యంత ఆధునికమైన స్టెన్‌గన్స్ – విదేశాల్లో తయారు చెయ్యబడ్డవి.

"ఇవెక్కడివి? వీటికి లైసెన్సుందా?" అడిగాడు సాగర్.

"నాకు తెలియదు. డెలివరీ చేయడమే మా బాధ్యత. మీరు మా ఆఫీసులో కనుక్కోండి" అన్నాడతను తొణక్కుండా.

"సరే కనుక్కునేంతవరకు మీరు మా కస్టడీలో ఉండండి, వీటితోపాటు" అన్నాడు ఇన్‌స్పెక్టర్.

దాంతో వాళ్ళు కాస్త కంగారుపడ్డారు.

* * *

డైరీలో నాలుగు పేజీలు మాత్రమే రాసివుంది.

"జీవితంలో కష్టం, సుఖం సమంగా పంచుకునే ఆత్మీయుల అవసరం ఇప్పుడే బాగా తెలిసివస్తోంది. ఇన్నాళ్ళూ హిమజ చిన్నపిల్లనీ, ఆవేశపరురాలనీ అనుకునేదాన్ని. కాని ఇప్పుడు అనిపిస్తోంది. నేనే కళ్ళుండి గుడ్డిదాన్నయ్యానని. ఎదురుగా కనిపిస్తున్న నిజాలను భ్రమలుగా, భ్రమని నిజాన్నిగా నమ్మిన మూర్ఖురాలిని నేను. హిమతో ఈ మాటలు స్వయంగా చెప్పాలంటే ధైర్యం చాలడంలేదు.

నా అనుమానాలకు సరయిన ఆధారాలు దొరకగానే సిగ్గు విడిచి చెప్పుకోవాలనుంది. కాని అంతవరకూ ఎవరికో ఒకరికి చెప్పుకోవాలన్న తపనను ఆపుకోలేక ఇందులో వ్రాస్తున్నాను. ఈ రకంగానయినా కాస్త మనశ్శాంతి కలుగుతుందన్న ఆశ. రోజూ రాసుకునే డైరీలో ఏం వ్రాసుకోవాలన్నా భయంగా ఉందిప్పుడు.

కొద్ది రోజులుగా ఏదో తెలియని దిగులు, అర్థంకాని నిస్పృహ నన్ను వేధిస్తున్నాయి. గిరిధర్ అడిగాడు ఎందుకలా వుంటున్నావని. నాకే ఏమీ అర్థంకావడం లేదని చెప్పాను. కాని ఆవేదన నిజంగా అకారణమైందా? నన్ను నేనే ప్రశ్నించుకుంటే... ఆత్మవంచన చేసుకోలేనుగదా!

శేఖరం ఆత్మ "పంజాబ్ ఈస్టర్న్ సెక్టారులో తీసుకోవలసిన జాగ్రత్త" గురించి రాసినప్పటినుండి మనసు పరిపరి విధాల పోతున్నది. అతను వ్రాసినట్లుగా చేస్తే అటు పాకిస్తాన్ బోర్డరులో సెక్యూరిటీ బలపడుతుంది గాని ఇటు మిగతా రాష్ట్రాల సరిహద్దు రక్షణ తరిగిపోతుంది. ఈ విషయం శేఖరే అన్నాడు నాతో ఒకసారి బ్రతికి వుండగా. ఇప్పుడతను అభిప్రాయం మార్చుకున్నాడా? చనిపోయిన తర్వాత మనిషి గుణాలు, అభిప్రాయాలు అతని ఆత్మ మారుస్తుందనుకుంటే ఎంత హాస్యాస్పదంగా వుంది! ఈ విషయమే ఆలోచిస్తూంటే ఒకసారి శేఖరం డైరీలు చదవాలనిపించి తీశాను. వెయ్యి వోల్టుల కరెంటు షాకు తగిలినట్లూ, భూగోళం బ్రద్ధలయినట్లూ అనిపించింది.

శేఖరం డైరీలు ఎవరో తీసి, చదివి కొన్ని పేజీలు చింపేశారు. అసలు ఆ డైరీలుంచిన అర గురించి నాకూ, హిమజకూ తప్ప ఎవరికీ తెలియదు. హిమజకు అవి చదవాల్సిన అవసరమూ లేదు. మరి ఎవరిని అనుమానించాలి! నాకు తెలియకుండానే గిరిమీదకు మళ్లింది నా అనుమానం. శేఖరం డైరీలు మొదటే పూర్తిగా చదివి వుండవలసింది అనుకున్నాను. అదే ఆలోచిస్తూంటే శేఖరం ఉత్తరం దొరికింది ఒక డైరీ అట్టలోపల. ముఖ్యమయిన కాగితాలు అలా పెట్టడం శేఖరానికి అలవాటని నాకు తెలుసు. అందుకే అదలా ఎవరికంటా పడకుండా ఉండిపోయింది. అది చదివాక గుండెల్లో ఎవరో బాకుల్తో పొడుస్తున్న బాధ. ఏదో తెలీని ఘర్షణ. గిరిధర్ గురించి శేఖరం ఏం తెలుసుకున్నాడు? అతనిది నిజంగా ఆత్మహత్యేనా?

జీవితంలో ఇంతవరకూ చాలా పరీక్షలు వ్రాసి పాసయ్యాను. ఎప్పుడూ ఫస్టుక్లాసులోనే. కాని ఇలాంటి పరీక్ష ఎదురవుతుందని కలలో కూడా అనుకోలేదు.

భర్తని ప్రేమించాలి, గౌరవించాలి. అతను తప్పుచేసినా, హింసించినా ఎదురు తిరగకూడదన్నది ఒకప్పుడు నేర్చుకున్నపాఠం. కాని ఈ థియరీ ప్రాక్టికల్ జీవితంలో పనికిరాదేమో ననిపిస్తోంది.

ఈ రోజు రాత్రే ఆఫీసు ఫైల్సన్నీ చదివి పడుకోవాలనుకున్నాను. కాని గిరి ఇచ్చిన టీ తాగాక మత్తుగా అనిపించింది. ఎంత ప్రయత్నించినా నిద్ర ఆపుకోలేక పోయాను. అందుకే ఆ తర్వాత రోజు టీ తాగినట్లుగా నటించి పడుకొన్నాను. అర్ధరాత్రి గిరి నన్ను లేపడానికి ప్రయత్నించినప్పుడు నిద్ర నటించాను. అతను టేబుల్ మీదున్న ఫైల్సన్నీ తీసుకుని పక్క గదిలోకి వెళ్ళిపోయాడు. అతన్ని శేఖరం ఆత్మ ఆవహించినట్లుగా అనిపిస్తే నా కనుమానం వచ్చేదికాదు. కాని అతను మామూలు గిరిలాగే వున్నాడు. చప్పుడు చెయ్యకుండా వెళ్ళి చూశాను. అతను తలుపులు వేసేసుకున్నాడు. వచ్చి పడుకున్నాను. పది నిమిషాల తర్వాత అతను వచ్చి మామూలుగా పడుకున్నాడు. మర్నాడు పొద్దుటే వెళ్ళి ఆ గది అంతా చూశాను. ఏమీలేదు. గిరి బీరువాలో కనిపించాయి కొన్ని ఫోటోస్టాట్ కాపీలు. నా ఆఫీసు ఫైల్సుకు సంబంధించినవి, ఆగలేక అడిగేశాను అవి ఏమిటని. "నాకేం తెలుసోయ్! ఈసారి మీ శేఖరం వచ్చినప్పుడు అడుగు ఆ విషయం" అనేశాడు నవ్వుతూ. ఆ నవ్వులో కృత్రిమత్వం కనిపించింది. నా అనుమానం అధికమయింది.

ఘర్షణ–

జీవితం అంటేనే ఘర్షణ కాబోలు. ఏం చెయ్యాలిప్పుడు? ఇన్నాళ్ళూ కళ్ళెదురుగా జరుగుతున్న మోసాల్ని కనిపెట్టలేకపోయాను. శేఖరం హత్య ఆత్మహత్యగా నిరూపించబడింది ఈ రోజు. నేను అకస్మాత్తుగా చంపబడ్డా ఆశ్చర్యంలేదు. అదీ ఒక ఆత్మహత్య అవుతుంది కారణం లేకుండానే. అలా అనీ ఊరుకోగలనా? చావు మనిషికి ఎలాగూ తప్పదు. దానికి భయపడి క్షణక్షణం ఘర్షణతో ఎందుకు బ్రతకాలి? ఇదేమిటో తేల్చుకుంటాను. దీని వెనుక ఉన్నది ఎవరైనా సరే, నేను ప్రాణంగా ప్రేమించే గిరి అయినా వదిలిపెట్టను. ఈ విషయం హిమజకు..." బహుశా ఎవరైనా వచ్చారేమో పద్మజ సడన్‌గా ఆపేసింది.

చదవడం పూర్తిచేసిన హిమజ కళ్ళలో నీళ్ళు నిండుకున్నాయి. చివరి క్షణంలో పద్మజ నిజాన్ని గుర్తించగలిగిందని సంతోషంగా అనిపించినా ఆ కారణంగానే ఆహుతి అయిపోయిందనుకుంటే బాధగా అనిపించింది.

* * *

"నన్ను వదిలి పెట్టండి. నిజంగా నాకేమీ తెలియదు" డ్రైవరు మోకాళ్ళ మీద కూర్చుని రెండు చేతులూ జోడించాడు దీనంగా. అతని కళ్ళలో భయం స్పష్టంగా కనిపిస్తోంది.

"సారీ" అని ఇన్‌స్పెక్టర్ తన వాళ్ళవేపు తిరిగాడు. "వీళ్ళను అరెస్టు చేయండి" అన్నాడు.

ఆ తర్వాత అంతా గబగబా జరిగిపోయింది. వాళ్ళిద్దర్నీ అరెస్టు చేశారు. లారీని సరుకుతో సహా స్వాధీనం చేసుకున్నారు.

ఆ రోజు సాయంత్రమే వీనస్ ఇంపోర్ట్సు అండ్ ఎక్స్‌పోర్ట్సు ఆఫీసు అన్ని బ్రాంచీల మీద, శక్తి గన్ ఫ్యాక్టరీ మీద పోలీసు రెయిడ్ జరిగింది. లైసెన్స్‌ని మించి తయారుచేస్తున్న తుపాకులనూ, తుపాకి భాగాలనూ పోలీసులు హస్తగతం చేసుకున్నారు. ఆ సంస్థ మేనేజింగ్ డైరెక్టరు సుందర్‌లాల్‌ను అరెస్టు చేశారు.

* * *

ఆ తరువాత కథ పూర్తిగా బయటపడింది. సేఠ్ సుందర్‌లాల్ వీనస్ ఇంపోర్ట్సు అండ్ ఎక్స్‌పోర్ట్సు సంస్థను శివరాంతో కలసి ప్రారంభించాడు. శివరాం, సుందర్‌లాల్ మంచి స్నేహితులయ్యారు. అతన్ని ఇండో-తైవాన్ ఫ్రెండ్‌షిప్ అసోసియేషన్ మెంబరుగా చేర్చాడు లాల్. ఎప్పుడూ విదేశీయానం చేస్తూండే శివరాం కావలసిన సహాయం చేస్తుండేవాడు.

ఆర్డినెన్స్ ఫ్యాక్టరీల ద్వారా ఉత్పత్తి చేస్తున్న తుపాకులు, పిస్తోళ్ళు సైన్యం అవసరాలకు సరిపోని కారణంగా ప్రభుత్వం ప్రైవేటు రంగంలో కొందరికి వాటిని ఉత్పత్తి చేయడానికి పర్మిట్లు ఇస్తోంది. శివరాం ప్రోత్సాహంతో లాల్ 'శక్తి గన్ ఫ్యాక్టరీ' స్థాపించాడు. 'రాజస్థాన్ ఎక్స్‌ప్లోజివ్' సంస్థకి కావలసిన మందుగుండు సామాను సప్లయ్ చేస్తుండేది.

ఇండో-తైవాన్ అసోసియేషన్‌లో అనేకమంది మంత్రులు, పార్లమెంట్ మెంబర్లు సభ్యులుగా ఉన్నారు. అందులో కొందరి సహాయంతో త్వరలోనే లాల్ తుపాకుల ఉత్పత్తి పదింతలు పెంచుకోవడానికి పర్మిట్ తెచ్చుకొన్నాడు.

పంజాబ్‌లో తీవ్రవాదుల చర్యలు అధికం అవుతున్నాయి. ప్రభుత్వం అణచడానికి ప్రయత్నించిన కొద్దీ వారు మరింత రెచ్చిపోతున్నారు. తుపాకులు, ముఖ్యంగా

విదేశీ తుపాకులు ఎంత డబ్బయినా పోసి కొంటున్నారు. అదే అవకాశంగా తీసుకుని పంజాబ్ చుట్టుప్రక్కల రాష్ట్రాల వాళ్ళు ఇళ్ళలో కూడా నాటు బాంబులు, తుపాకులు తయారుచేయడం మొదలు పెట్టారు. బ్యాంకులని కొల్లగొట్టి డబ్బు తీసుకొచ్చి పంజాబ్ తీవ్రవాదులు అవి కొనుక్కుపోయేవారు.

శివరాం ప్రోత్సాహంతో లాల్ పెద్ద ఎత్తున తుపాకులని ఉత్పత్తి చేసి ప్రభుత్వ పర్మిట్‌తో పంజాబ్‌లోని సైన్యానికి సప్లయి చేస్తూ, దొంగతనంగా తయారుచేసిన వాటిని తీవ్రవాదులకు సప్లయి చేసేవాడు. కావలసిన సరుకులన్నీ శివరాం సంపాదించి పట్టుకొస్తుండేవాడు ఫోర్జ్‌డ్ డాక్యుమెంట్స్‌తో సహా.

ప్రభుత్వం ఫ్రాన్స్‌నుంచి కొన్ని ఆయుధాలను కొనుగోలు చేస్తోందనీ, వాటిని 'భారత్' అనే నౌకలో తెప్పిస్తున్నదనీ వార్తతో వచ్చాడు శివరాం. అత్యంత ఆధునికమైన విదేశీ తుపాకులు లక్షల రూపాయలిచ్చయినా సరే కొనడానికి సిద్ధపడుతున్న వాళ్ళున్నారు. ఒకసారి అది సంపాదిస్తే చాలు ఈ చిల్లర వసూలు మానేయవచ్చు అన్నాడు శివరాం. అతనే ప్లాను వివరించాడు. అన్న ప్రకారమే అతను ఆ నౌకలో పారిస్‌నుంచి ప్రయాణం చేయడానికి అనుమతి సంపాదించాడు. లాల్‌కు ఏం చెయ్యాలో చెప్పి వెళ్ళాడు. అనుకున్న సమయానికి లాల్ కొన్ని ఫిషింగ్ బోట్స్‌ని సముద్రంలోకి పంపాడు. గుజరాత్ స్మగ్లింగుకు చాలా అనువయిన ప్రదేశం. దేశంలో అన్ని రాష్ట్రాల కంటే పొడవైన సముద్రతీరం గుజరాత్‌కే ఉంది. శివరాం ఎలా చేశాడో ఏం చేశాడో లాల్‌కు తెలియదు. 'భారత్' ఉన్నట్లుండి మాయమయింది. గన్స్ మాత్రం జాగ్రత్తగా గుజరాత్ చేరాయి. శివరాం మారువేషంలో వచ్చి కలిశాడు లాల్‌ను. ముందుగా ఏర్పాటు చేసిన ప్రకారం కొన్ని మారణాయుధాలను అప్పటికప్పుడు అమ్మివేసి ఆ డబ్బుతో విదేశాలకు వెళ్ళిపోయాడు శివరాం. అతనిప్పుడెక్కడున్నాడో ఎవరికీ తెలియదు.

పోలీసులు లాల్‌ని పట్టుకున్న తర్వాత కూడా ఈ శివరాం విషయం లాల్ ఏమీ చెప్పలేకపోయాడు. ఎంత హింసించినా అతన్నించి ఏ విషయమూ రాబట్టలేకపోయింది సి.బి.ఐ.

అయితే ఈ 'గన్‌స్కాండల్' దేశంలో పెద్ద దుమారం లేపింది. సుందర్‌లాల్‌కు సహాయం చేసిన మంత్రులూ, పార్లమెంటు సభ్యులూ రాజీనామా చేయాలని పార్లమెంటులో ప్రతిపక్షాలు గొడవచేశాయి. లాల్, తనకు ఆ మంత్రులందరూ కేవలం స్నేహభావంతో సహాయం చేశారని స్టేట్‌మెంట్ ఇవ్వటంతో ప్రధానమంత్రి

తన మంత్రుల మీద చర్య తీసుకోవడానికి నిరాకరించారు. అయితే ఈ విషయమై ఒక కమిటీ వేస్తానని హామీ ఇవ్వటంతో, అన్ని గొడవల్లాగే ఇదీ చల్లారిపోయింది.

ఈ విషయమై అందరూ మర్చిపోయినా ఇంకా పరిశోధన సాగిస్తున్న వ్యక్తి ఒకరున్నారు.

అతడు సాగర్!

గిరిధర్‌తో ప్రారంభమైన అతడి పరిశోధన, సుందర్‌లాల్ వరకూవెళ్ళి, చాపక్రింద నీరులా ఒక దేశద్రోహుల ముఠాని బంధించేలా చేసింది. అంతవరకూ సరే– కానీ ఏదో అసంతృప్తి.

శివరాం ఏమయ్యాడు?

పద్మజ హత్యకీ, శివరాంకీ ఏమైనా సంబంధం వుందా?

గిరిధర్‌కి సుందర్‌లాల్‌తో వున్న బాంధవ్యం ఎలాంటిది?

అన్నీ జవాబులేని ప్రశ్నలుగా మిగిలిపోయాయి.

ఇది జరిగిన రెండు రోజులకి సాగర్ మోహన్‌ని కలుసుకుని తను అప్పగించిన పని ఏమయిందని అడిగాడు.

"శివరాం విషయమేనా?"

"అవును".

"అతను నైజీరియానుంచి పారిస్ వచ్చినట్లుగా హోటల్ రికార్డుల్లో వుందన్నావు. అది అబద్ధం. అసలు నైజీరియాతో వ్యాపార సంబంధాలున్న భారతీయుల్లో శివరాం పేరు గలవాళ్ళు ఎవరూ లేరు. లాల్ అబద్ధం చెపుతూ వుండవచ్చు".

"లేదు మోహన్! లాల్ పూర్తిగా 'బ్రేక్' అయిపోయాడు. అతడే అబద్ధం చెప్పదలుచుకుంటే ఇంతమంది మంత్రుల పేర్లు బయటపెట్టడు. బహుశ ఆ శివరాం ఎవరో పూర్తిగా లాల్‌కే తెలిసి వుండకపోవచ్చు. ఇంతకీ నేనిచ్చిన ఫోటో సంగతి ఏమియింది?

"నువ్వు చెప్పినట్లే చేశాను. ఫోటో మీద చాలా స్టాంపు ముద్రలున్నాయి. వాటినన్నిటినీ జాగ్రత్తగా తుడిచి అసలు ఫోటోని కాస్త బయటకు తెప్పించగలిగాను. ఫోటోలో వ్యక్తికి చిన్న గెడ్డం వుంది. పైగా కుడివైపు క్రాపు అసహజంగా వుంది. అవి తీసేసి రకరకాలుగా స్కెచ్‌లు వేశాను. చూడు" అంటూ అందించాడు.

అవి రకరకాల స్కెచ్‌లు. గెడ్డం లేకుండా కొన్ని, ఎడమవైపు పాపిడితో కొన్ని, కనుబొమ్మల మార్పిడితో వివిధ Permutations and Combinations తో వున్నవి.

సాగర్ ఒక్కొక్క ఫోటో తిప్పి చూస్తున్నాడు.

అతడి భృకుటి ముడివడింది.

ఏదో రహస్యానికి సామీప్యంవైపు వెళుతున్న భావన!

చివరి స్కెచ్‌వైపు చూడగానే అతడి అనుమానం పూర్తిగా విడిపోయింది. పాస్‌పోర్టులోని శివరాం ఫోటో ఆధారంగా– గెడ్డం తొలగించి, కుడివైపు పాపిడిని ఎడమవైపుకి మార్చి వేసిన రకరకాల బొమ్మల్లో చివరిది...

"గి...రి....ధ.....ర్ !

శివరామే గిరిధర్!!!

సాగర్ ఆ షాకు నుంచి తేరుకోవటానికి చాలాసేపు పట్టింది! 'అందుకే శివరాం ఉన్నట్లుండి అదృశ్యమైపోయాడన్నమాట' అనుకున్నాడు.

...నవలని 'స్త్రీ' అన్నారు పండితులు. రెంటికీ అందమైన మలుపులుంటాయి. వాటిలో సగం చీకట్లో వుంటాయి. అవి బయటపడటం ఎంతో అద్భుతంగా జరుగుతూ వుంటుంది.

అందుకే స్త్రీని నవల అన్నారు పండితులు.

13

డాక్టర్ రామకృష్ణకు 'పద్మశ్రీ' బిరుదు నివ్వబోతోందిట ప్రభుత్వం. ఆ వార్త వినగానే ఠక్కున ఫోన్ డిస్కనెక్ట్ చేసింది హిమజ. కోపంతో ఆమె శరీరం వణుకుతోంది, ముక్కుపుటాలు అదురుతున్నాయి.

నరరూప రాక్షసుడైన ఒక హంతకుడిని అతను దోషి అంటూనే సురక్షితంగా విదేశాలకు పంపించేసింది న్యాయస్థానం ఆనాడు. ఆ హంతకుడికి సహాయం చేసిన వ్యక్తిని సత్కరిస్తోంది ప్రభుత్వం ఈ రోజు. నిముషానికోసారి న్యాయం గురించీ, ధర్మం గురించీ మాట్లాడే సమాజంలో నేరస్థులకు చట్టరీత్యా ఎంత ప్రోత్సాహం!

హిమజకు ఒళ్ళు మండిపోతోంది. న్యాయశాస్త్రం యింత బలహీనంగా వుంటే తను మాత్రం ఎందుకు ఉపయోగించకూడదు? ఇప్పుడు తనకూ పిచ్చెక్కబోతోంది. పిచ్చివాళ్ళు ఏం జేసినా తప్పులేదుగా? కనీసం అలా నటించినా

చాలు- హత్యలయినా చేయవచ్చు. డాక్టర్ రామకృష్ణకు న్యాయస్థానం శిక్ష విధించదు. తను ఆ పనిచేస్తే సరి. అతను తీసుకున్న గోతిలో అతనే పడేటట్లు చేయాలి.

హిమజ ఆలస్యం చేయలేదు. ఆమె కోపం అంతా స్టీరింగ్ వీల్‌మీద చూపుతోంది. ఎక్కడా ట్రాఫిక్ రూల్స్ పాటించలేదు. అవును. ఇప్పుడు తనొక మానసిక రోగి. ఏక్సిడెంట్లు కూడా చేయవచ్చు. ఒక విధంగా అదీ తనకు రక్షణ ఇస్తుంది. తన మానసిక స్థితి సరిగా లేదని నిరూపిస్తూ.

కారు రోడ్డుకు అడ్డంగా ఆపి డాక్టర్ రామకృష్ణ ఇంటిలోకి నడిచింది హిమజ. కింద హాల్లోనే కనుపించాడు శివయ్య. షాకునుంచి ఆమె తేరుకోవడానికి కొంచెం సేపు పట్టింది.

"ఓహో! అయితే ఇక్కడ పనిచేస్తున్నావన్నమాట. చేరాల్సిన చోటుకే చేరావు".

శివయ్య నవ్వాడు అదోలా.

"ఎక్కడ మీ డాక్టరు?" గద్దించింది.

"లోపల క్లినిక్‌లో ఉన్నారు" సమాధానం చెప్పాడతను.

తనను తాను కంట్రోలు చేసుకుంటూ పక్కనే వున్న క్లినిక్‌లోకి వెళ్ళింది హిమజ.

బయట వెయిటింగ్ రూంలో పేషెంట్లు కూర్చుని వున్నారు. లోపల ఎగ్జామినేషన్ రూంలో మరో పేషెంటుతో మాట్లాడుతున్నాడు డాక్టర్ రామకృష్ణ.

"అరే, హిమా ఇదేనా రావడం? వెళ్ళి గదిలో కూర్చోమ్మా! ఇప్పుడే వస్తాను" ఆప్యాయంగా పలకరించాడు.

"నేను మర్యాదలు చేయించుకోవడానికి రాలేదు" విసురుగా అంది.

డాక్టర్ రామకృష్ణ ఆశ్చర్యంగా చూశాడు. పేషంటు అయోమయంగా చూస్తున్నాడామెవైపు.

"పద హిమా! ఇక్కడ పేషెంట్లను డిస్టర్బ్ చెయ్యొద్దు. వెళదాంపద" మృదువుగా ఆమె చెయ్యి పట్టుకుని పక్క గదిలోకి తీసుకెళ్ళాడు.

"ఇప్పుడు చెప్పు. ఏమిటి సంగతి?"

"మీకు కంగ్రాట్స్ చెప్పడాని కొచ్చాననుకున్నారా? మా అక్క 'అంకుల్, అంకుల్' అంటూ ఎంతగా అభిమానించేది మిమ్మల్ని? అలాంటిదాన్ని హత్యచేసినవాణ్ణి

కాపాడారు. ఈ రోజు ఆ 'శివయ్య' ను తెచ్చి ఇంట్లో పెట్టుకున్నారు. మిమ్మల్ని ఏం చేసినా పాపంలేదు. నా చేతులతో..." ఆమె మాట పూర్తికాలేదు. పక్కగదిలోంచి పెద్దగా అరుపు వినిపించింది. హిమజను పట్టించుకోకుండా, డాక్టర్ రామకృష్ణ హడావుడిగా పరుగెత్తాడు ఆ గదిలోకి.

గదిలో మంచంమీద కూర్చున్నాడొక వ్యక్తి. చాలా బలహీనంగా కనిపిస్తున్నాడు, ఒళ్ళంతా చెమటలు పట్టాయి. వణుకుతున్నాడు.

"భయపడ్డావా? ఎందుకలా అరిచావు?" ఎంతో మృదువుగా అడిగాడు డాక్టర్.

"గుర్తొస్తోంది డాక్టర్! కొంచెం కొంచెంగా అంతా గుర్తు వస్తోంది".

"ఇతనూ దెయ్యం పట్టిన వ్యక్తేనా?" ఎగతాళిగా అడిగింది హిమజ డాక్టర్ వెనకే వచ్చి.

రామకృష్ణ ఆమె ఎగతాళి పట్టించుకోకుండా "ఇతనికి హైడ్రోఫోబియా. అంటే నీళ్ళను చూస్తే భయం. రెండు నెలలనుంచి ఇతనికి చికిత్స చేస్తున్నాను. ఎప్పుడో నీళ్ళలో మునిగి భయపడినట్లున్నాడు. ఆ భయంతో షాకు తగిలి జరిగిన విషయాలన్నీ మర్చిపోయాడు. తన పేరుకూడా గుర్తులేదు అతనికి" అన్నాడు.

"నా పేరు ప్రసాద్" చిన్నగా అన్నాడతను. రామకృష్ణ మొహం విప్పారింది. అయినా "కాసేపు రెస్టు తీసుకోబాబూ! తర్వాత చెబుదువుగానిలే. జస్ట్ రిలాక్స్" అనునయంగా అన్నాడు.

"లేదు డాక్టర్! నన్ను... నన్ను చెప్పనివ్వండి. తర్వాత మళ్ళీ మర్చిపోతానేమో? ఎంత భయంకరమైన సంఘటన అది. దారుణమైన హత్యాకాండ డాక్టర్!"

రామకృష్ణ సాలోచనగా అతడివైపు చూశాడు.

ప్రసాద్ మొహంలో మార్పు కనపడుతూంది.

"నేను పిచ్చిగా మాట్లాడటంలేదు. నాకంతా జ్ఞాపకం వచ్చింది. ఇన్నాళ్ళూ ఎలా మర్చిపోయాను?" తనలో తాను అనుకుంటున్నట్లుగా అన్నాడు రెండు నెలల ట్రీట్‌మెంట్ ఫలించినట్లు...

"సరే వింటాను చెప్పు" కూర్చున్నాడు రామకృష్ణ.

హిమజ తన ఆవేశాన్నీ, వచ్చిన పనినీ తాత్కాలికంగా మర్చిపోయింది. ఆమెకి ఈ పేషెంటు ఒక అద్భుతంగా తోచాడు. BLACK SPOT IN BRAIN గురించి చదివింది. కానీ చూడడం యిదే ప్రథమం.

ప్రసాద్ చెప్పడం ప్రారంభించాడు.

* * *

పారిస్ హార్బర్‌లో 'భారత్' నౌక బయలుదేరినప్పుడు వాతావరణం చాలా ప్రశాంతంగా వుంది. ఓడలో సిబ్బంది చాలాకాలంగా కలసి పనిచేస్తున్నవాళ్ళు. అంతా ఒక కుటుంబంలా వుండేవారు. ఈసారి అందులో ఒక కొత్త సభ్యుడు చేరాడు. అతని పేరు శివరాం. పారిస్‌లోని షిప్పింగ్ కంపెనీవాళ్ళు అభ్యర్థించడంతో తమతోపాటు అతను ఇండియాకు ప్రయాణించడానికి కెప్టెన్ ఒప్పుకున్నాడు– కాస్త అయిష్టంగానే. కాని ఒక్క రోజులోనే శివరాం తన హాస్యోక్తులతో అందర్నీ నవ్వించి ఆకట్టుకున్నాడు. ఎప్పటినుంచో పరిచయం వున్నవాడిలా వారితో కలిసి పోయాడు.

ఆ ట్రిప్పులో పారిస్ నుంచి కొన్ని మెషిన్ పార్ట్సు తీసుకొస్తోంది భారత్. అయితే ఎవరికీ తెలియని విషయం మరొకటుంది. ఫ్రాన్సునుంచి కొన్ని ఆయుధాలను కొనుగోలు చేసిన భారత్ ప్రభుత్వం అవి అర్జెంటుగా కావలసి రావడంతో 'భారత్'లో వాటిని తెప్పించుకునే ఏర్పాట్లు చేసుకుంది. ఆ 'కార్గో' ఏమిటో ఎవరికీ తెలియకుండా చాలా జాగ్రత్తగా లోడ్ చేయబడింది. అందుకే కెప్టెన్ చాలా అప్రమత్తంగా, జాగ్రత్తగా వ్యవహరిస్తున్నాడు.

1869లో భారతదేశానికి ఉపయోగపడే సంఘటనలు రెండు జరిగాయి. ఒకటి మహాత్మాగాంధి జననం, రెండోది సూయిజ్ కాలువ ప్రారంభం కావటం. సూయిజ్ కాలువ తెరవబడడంతో అత్యధికంగా లాభం పొందింది భారతదేశమే. యూరప్‌నుంచి ఇండియాకు రావాలంటే ఆఫ్రికాఖండం చుట్టూ తిరిగి రావలసి వచ్చేది. విమానయానంలేని ఆ రోజుల్లో అక్కడనుండి బొంబే రావడమంటే కొన్ని నెలలు పట్టేది. సూయిజ్ కాలువ త్రవ్వకంతో కొన్ని వేలమైళ్ళ ప్రయాణం తగ్గింది.

'భారత్' ఆ దారినే వస్తోంది. ఇప్పుడు మధ్యధరా సముద్రంనుంచి సూయిజ్‌లోకి ప్రవేశించింది. అక్కడనుండి ప్రయాణం సాఫీగా నడుస్తోంది. అందరికీ అది చాలా ఇష్టమయిన ప్రయాణం. రోజులు సరదాగా గడిచిపోతున్నాయి. కులాసా కబుర్లతో, ఆటలతో సమయం గడిపేశారు. సూయిజ్ నుంచి అరేబియా సముద్రంలోకి ప్రవేశించింది నౌక. అంటే ఇక భారతదేశానికి దగ్గరగా వచ్చేసినట్లే. ఉన్నట్లుండి వాతావరణం ఒక్క సారిగా మారింది. గాలి ఉధృతంగా వీయసాగింది. నౌక ఒకటే

కదిలిపోతోంది. సముద్ర ప్రయాణం బాగా అలవాటయిన సిబ్బందికి ఇబ్బంది కలగలేదుగాని, శివరాం మాత్రం సిక్ అయ్యాడు. అతన్ని "సిక్ రూంలో" వుంచారు.

రెండు రోజుల తర్వాత తుఫాను నిమ్మళించింది. మళ్ళీ ప్రశాంతత. అయితే భారత్‌కు మరో ఇబ్బంది. బాయిల్ రూంలోనించి పొగ రావడం గమనించిన ప్రసాద్ కేప్టెన్‌కు రిపోర్టు చేశాడు. ప్రసాద్ అసలు వైర్‌లెస్ ఆపరేటర్. షిప్‌లో ఇంజనీర్లు ఒక రోజంతా కష్టపడి బాయిలర్ ఫీడ్‌పైప్‌ని సరిచేశారు. అప్పుడే కేప్టెన్ ద్వారా షిప్పులోని మారణాయుధాల గురించి తెలిసింది ప్రసాద్‌కు.

రెండురోజుల తుఫాను ఒకరోజు రిపేర్ అయి ప్రయాణం తిరిగి సాఫీగా నడుస్తుండటంతో సిబ్బంది అంతా హుషారుగా ఉన్నారు. త్వరలో స్వదేశానికి వెళ్ళి కుటుంబాలను కలుసుకోబోతున్నామన్న ఆనందం ఎక్కువగా వుంది వారిలో. ఆరోగ్యం కుదుటపడిన శివరాం కూడా వచ్చి కలిశాడు. ఆ రోజు తన పుట్టినరోజని తనే స్వయంగా కేకు, స్వీట్సు తయారు చేశాడు. సాయంత్రం అందరూ డైనింగ్ హాల్లో సమావేశమయ్యారు. తను చేసిన కేకు రుచి చూడమంటూ అందరికీ తనే స్వయంగా తినిపిస్తున్నాడు శివరాం.

ప్రసాద్‌కు ఉదయం నించీ ఆరోగ్యం సరిగాలేదు. కడుపు తిప్పుతున్నట్లుగా వుంది. ఆ సంగతి చెప్తే 'సిక్ రూం'లో పడుకోమంటారని, ఈ ఆనందాన్నంతా మిస్సవుతానని అతని భయం. అందుకే ఎవరికీ చెప్పలేదు. శివరాం ప్రేమగా అందించిన కేకు తింటున్నట్లుగా నటించి తీసి జేబులో పడేసుకున్నాడు. అదే అతని ప్రాణాన్ని కాపాడినట్లుగా అతనికి చాలా కాలం తర్వాత తెలిసింది. అందరూ స్వీట్స్ మీద దండయాత్ర సాగిస్తుంటే అతను ఎవరూ చూడకుండా పైన డెక్‌మీదకు చేరుకున్నాడు. ఈ పుట్టినరోజు పార్టీ అతనికి తన కూతుర్ని గుర్తుచేస్తోంది.

చాలాకాలం తర్వాత యింటికి చేరబోతున్నాడు. తను బయలుదేరినప్పుడు 'త్వరగా వచ్చేయండి డాడీ! నా బర్త్‌డేకి ముందుగా రావాలి' అన్న నాలుగేళ్ళ పాప రూపం కళ్ళలో మెదిలింది. పాప కిష్టమయిన లేత నీలం రంగులో ఫ్రాకు , గిటార్ వాయించే బొమ్మా కొన్నాడు పారిస్‌లో. అవి చూసుకున్నప్పుడు ఆ చిన్నారి కళ్ళలో కనిపించే ఆనందాన్ని ఊహించుకుని మురిసిపోయాడతను. ఆలోచనల్లో వున్న అతనికి దూరంగా తమ నౌకవైపే వస్తున్న మరొక షిప్ కనిపించింది. ఏ దేశానికి సంబంధించినదో తెలీకుండా వుంది. క్రిందకు వెళ్ళి కేప్టెన్‌కు చెబుదామని కదిలాడతను. కళ్ళు తిరిగినట్లనిపించింది. ఎదురుగా వున్న రాడ్‌ను పట్టుకున్నాడు.

కళ్ళలోకి నిద్ర కూరుకువస్తోంది.

'ఎందుకింత మత్తుగా వుంది?' అతను దిగాలని ప్రయత్నించాడు. చేతకాలేదు. అక్కడే కుప్పగా కూలిపోయాడు.

కళ్ళు తెరిచేటప్పటికి ఆకాశంలో నక్షత్రాలు మెరుస్తున్నాయి. వళ్ళంతా నెప్పులుగా, నీరసంగా అనిపిస్తోంది. అతికష్టంమీద లేచి నిలబడ్డాడు.

ఎదురుగా కనిపిస్తున్న దృశ్యం అతన్ని విభ్రాంతుణ్ని చేసింది. తమ నౌక నడి సముద్రంలో ఆగిపోయి వుంది. దాన్ని ఆనుకునే మరో నౌక వుంది. దాంట్లో నిలబడి ఏదో ఆదేశాలిస్తున్నాడు శివరాం. 'భారత్' లోని 'కార్గో' నంతా ఆ షిప్‌లోకి దింపుతున్నారు. ప్రసాద్‌కు భయం వేసింది.

గట్టిగా అరవబోయి వాళ్ళ చేతుల్లోని ఆయుధాలను చూసి మానుకున్నాడు.

"తన కేప్టెన్ వాళ్ళంతా ఏమయినట్లు?' అతను చప్పుడు చెయ్యకుండా డెక్ మీదనుంచి కిందకు దిగాడు. అదృష్టవశాత్తూ వైర్‌లెస్ రూం ఆ పక్కనే వుంది. అక్కడంతా చీకటి. అలవాటుపడిన చేతులు వైర్‌లెస్ సెట్టుమీద కదిలాయి. అతని ఒళ్ళు జలదరించింది. సెట్టు మొత్తం స్మాష్ చేసేశారు. కాబిన్‌లో ఉంటుంది మరొక ఎమర్జెన్సీ సెట్టు. అతి జాగ్రత్తగా అటువైపు నడిచాడు. దూరంగా శివరాం స్వరం వినిపిస్తోంది. కేప్టెన్ గదిలో మాత్రం అంతా నిశ్శబ్దం.

కేప్టెన్ మంచంమీద అడ్డంగా పడి వున్నాడు. ప్రసాద్ అతన్ని చప్పుడు కాకుండా లేపాలని మీద చెయ్యి వేశాడు జాగ్రత్తగా. చల్లగా తగిలింది కేప్టెన్ శరీరం. వెలుతురు అవసరం లేదు, ఏం జరిగిందో తెలుసుకోవడానికి. వైర్‌లెస్ సెట్టు కిందపడి వుంది.

గది బయట మాటలు వినిపించాయి. ప్రసాద్ మంచం కిందకు జరిగాడు.

"ఇంతవరకు ఈ గిరిధర్ పట్టినదేదీ ఫెయిలవలేదు. అంతా అనుకున్నట్లుగానే జరిగింది. ఇక మనం బయలుదేరడం మంచిది. ఈ ప్రదేశం నుంచి సాధ్యమైనంత దూరం వెళ్ళిపోవాలి" అంటున్నాడు శివరాం.

వాళ్ళు వెళ్ళిపోతున్నట్లు అడుగుల చప్పుడు. కాస్సేపటికి ఆ నౌక కదులుతున్న శబ్దం. గదిలోనుంచి బయటకు వచ్చాడు ప్రసాద్. వేగంగా వెళుతున్న ఆ నౌకమీద అస్పష్టంగా కనిపించాయి అక్షరాలు "MOCTOS" అని. ఆ పేరు గుర్తుపెట్టుకోటానికి అతడికి ఒక వివరణ కూడా దొరికింది. MOST COMFORTABLE TERRACE OVER SEA అని. కానీ ఇప్పుడది భయానకంగా వుంది.

డైనింగ్ హాల్లోనే కనిపించాయి మిగతా వాళ్ళ శరీరాలు. ఎవరిలోనూ ప్రాణం వున్న సూచనలు కనిపించడంలేదు.

అంత నిర్భయంగా వదిలేసి ఎందుకు వెళ్ళిపోయారు వాళ్ళు? కాస్సేపటికి అర్థం అయిందతనికి కారణం. 'భారత్' కొద్ది కొద్దిగా మునిగిపోతోంది. తన తోటివాళ్ళ శవాలు చూసిన వైరాగ్యం, బాధ మాయమయి అప్పుడు వేసిందతనికి భయం.

అలాంటి పరిస్థితిలో లైఫ్‌బోటు తీసుకుని ఎలా బయటపడాలో అతనికి తెలుసు. చేతికందిన ఆహార పదార్థాలను తీసుకుని అతను షిప్ అడుగు భాగానికి చేరుకున్నాడు. ఇంకో అయిదు నిమిషాలాగి వుంటే అతనూ జలసమాధి అయిపోయేవాడు తనవారితో పాటు.

సముద్రం మీద ఎన్ని రోజులున్నాడో అతనికి తెలియదు. తర్వాత వచ్చిన తుఫానుకి బోట్ కూడా పోయింది. చేతికందిన దుంగ నొకదాన్ని పట్టుకుని ప్రాణం కాపాడుకున్నాడు. అలా ఎన్నో రోజుల తర్వాత ఒడ్డున పడ్డాడు అనారోగ్యంతో. షాక్‌తో మతి చలించి...

అయితే జరిగినదంతా అప్పటికే మరచిపోయాడతను.

ప్రసాద్ చెప్పటం పూర్తయింది.

14

"**ఒకోసారి** షాక్‌తో అలా జరగడానికి వీలుంది. నీళ్ళలో అన్ని రోజులు ప్రాణ భయంతో ప్రయాణించడంతో నీకు హైడ్రోఫోబియా పట్టుకునుంటుంది. చాలాకాలం నీవు కోమాలో వున్నావని నిన్ను తీసుకొచ్చినవాళ్ళు చెప్పారు" అన్నాడు డాక్టర్ రామకృష్ణ.

"ఈ విషయం మనం వెంటనే సాగర్‌కు చెప్పాలి. ఈ శివరాం అనే వ్యక్తి గురించి సాగర్ పరిశోధిస్తున్నాడు" తన కోపం మర్చిపోయింది హిమజ- గిరిధరే శివరాం అని తెలియటంతో.

"అలాగేనమ్మా! కానీ ముందుగా నా మాట కాస్త వింటావా?"

"చెప్పండి".

"మీ కందరికీ నా మీద అనుమానం వున్న విషయం నాకు తెలుసు. నా వెనుక నిఘా ఏర్పాటు చేయడమూ తెలుసు. అయితే దైవసాక్షిగా నేను నీకు చెప్పేదొకటి. నేను డాక్టర్ని. సైకాలజిస్టును. నా చదువు నాకు నేర్పిన పరిధిలో నేను వైద్యం చేస్తాను. కాని గిరిధర్ కేస్‌ని నేను క్షుణ్ణంగా పరిశీలించాను. అతనిది ఏ సైన్స్‌కీ అందని జబ్బు. గతంలోని నా అనుభవంతో తెల్సుకున్నది అతన్ని మరో ఆత్మ ఆవహించిందనే నేను నమ్మిన విషయాన్నే బయటకు చెప్పాను. అది తప్పని నేననుకోలేదు. దానివల్ల పద్మజకు అపకారం జరుగుతుందనీ నేను అనుకోలేదు. మానవాతీత శక్తులమీద నాకు నమ్మకం వుంది. ఆ విషయం చెప్పానంతే. ఇండో-తైవాన్ ఫ్రెండ్‌షిప్ అసోసియేషన్ అధ్యక్షుడుగా నేను సి.బి.ఐ. దృష్టిలో పడ్డాను. వాళ్ళు నా గురించి అంతా క్షుణ్ణంగా పరిశీలించారు. నేను నిర్దోషినని తెలుసుకోబట్టి ఈ రోజు 'పద్మశ్రీ' బిరుదుకు అర్హుడనయ్యాను. ఇక శివయ్య విషయం అంటావా? నాకు తెలిసినంత వరకు అతను మరీ దుర్మార్గుడు కాడు. అందుకే వచ్చి అడిగితే కాదనలేకపోయాను. అతను నేరం చేశాడని ఒక చిన్న దృష్టాంతం చూపించు. ఈక్షణంలో అతన్ని పోలీసులకు అప్పచెపుతాను నేనే స్వయంగా. నీకు తెలియదు హిమా! జీవితంలో ఒంటరివాణ్ణి నేను. అన్నయ్యకు అలా జరిగాక నేను చాలా రిజర్వ్‌డుగా అయిపోయాను. పెళ్ళికూడా చేసుకోవాలనిపించలేదు. నాకు చేతనయినంతగా నలుగురికీ సహాయం చెయ్యాలనే తప్ప నాకే కోరికా లేదు. నా ప్రొఫెషన్‌తో కొందరికయినా ఆరోగ్యం ప్రసాదించగలుగుతున్నానని తృప్తి.

నా మనసు విప్పి నీకు చెప్పాను. నన్ను బ్రతకనివ్వకూడదనుకుంటే నీ యిష్టం. నీ చేతులతోనే నన్ను చంపు. సంతోషంగా చచ్చిపోతాను".

హిమజ నిశ్శబ్దంగా తల దించుకుంది.

* * *

"చూశావా హిమా! ఒక వ్యక్తినిగాని, ఒక సమస్యనుగాని మనం రెండు కోణాలనుంచి చూడాలనే సిద్ధాంతాన్ని మరచిపోయి ఒక్కోసారి ఎలాంటి పొరపాట్లు చేస్తూంటామో? రామకృష్ణ దుర్మార్గుడని అనుకున్నంత కాలం మనకు అతని ప్రతిపనిలోనూ స్వార్థం, కపటత్వం కనిపించింది. ఈరోజు అతను మంచివాడనే నమ్మకం కలగ్గానే అదేపనిలో అతని మంచితనం, నిస్వార్థం కనిపిస్తాయి. కాకపోతే

ఆయన ఎంత మంచివాడో, అమాయకుడో అంత మూర్ఖుడు కూడా. అతనేకాదు- మన సమాజంలో చాలామంది అలాంటి చదువుకున్న మూర్ఖులే. వాళ్ళ అభిప్రాయాల్ని జన్మలో మార్చుకోలేరు. ఆ మూర్ఖత్వాన్నే ఆసరాగా తీసుకుని గిరిధర్ లాంటి వాళ్ళు తెలివిగా వ్యవహరించి లాభం పొందుతుంటారు. న్యాయస్థానానికి కావలసినది రుజువులు, సాక్ష్యాలు. ఇప్పుడు గిరి, శివరాం ఒకరే అని ఎంత బాగా మనకు తెలిసినా రుజువుచెయ్యటం కష్టం. అందులోనూ అతను ఇక్కడ లేనప్పుడు".

"హు, రుజువులు- సాక్ష్యాలు. అన్నీ మీ పోలీసుల చేతుల్లోనే వుంటాయి సాగర్! ప్రేమ్‌చంద్ అనే వ్యక్తి విషయం తెలుసా నీకు? 1959 నుంచి 1979 వరకు ఇరవై ఏళ్ళపాటు అతను 2500 నుంచి 3000 కేసులకు పోలీసుల తరఫున సాక్ష్యం చెప్పాడు. నేరం జరిగినప్పుడు తన కళ్ళతో స్వయంగా చూశానని అతను చెప్పిన సాక్ష్యాన్నిబట్టి కొందరు నేరస్థులకు ఏడేళ్ళ కఠిన శిక్ష విధించడం కూడా జరిగింది. ఒక సంవత్సరంలో ఒక మేజిస్ట్రేట్ ఎదురుగా యాభైసార్లకు పైగా అతను సాక్షిగా హాజరు చెయ్యబడ్డాడు. అయినా ఎవరికీ అనుమానం రాలేదు. అలా వుంది మన న్యాయవ్యవస్థ".

"నిజమే హిమా! మన న్యాయ వ్యవస్థలో చాలా లొసుగులున్నాయి. అది అందరకూ తెలిసిన విషయమే. నిరపరాధులకు శిక్ష పడకూడదనే ఉద్దేశ్యంతో నిర్మించబడ్డ న్యాయసూత్రాలు, అపరాధాలు- అపరాధులు తప్పించుకోవడానికి ఉపయోగపడుతున్నాయి. ప్రసాద్ విషయంలో ప్రభుత్వం ఎలాంటి చర్య తీసుకుంటుందో చూద్దాం. ఒక్కసారి గిరిని యిక్కడకు రప్పించగలిగితే చాలు".

"ఒక్కసారి కాదు. శాశ్వతంగా జైల్లో పెట్టించడానికే రప్పించేటట్లు చేస్తాను. ప్రసాద్‌ద్వారా నేను విన్న విషయాలు త్వరలో పత్రికలో రాబోతున్నాయి. అది దేశంలో సంచలనం సృష్టించే వార్త అవుతుంది. అప్పుడేం చేస్తుందో ప్రభుత్వం చూస్తాను".

చిన్నగా నవ్వుకున్నాడు సాగర్. ఆ సంచలనం సృష్టించే వార్త రాజకీయ ప్రయోజనాలకు వాడుకునే మరో సాధనం అవుతుంది తప్ప మరో ప్రయోజనం ఉండబోదు అన్న విషయం హిమజ మర్చిపోతోంది. ఆ విషయం పైకి అనలేదుసాగర్. అని ప్రయోజనం లేదని తెలుసతనికి.

మాఫియా గురించి ఉన్న దున్నట్లు వ్రాస్తే– నవల బావుందంటారే తప్ప ఆ సమస్యకు పరిష్కారం ఏమిటా అని ఆలోచించరు ప్రజలు. సమస్యకీ ఫిక్షన్‌కీ తేడా తెలియని ఈ ప్రజలు.

* * *

హిమజ తను పూర్తిచేసిన ఫీచర్ని చూసి తృప్తిగా తల పంకించింది. భారతదేశంలో అత్యధిక సర్క్యులేషన్ వుండటమే కాకుండా మంచి రెప్యుటేషన్ వున్న వారపత్రికలలో ఇలస్ట్రేటెడ్ వీక్లీ ఒకటి.

తాము ప్రచురించిన వార్తలకు పూర్తి బాధ్యత వహించడమే కాకుండా అవసరమైనప్పుడు పునర్విచారణ జరపటానికి సందేహించని పత్రికగా ఇలస్ట్రేటెడ్ వీక్లీకి దేశ విదేశాల్లో మంచి పేరుంది. హిమజ తన వ్యాసాలను ఎప్పుడూ ఆ పత్రికకే పంపుతుంది. ఈ రోజు ప్రసాద్ ద్వారా విన్న పడవమునక విషయాలను ఆసక్తికరంగా చదివించేటట్లు నివేదిక తయారుచేసింది. 'ట్రూత్ ఈజ్ స్ట్రేంజర్ దేన్ ఫిక్షన్" (వాస్తవం కల్పన కంటే వింతైనది) అన్న పేరుతో దాన్ని మరోసారి చదువుతుంటే అనిపించింది ప్రసాద్ ఫోటోకూడా తీసి పంపితే బాగుంటుందని. అనుకోవటమే ఆలస్యం డాక్టర్ రామకృష్ణ యింటికి బయలుదేరింది. ప్రహరీగోడ గేటు తెరుస్తూంటే అప్పుడే బయటకు వెళుతున్న శివయ్య కనిపించాడు. విసురుగా మొహం తిప్పుకుంది.

డాక్టర్ రామకృష్ణ ఎవరో పేషెంటుని చూడడానికి బయటకు వెళ్ళాడని తెలిసింది. ప్రసాద్ గదిలోకి వెళ్ళబోయింది. హిమజని అక్కడ కూర్చున్న వ్యక్తి అడ్డగించాడు.

"సారీ మేడమ్! లోపలకు వెళ్ళడానికి వీల్లేదు. పర్మిషన్ కావాలి".

"మీరెవరు?" కోపంగా అడిగింది.

అతను ఐడెంటిఫికేషన్ కార్డ్ తీసి చూపించాడు.

"ప్రస్తుతం మిస్టర్ ప్రసాద్ కస్టడీలో వున్నారు. అతన్ని చూడడానికి ఎవరినీ పర్మిట్ చేయవద్దని మాకు ఆర్డర్స్".

"సరే!" వెనక్కి తిరిగింది హిమజ, డాక్టర్ వచ్చేవరకు ఎదురుచూస్తాను అనుకుంటూ.

నర్సింగ్‌హోం అంతా నిశ్శబ్దంగా వుంది. రామకృష్ణ యింత పెద్ద యిల్లు కట్టుకోవడం గురించి ముందుగా ఎన్ని అనుమానాలు! కాని ఇప్పుడు చూస్తుంటే అర్థమవుతుంది. ఎంత ఆలోచనతో కట్టాడో. కింద ఆరు గదులు పేషెంట్సని ఉంచడానికి అన్ని వసతులతో వున్నాయి. సాగర్ వచ్చిచెప్పినప్పుడు తను నిజంగా ఆశ్చర్యపోయింది. డాక్టర్ రామకృష్ణ మీద సి.బి.ఐ. తయారుచేసిన రిపోర్టు గురించి. తన జీవితాన్నంతా ఇలాంటి మానసిక రోగుల చికిత్సలోనే గడపడానికి అన్ని విధాలయిన ఏర్పాట్లు చేసుకున్నాడాయన. ఇవ్వగలిగిన వాళ్ళ దగ్గరే డబ్బు తీసుకుంటూ, ఏమీ యివ్వలేని వాళ్ళకు ఉచితంగా వైద్యం చేస్తూ తన ఖర్చులతోనే మందులు కొంటున్నాడు. ప్రసాద్ ఎవరో తనకు తెలియకపోయినా రెండు నెలలనుంచి తన దగ్గరే వుంచుకుని చికిత్స చేస్తున్నాడు.

"చాలా సేపయిందా హిమా వచ్చి?" డాక్టర్ రామకృష్ణ మాటలకు ఆలోచన ల్లోంచి బయటపడింది.

"ఆ, మీ కోసమే చూస్తున్నాను. నాకు ప్రసాద్ ఫోటో కావాలి. లోపలకు వెళ్ళనివ్వడంలేదు" ఫిర్యాదు చేస్తున్నట్లుగా అంది.

"సారీ హిమా! ఆ విషయంలో నేనేం చెయ్యలేను. అతనిప్పుడు వాళ్ళ ఆధీనంలో వున్నాడు. నేను మందు ఇవ్వాలనుకున్నా వాళ్ళు నా వెంట వుంటారు. అంత స్ట్రిక్ట్‌గా వున్నారు. వాళ్ళ అనుమానం వాళ్ళది. తప్పుపట్టి ప్రయోజనం లేదు".

"కాని మనమే కదా అతన్ని వాళ్ళకు అప్పగించింది. మనకే అభ్యంతరం చెప్పడం బాగాలేదు".

"నిజమేననుకో. కాని ఒకసారి వాళ్ళు రెస్పాన్స్‌బిలిటీ తీసుకున్నాక మనకు ఎలాంటి అధికారం ఉండదు కదమ్మా. లాభంలేదు" చెప్పాడాయన.

ఇక మాట్లాడి ప్రయోజనం లేదని అర్థమైంది. నిరాశగా వెనక్కు తిరిగింది.

గేటువరకూ వెళ్ళాక ఐడియా వచ్చింది హిమజకు. ప్రసాద్ వున్న గదికి పెద్ద కిటికీ వుంది, వెనుక తోటవైపుకి. డాక్టర్ ఎలాగూ బిజీగా వున్నాడు పేషెంట్లతో. వెళ్ళి ప్రయత్నిస్తేనో? ఆమాత్రం ధైర్యం చెయ్యాల్సిందే. తననెవరూ గమనించడం లేదని చూసుకుని శబ్దం చెయ్యకుండా తోటలోకి నడిచింది హిమజ. గోడ పక్కనుంచి వంగుని తొంగిచూసింది వెనుకవైపుకి. ఎదురుగా కనిపించిన దృశ్యంతో గుండె దడదడా కొట్టుకుంది.

ప్రసాద్ కిటికీ దగ్గర నిలబడ్డాడు శివయ్య. చేతిలో ఏదో ఆయుధంతో కిటికీ అద్దాన్ని తియ్యడానికి ప్రయత్నిస్తున్నాడు.

ఇదే అవకాశం అతన్ని రెడ్‌హాండెడ్‌గా పట్టుకోవటానికి. అటూ–ఇటూ చూసింది హిమజ. పక్కన పెద్ద మామిడి చెట్టుంది. గబుక్కున దాని వెనక్కి వెళ్ళింది. శివయ్య తాపీగా, నిర్భయంగా తన పని చేసుకుపోతున్నాడు. ఆమె తలెత్తి చూసి వుంటే కారణం తెలిసేది. శివయ్యను గమనించడంలో మునిగిన హిమజ వెనుక ఇంటి డాబామీద గన్‌తో వున్న వ్యక్తిని గమనించలేదు. కెమేరా వ్యూయర్‌లోంచి ఫోకస్ అడ్జస్టు చేసుకుంటూ ఆమె కాస్త వంగకపోతే అతను పేల్చిన తుపాకీగుండు ఆమె భుజంలోంచి దూసుకుపోయేదే. తన తలమీదుగా రయ్యిమని దూసుకు పోయి ఎదుటి కొమ్మలో చిక్కుకున్న దేమిటో అర్థంగాక అయోమయంగా చూస్తుండిపోయింది ఒక్కక్షణం.

కానీ ఏదో అపాయాన్ని ఊహించి ఆమె శరీరం ఆటోమేటిగ్గా చెట్టు వెనక్కి జరిగింది. అయితే ఇప్పుడు శివయ్య దృష్టిలో పడిందామె. అతను జేబులోనుంచి ఏదో తియ్యబోతున్నాడని గ్రహించగానే మళ్ళీ గోడ పక్కనుంచి ఇంటి ముందువైపుకి పరుగెత్తింది. ఈసారి ఆమె హైహీల్ చెప్పులు పెద్దగా శబ్దం చేశాయి. అయితే ఆమె అనుకున్నట్లు శివయ్య వెనక పరిగెత్తుకు రాలేదు. కాని ఈ లోపులో వెనుక పిస్తోలు చప్పుడు మాత్రం వినిపించింది. ఆమె పరుగు వేగం ఎక్కువ చేసింది. డాక్టర్ రామకృష్ణకు జరిగిన విషయం చెప్పగానే ఆయన ఇన్‌స్పెక్టర్‌తో కలిసి వెనక్కు పరుగెత్తాడు. కానీ అప్పటికే శివయ్య శరీరం రక్తపు మడుగులో కొట్టుకుంటోంది.

హిమజ స్థబ్దురాలయింది.

శివయ్య మరణించాడు! ఆమెకి ఈ విషయ ఇంకా నమ్మబుద్ధి గావటంలేదు! తను కొద్దిలో ప్రమాదంనుంచి తప్పించుకుంది. లేకపోతే తను వెళ్ళవలసిన లోకం అది! తను అతడిని చూడడంవల్ల– అతడిని పంపించేశారు ఆ రాక్షసులు!!

అంబులెన్స్ రావడం శివయ్యను హాస్పిటల్‌కు తీసుకెళ్ళడం జరిగిపోయింది. పోలీసు ఇన్‌స్పెక్టర్‌కు అసలు విషయము చెప్పకుండా తోటలో ఫోటోలు తీసుకోవటానికి వెళ్ళానని చెప్పింది హిమజ. అక్కడనుండి బయటపడటానికి రెండు గంటలు పట్టిందామెకు. అలసటగా ఇంటికి తిరిగి వచ్చింది. శివయ్య మరణం ఆమెని దిగ్భ్రాంతిలో ముంచింది.

కాని ఇప్పటి అనుభవాన్ని కూడా పత్రికకి రాసి పంపాలన్న ఆలోచన ఆమెనక్కడ ఆపలేదు. టేబుల్ ముందు కుర్చీలో కూర్చోబోతూ ఉలిక్కిపడింది హిమజ.

వెళ్ళేటప్పుడు తను పూర్తిచేసి పిన్‌చేసి పెట్టిన కాగితాలు లేవు.

తనకు బాగా గుర్తు అక్కడే పెట్టినట్లు. ఏమైనట్లు? ఎవరు తీస్తారు? తన గదిలోకి రాధ తప్ప మరెవ్వరూ రారు. ఎందుకైనా మంచిదని టేబిల్ సొరుగుల్లో, అలమారులో కూడా చూసింది- లేదు. ఆగలేక కిందకు దిగి వచ్చి రాధను అడిగింది.

"నేనేం చూడలేదే. అసలటు వెళ్ళందే? పనిమనిషి శుభ్రం చేసినట్టు వుంది అడుగుదాం పద" అంది రాధ.

"అవునమ్మా! గదిలో చిందరవందరగా పడుంటే కొన్ని కాగితాలు తుడిచి పారేశాను" చెప్పింది పనిమనిషి.

"ఏదీ ఎక్కడున్నాయి చూపించు?" అడిగింది ఆశగా హిమజ.

"మునిసిపాలిటీ వ్యాన్ వచ్చింది కదమ్మా! చిత్తు అంతా ఎత్తుకు పోయారు" చెప్పిందామె.

హతాశురాలైపోయింది హిమజ. పొద్దుటే వచ్చి అవి తీసుకెళతానన్నాడు రిపోర్టరు. ఢిల్లీ ఫ్లయిట్‌లో వెళ్ళే వాళ్ళెవరితోనో పంపిస్తానని చెప్పాడు. ఇప్పుడివ్వలేకపోతే మరో వారంరోజులు ఆలస్యమవుతుంది.

"ఏమిటమ్మా అంత ముఖ్యమైన కాగితాలా?" అడిగాడు ప్రకాశరావు.

"అవునంకుల్! రేపు ప్రెస్‌కు వెళ్ళాల్సినవి" ఇంకేం మాట్లాడలేక గదిలోకి వెళ్ళిపోయింది.

ఎలాగైనా పొద్దుట లోపల తయారుచెయ్యాలి రిపోర్టు. ఆలస్యం కావటానికి వీల్లేదు. ఇంట్లో పార్టీ పెట్టుకుని వ్రాసుకుంటూ కూర్చోలేదు. ఇక్కడ నుంచి బయటపడాలి, చెప్పకుండా.

ఇప్పుడే వస్తానని మళ్ళీ కారు బయటకు తీస్తున్న హిమజను వింతగా చూశారు ప్రకాశరావు. "ఈ అమ్మాయికి కాస్త పిచ్చి తగిలినట్లుంది" అన్నారు పైకే.

రైల్వేస్టేషన్ పార్కింగ్‌లో కారు పార్కుచేసి, ఆటోలో తన యింటికి చేరుకుంది హిమజ. తను ఇక్కడకు వచ్చినట్టు తెలియకూడదెవరికీ. ముఖ్యంగా ప్రకాశరావుగారికి. తను వంటరిగా వచ్చి ఇక్కడున్నట్లు తెలిస్తే ఆయనకు కోపం వస్తుంది.

తలుపు లోపలనుంచి లాక్‌చేసి ఇల్లంతా తిరిగి చూసింది. అన్ని తలుపులు-కిటికీలు వేసున్నాయని నమ్మకం కలిగాక పై గదిలో కూర్చుంది కాయితాలు ముందేసుకుని.

* * *

బొంబాయి ఎయిర్‌పోర్టులో దిగి సరాసరి హార్బర్ చేరుకున్నాడు సాగర్.

ప్రసాద్ చెప్పిన 'MOCTOS' అన్న పేరు వినగానే అతనికి దానిగురించి విన్న సమాచారం లీలగా గుర్తువచ్చింది. తన అనుమానం నివృత్తి చేసుకోవటానికి వచ్చాడతను. తను ఏ విషయంలో పరిశోధన చేయడానికి బాంబే వెళుతున్నాడో ఎవరికీ అనుమానం రాకూడదని కొచ్చిన్ అని చెప్పి వచ్చాడు అక్కడికి.

హార్బరులో తనకు కావలసిన ఫైలు పైకి తీయడానికి మూడు గంటలు పట్టింది.

1983 మార్చిలో నైజీరియానుంచి మలేషియాలోని కిలాంగ్ పోర్టుకి ప్రేలుడు పదార్థాలను తీసుకెళ్ళడానికి నియమించబడింది 'MOCTOS' అనే నౌక. దాని యజమాని హోవర్డు అనే ఆస్ట్రేలియా దేశస్థుడు. దారి మధ్య అరేబియా సముద్రంలో ఇంజన్ ట్రబుల్ ఇవ్వడంతో పర్మిషన్ తీసుకుని బాంబే పోర్టులో కొన్నాళ్ళు ఆపారు దాన్ని. ఇంజను రిపేరు జరుగుతున్న సమయంలో ఆ నౌకలో స్మగుల్డ్ చేస్తున్న మత్తుపదార్థాలున్నాయన్న వార్త వచ్చింది. కస్టమ్స్ అధికారులు నౌకను అంగుళం విడిచి పెట్టకుండా తనిఖీ చేశారు, ఏమీ దొరకలేదు. వాళ్ళు తీసుకెళ్ళే కార్లకు సంబంధించిన పేపర్లు సవ్యంగా వున్నాయి. చేసేదేం లేక అధికారులు తమ ప్రయత్నాలు విరమించుకున్నారు. హోవర్డ్‌ను అరెస్టు చేయడానికి వారికి అధికారం లేదు. కారణం ఐక్యరాజ్య సమితిచే నియమింపబడ్డ ఇంటర్నేషనల్ నార్కొటిక్స్ కంట్రోల్ ట్రీటీ ప్రకారం ప్రపంచ దేశాలన్నీ ఇంటర్నేషనల్ లా ఎన్‌ఫోర్స్‌మెంట్ ఏజెన్సీలకు కట్టుబడి వుండాలి. ఏ వ్యక్తి అయినా మాదక ద్రవ్యాలు దొంగ రవాణా చేస్తున్నట్లు తెలిస్తే ఈ ఏజెన్సీ అతనే దేశంలో ఉన్నాడో అక్కడకు అతన్ని అరెస్టు చేయమని వారెంటు పంపుతుంది. అది లేకుండా విదేశీయులను అరెస్టు చేయడానికి రూల్ లేదు.

హోవర్డ్ బాంబే తాజ్ హోటల్లో జల్సాగా పది రోజులు గడిపాడు. నౌక రిపేరు పూర్తికాగానే అ తరువాత అమెరికాలోని న్యూజెర్సి పోర్టుకు చేరింది. అక్కడ అధికారులు ఆ నౌకను తనిఖీ చేస్తే దాదాపు పదికోట్ల డాలర్లు విలువగల హషీష్ దొరికింది. అయితే అది నౌకలోకి ఎప్పుడు చేర్చబడిందో ఎవరికీ తెలియదు. కాకపోతే అది భారతదేశానికి సంబంధించినదని రుజువయింది. (భారతదేశములో హష్‌ను కిలో పాకెట్లలో ప్యాక్ చేస్తారు. దానిమీద పదిపైసల నాణెం ముద్ర వుంటుంది)

నార్కొటిక్స్ స్మగ్లింగ్ అమెరికాలో చాలా పెద్ద నేరం. మత్తు పదార్థాలకు అలవాటు పడిపోతున్న వారి సంఖ్య రోజు రోజుకి పెరిగి పోతుండటంతో అక్కడి ప్రభుత్వము ఈ స్మగ్లర్స్‌మీద కఠిన చర్య తీసుకుంటోంది. హోవర్డ్ అమెరికా పోలీసుల చేతుల్లో చిక్కుకున్నాడు. ఇప్పటికీ ఆ కేసు విషయం తేలలేదు. అది తేలితే తప్ప అతనికి భారతదేశంలో ఉన్న అనుచరులెవరో తెలుసుకొనడం వీలుకాదు.

బొంబాయిలోని సి. బి. ఐ. ఆఫీసులో మిగతా సమాచారం దొరికింది సాగర్‌కు.

హోవర్డ్‌ను అరెస్టుచేసి అతని వస్తువులన్నీ స్వాధీనం చేసుకున్నప్పుడు అమెరికా పోలీసులకు అతని దగ్గర ఒక కవరు దొరికింది. అందులో భారతదేశ రక్షణకు సంబంధించిన సమాచారం వుంది. అది తనకు బాంబే హోటల్ పక్కగదిలో ఉన్న శివరాం అనే వ్యక్తి ఇచ్చాడని అందులో ఏముందో తనకు తెలియదని అమెరికాలో అతని స్నేహితులు వచ్చి అడిగితే ఇవ్వమన్నాడని చెప్పాడు హోవర్డ్. అయితే అతని పక్కగదిలో శివరాం అనేవారు ఎవరూ దిగలేదని తర్వాత తెలిసింది.

ఆ పేపర్లు అన్నీ డిఫెన్స్ మినిస్ట్రీకి సంబంధించినవి. కొన్నిటిలో పద్మజ సంతకం వుంది. అందుకే పద్మజమీద నిఘా ఏర్పాటయింది. అయితే సోమశేఖరం ఆ విషయంలో దర్యాప్తు చేయడానికి వచ్చినప్పుడు అవి ఫోర్జరీలని తెలిసింది. ఆ తర్వాత పద్మజమీద ఎలాంటి చర్యా తీసుకోలేదు.

సోమశేఖరం పేరు చూడగానే సాగర్‌కు గుర్తువచ్చింది శేఖరం ఉత్తరం. చనిపోవడానికి ముందుగా పరిశోధించడానికి బాంబే వచ్చాడు శేఖరం. తన పరిశోధనలో గిరిధర్ అనే వ్యక్తి గురించి తెలిసినట్లుగా వ్రాశాడు. అంటే గిరిధర్ గురించి శేఖరానికి బాంబేలోనే తెలిసి వుండాలి. హోవర్డ్ శివరాం అనే వ్యక్తి తన

హోటల్‌లో వున్నాడని చెప్పాడు. కాని రికార్డులో లేదు. ఒకవేళ శివరాం అనే పేరుతో కాక గిరిధర్ పేరుతో అతడు బసచేసి ఉన్నట్లయితే?

సాగర్ తాజ్ హోటల్ పాత రికార్డులు తీయించి వరుసగా పేర్లు చూడడం మొదలు పెట్టాడు.

* * *

హిమజ టైం చూసుకుంది. ఏడవుతోంది. ఆమెకు చాలా అలసటగా వుంది. రిపోర్టు సగం కూడా తయారుకాలేదు. ఆ రోజు దీపావళి అవటంతో టపాకాయల మెరుపులూ– చప్పుళూ ఆకాశాన్ని అలరిస్తున్నాయి.

పొద్దుటినుండి తను భోజనం చేయలేదన్న విషయం అప్పుడు గుర్తొచ్చింది. ప్రకాశరావుగారింట్లో పార్టీ మొదలయి వుంటుంది. అందరికీ అనుమానం కూడా వచ్చి వుంటుంది, తనెక్కడకు వెళ్ళిందోనని. ఏమైనా కానీ ఈ రాత్రి రిపోర్టు పూర్తి చేయాలనే దృఢ నిశ్చయంతో కూర్చుంది. వంటింట్లో ఫ్రిజ్‌లో మిల్క్ పొడరు కనిపించింది. మరో డబ్బాలో కనిపించిన జీడిపప్పు వేయించుకుని తింది. తర్వాత ఒక కప్పు టీ తాగేటప్పటికి అలసట కాస్త తగ్గినట్లనిపించింది.

ఆమె అనుమానించినట్లుగానే కాసేపటికి ఫోన్ మోగడం మొదలు పెట్టింది. హిమజ తీయలేదు. అయిదు నిమిషాలు మోగి ఆగిపోయింది. పైన గదిలో కూర్చుని తిరిగి రాయడం మొదలుపెట్టింది.

కడుపులో కాస్త ఆహారం పడేటప్పటికి పొద్దుటనుండీ పడ్డ టెన్షన్, ఆతృతా తగ్గి నిద్ర ముంచుకువచ్చింది. అలాగే టేబుల్ మీద తల పెట్టుకుని పడుకుంది. ఎంతసేపలా నిద్రపోయిందో ఆమెకే తెలియదు.

ఏదో వస్తువు కిందపడ్డ శబ్దానికి మెలకువ వచ్చిందామెకు. కళ్ళు తెరవగానే తనెక్కడున్నదీ అర్థంకాలేదొక క్షణం. తర్వాత టైం చూసుకుంటే పన్నెండవుతోంది.

"అబ్బ, నాలుగు గంటలపాటు నిద్రపోయానా?" ఆశ్చర్యంగా అనుకుంది.

ఎదురుగా పేపర్లు "నా విషయం మర్చిపోయావా?" అని వెక్కిరిస్తున్నట్లు అనిపించింది. ఆత్రుతగా పెన్ను తీసుకుంది చేతిలోకి.

అప్పుడు వినిపించింది మళ్ళీ – ఏదో శబ్దం కింద హాల్లోనుంచి.

బయట చీకటి నెమ్మదిగా పాక్కుంటూ వస్తోంది. పాపమూ, చీకటీ ఒకలాటివే! లోతురు వెళ్ళేకొద్దీ- భయాన్ని మూసేస్తాయి రెండూ!! ఆమె ఇక ఆ చీకటిని మర్చిపోయి తన పనిలో నిమగ్నమైంది.

15

హోటల్ రిజిస్టర్‌లో గిరిధర్ పేరుకోసం వెతుకుతున్న సాగర్ చూపులు ఒకచోట ఆగిపోయాయి అకస్మాత్తుగా. ఆశ్చర్యంతో అతని కళ్ళు విప్పారాయి. అదే రైటింగ్, అదే సంతకం! గిరిధర్ సూట్‌కేసులో దొరికిన శివరాంకు ఉద్దేశించి వ్రాసిన ఉత్తరం! అడ్రసు చూశాడు ఆతృతగా.

6-1-908 H.

అప్రయత్నంగా అతని నోటినుంచి "మైగాడ్" అన్న మాట వెలువడింది.

సేఠ్ సుందర్‌లాల్‌ను అరెస్టు చేసిన తర్వాత అతన్ని ఇంటరాగేట్ చేసినప్పుడు చెప్పాడు దేశ విదేశాలలో తన స్నేహితులను, వ్యాపారానికి సంబంధించిన వాళ్ళను కాంటాక్టు చేయడానికి తను ప్రైవేటుగా ఎలక్ట్రానిక్ ఎక్స్‌ఛేంజీని బాత్రూంలో ఫిక్స్ చేసుకున్నానని, దాని విషయమై తన స్టాఫ్‌లో ఎవరికీ తెలియకుండా జాగ్రత్తపడ్డాననీ, అక్కడ నోట్‌బుక్‌లో దొరికిన నంబర్లన్నీ తన స్నేహితుల కోడ్ నెంబర్లనీ చెప్పాడతను. పరిశోధిస్తే చాలావరకు నిజమే అని తెలిసింది. అంతటితో వాటివిషయం మర్చిపోయారందరూ.

సాగర్ జేబులోంచి డైరీ తీశాడు. అదృష్టవశాత్తూ తను ఆ రోజు నోట్ చేసుకున్న నంబర్లు అలాగే వున్నాయి. వాటిలో మొదటిది హెచ్ 80619. పేపరు తిరగేసి చూశాడు. 61908 హెచ్ అని కనిపిస్తోంది.

ఒక్కోనంబరు చూసినకొద్దీ అతనికి అర్థం అవసాగింది. అంత సింపుల్‌గానూ, ఎవరికీ అనుమానం కలక్కుండానూ జాగ్రత్తగా కోడ్‌లో తయారు చేయబడ్డాయి.

ఎందుకు తట్టలేదు ఇన్నాళ్ళు తనకీ విషయం? అరచేతిలో రహస్యం దాచుకుని దేశమంతా వెతుకుతున్నాడు.

తనను తాను తిట్టుకున్నాడు. రేవంత్‌లా నాలుగక్షరాల ఇంగ్లీషు పదానికి మరో అయిదక్షరాల ఇంగ్లీషు విశేషణాన్ని ముందు కలుపుకుని, ఆ నెంబర్‌కి ట్రంకాల్ చేశాడు.

ఫోన్ రింగయిన కాస్సేపటికి రిసీవరు తీసింది రాధ.

"హలో!"

"రాధా, నేను సాగర్ని. హిమజ ఉందా...?" తన కంఠములో ఆత్రుత తెలియకుండా అడిగాడు.

"లేదు సాగర్! మేమంతా తన గురించే వర్రీ అవుతున్నాం. ఇప్పుడే వస్తానని సాయంత్రం అనగా వెళ్ళింది. ఇంతవరకు రాలేదు. ఏమైందో తెలియడం లేదు".

సాగర్ చెయ్యి రిసీవర్‌మీద బిగుసుకుంది.

"నాన్నగారున్నారా?" అడిగాడు ఆశగా.

"ఉన్నారు. పార్టీ జరుగుతోంది. చాలామంది మంత్రులు, ఎం.పి.లు వచ్చారు. ఆయనా ఎంతో దిగులుపడుతున్నారు. వాళ్ళను వదిలి వెళ్ళడం బాగుండదని ఆగిపోయారు. హిమజ ఫ్రెండ్స్‌కు ఫోన్ చేస్తానన్నా వద్దన్నారు. ఒక్కపూట రాకపోయేసరికి అందరికీ తెలిసేలా చెయ్యొద్దని".

"నిజమే, ఎవరింట్లోనో మాటలలో పడుంటుంది. పొద్దుటే వచ్చేస్తుందేమో!"

"ఏమయినా చెప్పాలా వస్తే?" అడిగింది రాధ.

"వద్దు. నేనే వచ్చేస్తున్నాను".

ఫోన్ డిస్కనెక్ట్ చేసి హిమజ ఇంటికి ఫోన్ చేశాడు సాగర్.

ట్రింగ్.. ట్రింగ్... ఫోన్ మోగుతూనే వుంది జవాబు లేకుండా.

సాగర్‌కు తెలుసు. ఉంటే హిమజ అక్కడే వుంటుందని.

"హిమా! నేను. ఒక్కసారి ఫోన్ తియ్యి" అతని మనసు ఆక్రోశించింది. అయిదు నిమిషాలయింది. ఒకవేళ అక్కడ లేకపోతే...

అక్కడే ప్రమాదంలో పడిందా?

టైం చూసుకున్నాడు. పదిన్నర అయింది. మరో అరగంటలో బాంబే ఎయిర్‌పోర్టులో వున్నాడు సాగర్.

హైదరాబాద్ విమానాశ్రయం ఇంటర్నేషనల్ ఎయిర్‌పోర్టుగా మారిన పుణ్యమా అని అర్థరాత్రివరకూ విమాన సర్వీస్ వుంది. జెడ్డానుంచి వచ్చిన జంబోజెట్ బొంబాయిలో ఆగింది. అక్కడ ప్రయాణీకులు దిగుతున్నారు. సాగర్‌కు టికెట్ దొరకడం కష్టం కాలేదు. పన్నెండుకి పది నిమిషాల ముందుగా విమానం గాలిలోకి లేచింది.

* * *

'భయం' అన్నది ప్రతి మనిషిలోనూ అంతర్లీనంగా ఉండి తీరుతుంది. 'నేనే విషయంలోనూ భయపడను' అని రొమ్ము విరుచుకునే మొనగాడు కూడా భార్య ఆపరేషన్ థియేటర్‌లో వుంటే బయటికొచ్చేవరకూ కాలుగాలిన పిల్లిలా తిరుగుతూనే వుంటాడు, భయానికి గంభీరత అనే ముసుగు వేసుకుని.

భయం కలగ్గానే కొందరు పెద్దగా అరుస్తారు, కేకలేస్తారు. మరికొందరికి నోటమాటరాదు. మరికొందరైతే స్పృహతప్పి పడిపోతారు. కాని ఇంత భయపడినా అది లోపలే దాచుకుని పైకి కనిపించేవాళ్ళు అరుదు అనే చెప్పాలి.

ఇందులో తను ఒంటరిగా లేనని, మరెవరో వున్నారని, వాళ్ళు వేసిన తలుపులు తెరుచుకుని వచ్చారనీ తలచుకోగానే హిమజ ముందు భయపడింది. కానీ అంతలోనే ధైర్యం తెచ్చుకుంది. స్వతహాగా ఆమె ధైర్యవంతురాలే. కాని అంత పెద్ద ఇంటిలో తను ఒంటరిగా వున్నానన్న భయం అంతర్లీనంగా వుండడమే కాకుండా, ఆ రోజు ప్రాణాలను తియ్యడానికి కూడా వెనుకాడని నరరూపరాక్షసులను ప్రత్యక్షంగా చూసిన కారణంగా కాస్త జడిసింది.

ఒక్కక్షణం ఆలోచించి ముందుగా గదిలో లైటు ఆర్పేసింది.

చుట్టూతా అంతా వెలుతురు పరుచుకున్నప్పుడు చీకటిలో వున్న వ్యక్తి భయపడడు. ఎదుట కనిపించే వెలుతురు ధైర్యాన్నిస్తుంది. కాని చుట్టూ చీకటిగా వున్నప్పుడు వెలుతురులో వుంటే అది డిజెడ్వాంటేజ్. ఫోకస్ అంతా తనమీదే పడుతుందన్న ఫీలింగ్.

హిమజ గది ఒక మూలనుంటే సరిగ్గా అవతలి మూలనుండి పద్మజ గది. మధ్యలో గెస్టురూం, లైబ్రరీ గదీ, ఆఫీసురూం వున్నాయి. పద్మజ గదిలో వుంది ఫోన్. చీకటికి కళ్ళు అలవాటు పడేంతవరకు హిమజ తన గదిలోనే వుంది. ఆ తర్వాత చప్పుడు చెయ్యకుండా పక్కగదిలోకి వెళ్ళింది. అదే ఆమె చేసిన తెలివయిన పని- ఆమెకు తెలియకుండానే.

అతి నిశ్శబ్దంగా పద్మజ గది చేరుకుంది. అలవాటుపడిన ప్రదేశం కాబట్టి సులువుగానే ఫోన్ అందుకుంది. 'ముందుగా ప్రకాశరావుగారికి ఫోన్ చెయ్యాలా లేక పోలీసులకు చేస్తే మంచిదా' అనుకుంటూ-

ఫోన్ డెడ్‌గా వుంది.

అప్పుడు వేసింది హిమజకు అసలయిన భయం. తను ఎవరికీ కనిపించకుండా ఉండాలని ఈ ఇంటికి రావడం కోరి అపాయాన్ని తెచ్చుకున్నట్లయింది. తన

ఇంట్లోనే తను బందీ అయింది. దురదృష్టవశాత్తూ తనున్నవైపు అవతలవైపంతా మైదానం. గట్టిగా కేకలు పెట్టినా ఎవరికీ వినిపించదు. అందులోనూ ఆ ప్రాంతంలో ఇళ్ళు ఎక్కడెక్కడో విసిరేసి నట్లుంటాయి దూర దూరంగా.

చేతిలో ఏదయినా ఆయుధం లాంటిది వుంటే మంచిదనిపించింది. "ఏమయితే అవనీ" అనుకుంటూ లైటు స్విచ్చి నొక్కింది. లైటు వెలగలేదు. గాభరాగా వరుసగా అన్ని స్విచ్‌లూ నొక్కింది.

అప్పుడర్థం అయిందామెకు. కరెంటు లేదు. ఎవరో మెయిన్ ఆఫ్ చేసేశారు.

ఏం చెయ్యాలో తోచక బొమ్మలా నిలబడిపోయింది.

మెట్లమీదనుంచి ఎవరో పైకెక్కుతున్న శబ్దం వినిపించసాగింది.

* * *

విమానం బయలుదేరేముందు ఆఫీస్‌కి ఫోన్ చేసినప్పుడు తెల్సిన విషయాల గురించి ఆలోచిస్తున్నాడు సాగర్. అప్పుడే తెలిసిందతనికి ప్రసాద్ మీదా, శివయ్య మీదా జరిగిన హత్యాప్రయత్నాల గురించి! ప్రసాద్ షాక్‌లో వున్నాడు! డాక్టర్ రామకృష్ణ ట్రీట్ చేస్తున్నాడు తన ఇంట్లోనే. శివయ్య గవర్నమెంట్ హాస్పిటల్‌లో వున్నాడు. 'కండిషన్ అవుట్ ఆఫ్ డేంజర్' అని తెలిసింది.

"శివయ్య ఇప్పటికయినా నిజం బయటపెడితే..." కేసు స్వరూపం ఎలా వుంటుందో ఆలోచిస్తున్నాడు సాగర్.

* * *

అడుగుల చప్పుడు పైదాకా వచ్చింది. వూపిరి బిగపట్టి వింటోంది హిమజ. అదృష్టవశాత్తూ అది కుడివైపుకి మళ్ళింది. బహుశా ఇంట్లోకి రాగానే తను వేసిన లైటు కనిపించి ఉండవచ్చు. తనింకా అదే గదిలో ఉన్నానని అనుకుంటున్నాడతను. ఒక రకంగా తనకు కాస్త టైం దొరుకుతోంది ఏమైనా చెయ్యడానికి.

హిమజ మనసులో శివయ్య మాటలు మెదులుతున్నాయి.

'శేఖరంలా నువ్వూ ఆత్మహత్య చేసుకోబోతున్నావు' అని.

అవును. ఇప్పుడు తనను చంపేసి దాన్ని ఆత్మహత్యగా రూపొందించడం కష్టం కాదు. దానికి తనే మంచి అవకాశం కలగజేసింది ఒంటరిగా చిక్కి.

కాని, అలా కానివ్వకూడదు. తను చచ్చిపోయినా సరే, ఇది ఆత్మహత్యకాదనీ హత్యేనని నలుగురూ గుర్తించేలా చెయ్యాలి.

హిమజ మరీ ఆలస్యం చెయ్యలేదు. క్షణమైనా వృథాచెయ్యకుండా గెస్టు రూంలోకి వచ్చింది. తలుపు గడియవేసి గదిలో వున్న కుర్చీలు అడ్డంగా పెట్టింది. లైబ్రరీ గదిలోకి వెళ్లింది. అక్కడా గడియపెట్టింది. అతను తనవైపు రావాలంటే ఆ రెండు గదులూ దాటాలి.

లైబ్రరీలో పుస్తకాలన్నీ తీసి చిందరవందరగా రూం నిండా పడేసింది. చేతికందిన పేపరు వెయిట్‌తో బీరువా అద్దాలన్నీ పగలగొట్టింది.

పోలీసులకి అనుమానం రావాలి, కనీసం సాగర్ కయినా. తన చావుకి బాధ్యులెవరో సాగర్ అయినా పట్టుకొంటాడు.

ఆ వ్యక్తి తనున్న వైపుకి రావాలంటే తలుపులు బద్దలు కొట్టాలి. ఆ పని చెయ్యడానికి సాహసించడు. పోలీసులకు అనుమానం వస్తుందని భయపడతాడు. అదీ ఆమె ఆలోచన. చివరగా పద్మజ గదిలోకి వచ్చింది. తలుపు గడియవేసి ఆ గదిలో కూడా చేతికందిన వస్తువులన్నీ అడ్డంగా పడేసింది. ఇంకేం చెయ్యాలా అన్నట్లు ఆలోచిస్తోంది.

అప్పుడు వినిపించింది తలుపులు విరిగిపడ్డ శబ్దం.

ఆమె ఆలోచనల్ని పరిహసిస్తున్నట్లు నిర్భయంగా తలుపులు బద్ధలు కొడుతున్నాడతను. పట్టుబడితే ఏమని సంజాయిషీ యిచ్చుకుంటాడు?

బహుశా పిచ్చివాడిలా నటిస్తాడు కాబోలు.

అవును అదే అతని ఆలోచన. ఆ రకంగా హత్యానేరం నుంచి తప్పించుకోవచ్చు.

సెక్షన్-84 నేరస్తుల పాలిట వరం కాబోలు. ఆవేశాన్ని అణచుకుని మళ్ళీ ఆలోచనలో పడింది హిమజ. పద్మజ గదిలోంచి మెట్లవైపు వెళ్ళడానికి మరోదారి ఉంది. ఆ వచ్చిన వ్యక్తికి ఇంటి టోపోగ్రఫీ బాగా తెలిసినట్టే అనిపిస్తోంది. తన అనుమానం నిజమయితే ఆ తలుపు దగ్గరలోనే అతను ఉండుండాలి. తను అటు బయటకువస్తే చంపడానికి.

“ఈ గదిలో చిక్కుకుపోయింది తను. ధైర్యంగా తలుపులు బద్ధలుకొట్టి వస్తాడా? ఏం చేస్తాడు? అతని ప్లానేమిటి?” అన్నీ ప్రశ్నలే.

అతను వచ్చేలోపలే ఏదయినా చెయ్యాలి.

అంతలో పక్క గదిలోంచి వచ్చే శబ్దం ఆగిపోయింది.

అంతా నిశ్శబ్దం... దూరంగా దీపావళి చప్పుడు మాత్రం ఉంది.

కాస్సేపటికే అర్థం అయిందామెకు అతని ప్లానేమిటో. తన ప్రశ్నలన్నింటికి జవాబుగా తలుపు సందుల్లోంచి కొద్దికొద్దిగా పొగ లోపలికొస్తోంది. మొత్తం సజీవదహనం చెయ్యటానికి...

* * *

విమానంలో కూర్చున్న ఆ గంటా వృథా చెయ్యలేదు సాగర్. నోట్‌బుక్‌లో నంబర్లన్నీ డీకోడ్ చేయడం మొదలుపెట్టాడు. ఒక సి.బి.ఐ. ఆఫీసర్‌గా చాలామంది ప్రముఖుల టెలిఫోన్ నంబర్లు, అడ్రసులు తెలుసు తనకి. తను డీకోడ్ చేస్తున్న అడ్రసుల్లో కొన్ని గుర్తుపట్టగానే అతనికి చెమటలు పట్టాయి.

విమానం కంటే వేగంగా ప్రయాణం చేసి ఊళ్ళో వాలాలనుంది అతనికి. విమానం లాండ్ అవటానికి ఇంకా పదినిమిషాల టైముంది... నిముషమొక యుగంగా గడుస్తోంది సాగర్‌కు.

* * *

పొగ గదినిండా నిండుతోంది. కళ్ళలో నుంచి నీళ్ళు కారుతున్నాయి. ఊపిరి పీల్చుకోలేక ఉక్కిరి బిక్కిరవుతోంది హిమజ. కిటికీ తలుపులు తెరవటానికి ప్రయత్నించింది, రాలేదు. పొగ బయటకు వెళ్ళే దారిలేక దట్టంగా పరుచుకుంటోంది గదిలో. మిగిలింది ఒకటే దారి. చిన్న బాల్కనీ. పద్మజ ఎప్పుడూ తెరిచేది కాదు. తలుపు గట్టిగా బిగుసుకుపోయి వుంది. హంతకుడు ఆమెకన్నా తెలివైనవాడిలా వున్నాడు.

బయట గది తలుపు దగ్గర పొగ కాస్త మంటగా మారుతోంది. హిమజ బలం అంతా ఉపయోగించి తలుపులు లాగింది. తెరుచుకున్న తలుపుల్లోనుంచి రివ్వున లోపలకు వచ్చింది గాలి. ఆ గాలికి మంటలు పెద్దవవుతున్నాయి.

హిమజ బాల్కనీలోకి వచ్చింది. రెండో అంతస్తులో వుందామె. కింద సరిగ్గా బార్బ్‌డ్ ఫెన్సింగుంది. దాని పక్కనంతా గులాబీ మొక్కలు దట్టంగా. అయినా దూకడం ఒకదారి, మరోటి – తల పైకెత్తింది హిమజ.

మంగుళూర్ పెంకులతో ఏటవాలుగా కప్పిన పైకప్పు కనిపించింది. దాని మీద కెక్కి అవతలవైపు దిగగలిగితే ఇంటిముందు భాగానికి చేరుకోవచ్చు.

ఇంటికప్పు నందుకోవటానికి ప్రయత్నించింది. అందడం లేదు. గదిలో మంటలు ఎక్కువయ్యాయి. ఏదో ఒకటి చేయాలి వెంటనే. బాల్కనీకున్న రెయిలింగ్ చాలా సన్నగా వుంది. ఫ్లవర్‌వేజ్ పెట్టిన ఇనుపస్టాండు మీద పడిందామె దృష్టి. మంటలకు చాలా దగ్గరలో ఉందది. హిమజ సందేహించలేదు. ఒక్కపరుగునవెళ్ళి అందుకుంది. చేతులు కాలాయి. అయినా వదల్లేదు, దాన్ని లాక్కొచ్చింది బాల్కనీలోకి. బాగా ఎత్తుగా వుందది. ఎక్కడానికి సపోర్టుగా బాల్కనీ రెయిలింగ్ తప్ప మరేంలేదు. అలాగే ఎక్కింది. ఆమె బరువుకి స్టాండు అటూ, ఇటూ ఊగింది. హిమజ రూఫ్ అంచునందుకుంది.

పెంకులు ఏమాత్రం జరిగినా తను కిందకు దొర్లి పడడం ఖాయం.

మెల్లిగా పైకి పాకడం ప్రారంభించింది. కిందనుంచి మంటల సెగ తగులుతోంది. కప్పు పైదాకా ఎక్కి వెనక్కి తిరిగి చూసింది హిమజ. తను అప్పటిదాకా వున్న బాల్కనీ మంటలో వుందిప్పుడు.

కళ్ళు గట్టిగా మూసుకుని తెరిచింది. రూఫ్ అవతల వైపున గెస్టురూం వైపుకి మంటలు ఇంకా పాకలేదు. గెస్ట్‌రూంకి బాల్కనీ వుంది. ఎలాగో అక్కడకు చేరితే, తర్వాత యింటి పోర్టికో మీదకు చేరవచ్చు. అక్కడనుంచి కిందకు దూకినా ఫరవాలేదు.

హిమజ మెల్లిగా అటువైపుకి దిగడం మొదలు పెట్టింది.

"హిమా!" పిలుస్తున్నారెవరో గట్టిగా.

తలతిప్పి చూసింది. గెస్ట్‌రూం బాల్కనీలో నిలబడి వున్నారు ప్రకాశరావు అంకుల్.

"మెల్లిగా దిగు జాగ్రత్త! నేను పట్టుకుంటాను. ఇటువైపు" అంటున్నారు.

* * *

విమానం ఆగగానే అందరికంటే ముందుగా బయటకు వచ్చాడు సాగర్. గేటుదగ్గర ఆఫీసర్‌కి ఐడెంటిటీ కార్డు చూపించి పరుగెత్తాడు బయటకు. కనిపించిన టాక్సీ ఎక్కి పోనిమ్మన్నాడు.

ఎందుకో అతనికి అనుమానం– హిమజ ఇంట్లోనే వుందని. టాక్సీ అటువైపు వెళుతోంది.

* * *

హిమజ మెల్లిగా దిగుతోంది.

"క్రిందకు చూడకమ్మా! భయపడకు నేనున్నానుగా" అన్నాడు ప్రకాశరావు.

అతి జాగ్రత్తగా రూఫ్ చివరవరకు వచ్చింది హిమజ.

"కళ్ళు మూసుకుని దూకెయ్" అన్నారాయన చేతులు చాచి.

ఆమె క్రిందికి చూసింది.

దాదాపు నలభై అడుగుల ఎత్తుంది అది. అక్కడనుంచి దూకటం..

.... ఆమె మనసెందుకో కీడు శంకించింది. ఆయన తనని ఆపలేరు అనిపించింది. ఇంత ఎత్తునుంచి దూకితే మరణం ఖాయం.

"వచ్చేయ్ హిమా.. వెనక్కి చూడు. మంటలు" అంటున్నాడాయన. ఆమె చూడలేదు, వెనుక నుంచి తగుల్తున్న వేడిని బట్టి మంటలు ఎంత సమీపంలో వున్నాయో వూహించగలదు.

ఇంత గొడవ జరుగుతున్నా– జనానికి ఎందుకు అనుమానంరాలేదో ఆమెకు అర్థంకాలేదు. బహుశా మంటలు బయటకు కనిపించి వుండవు. మామూలు పొగ అనుకొని వుంటారు. లేదా దీపావళి తాలూకు పొగ అనుకుని వుంటారు. అదేగానీ అయితే–

మరి ఈ ప్రకాశరావుగారికి తను లోపల వున్న విషయం ఎలా తెలిసింది?

... కాలింగ్ బెల్ ఎందుకు కొట్టలేదు?

ఇటువైపు బాల్కనీనుంచి బయటకొస్తానని ఆయన ఎలా ఊహించగలిగాడు??

ఒక్కొక్క ప్రశ్న ఆమె మస్తిష్కంలో బాణాల్లా దూసుకువచ్చాయి!!!

లోపల పొగ వున్నమాట నిజమే! అది ఆయనక్కూడా తెలిసింది అనుకుందాం! అయినా ముఖద్వారంనుంచే తను బయటపడుతుంది అని ఊహించి అట్నుంచి లోపలకి రావడానికి ప్రయత్నించటమో– లేక ఆ తలుపులు బద్ధలు కొట్టటమో చెయ్యాలి తప్ప– తను ఇటు వస్తుందని అంత కరెక్ట్‌గా ఎలా అనుకోగలిగాడు?

"హిమా– ఏమిటి ఆలోచిస్తున్నావ్? దిగు... దూకెయ్... మంటలు" అరుస్తున్నా డాయన. ఆయన మాటల్లో కంగారు కనపడుతూంది. కానీ ఆ కంగారు తన సేఫ్టీ గురించి కాదు.

ఒక తెర తొలగిపోయినట్లు ఆమె మెదడులో బ్లాక్ స్పాట్ క్లియర్ అయింది.

జూలీక్లాడ్ మరణం...

శివయ్య హత్య...

ఆఖరుగా –

ప్రకాశరావు ఇంట్లోనే తను వ్రాసిన కాగితాలు మాయమవటం..

అన్నీ కలిపి అన్వయించుకుంటే–

మొత్తం అంతా అర్థమయింది.

ఇలస్ట్రేటెడ్ వీక్లీ కోసం తను వ్రాసిన ఆర్టికల్స్ అన్నీ సమీక్షించి, ఏ సి.బి.ఐ. ఆఫీసర్ కాస్త పరిశోధన మొదలు పెట్టినా– వెనుకవున్న మూలవిరాట్టు బయటపడడం ఖాయం! కేవలం 'వ్రాయటం' ఒక్కటే గమ్యం పెట్టుకున్న తను– ఈ వెనుక వున్న వ్యక్తి గురించి ఆలోచించలేదు.

ఆలోచిస్తే తెలిసి వుండేది–

మాజీ డిఫెన్స్ సెక్రటరీ ప్రకాశరావుగారే ఆ వెనుక వున్న వ్యక్తి అని?

....

వెనుకనుంచి ఒక గాలి కెరటం మంటల్ని ఆమెకి మరింత దగ్గిరగా తోసింది.

అయిపోయింది.

క్రిందికి దూకితే– మృత్యురూపంలో అతడు. వెనుక నుంచి ముందు కొస్తున్న మంటలు.

"రా హిమజా! రా" ప్రకాశరావు స్వరంలో అదే మార్దవం.

ఆమె ఏమీ తోచనట్టు చూసింది.

"నీకు మతిపోయిందా? ఏమిటాలోచిస్తున్నావ్– దూకేయ్! ఏ ప్రమాదమూ లేదు నీకు. నేనున్నానుగా" హిప్నటైజ్ చేస్తున్నట్లు ఆయన కంఠం.

ఆమె కళ్ళముందు శివయ్య మరణించిన విధానం కదలాడింది. శివయ్యలాగే తననీ ఎందుకు పిస్టల్‌తో కాల్చడంలేదు?

– వెంటనే ఆమెకు సమాధానం స్ఫురించింది.

బోర్ టైప్ పిస్టల్...

గుజరాతీ తయారీతో చెయ్యబడిన పిస్టల్‌తో శివయ్య మరణం సంభవించింది. ఇప్పుడు తననీ అలాగే చంపుతే, ఇద్దర్నీ ఒకరే చంపారని పోలీసులు గ్రహిస్తారు. ఆ హంతకుడికీ దొంగ రవాణాలో సరఫరా అయ్యే ఆయుధాలకీ సంబంధం వుందని తెలుస్తుంది. తన శరీరం మంటల్లో కాలిపోయినా – లోపల బుల్లెట్ అలాగే ఉంటుంది. బోర్ టైప్ బుల్లెట్... సాగర్‌కి ఆ విషయం తెలిస్తే ఊరుకోడు. ఆ సంగతి ఈయన గ్రహించి వుంటాడు. అందుకే తాను దూకెయ్యగానే ఆయన పక్కకి తప్పుకుంటాడు. ఏ కాలో విరిగినా, స్పృహ తప్పినా... కొద్దిగా ముందుకి తోస్తే చాలు. క్రిందవైపు ప్రజ్వరిల్లుతున్న మంటలోకి తను వెళ్ళిపోతుంది – నిస్సహాయంగా! ఒకవేళ, పడగానే మరణిస్తే ఇక ఆయనకి అంతకన్నా కావల్సింది ఏమీ లేదు. అప్పుడిక ఏ ఆధారమూ దొరకదు. తను హత్య చేయబడిందని కూడా ఎవరికీ ఏ అనుమానమూ రాదు. అదీ ఆయన ఆలోచన.

ఈ ప్రమాదం నుంచి బయటపడాలీ అంటే ఫైరింజన్‌వాళ్ళు వచ్చే వరకూ తను ఆగాలి. కానీ వాళ్ళు వచ్చే సూచన్లు లేవు. అసలు ఈ మంటల సంగతి గ్రహించినవాళ్ళే కనబడిన జాడలేదు. దీపావళి సంబరంలో మునిగి వుంది నగరం. తోటమధ్యలో ఉన్న ఇంటిగురించి పట్టించుకునేది ఎవరు?

...మంటలు మరింత దగ్గరయ్యాయి.

ప్రకాశరావు పిలవటం మానేశాడు. బహుశా తన మనస్సులో ఆలోచన ఆమెకి అర్థమైందని ఆయనకి తెలిసిపోయినట్టుంది. ఆయన మొహంలో మారుతున్న భావాల్ని ఆమె గమనిస్తూంది.

ఆమెని చూసి ఆయన నెమ్మదిగా నవ్వేడు విలనిష్ నవ్వు. ఇక నీ పని అయిపోయింది సుమా అన్నట్లు... కేవలం ఇద్దరికి మాత్రమే అర్థమయ్యే రహస్యంతో కూడిన నవ్వు. ఇక నా గురించి పూర్తిగా తెలుసుకున్నా నువ్వేమీ చెయ్యలేవు అన్న నవ్వు.

అవును. ఏమీ చెయ్యలేదు. క్రిందికి దిగే ఛాన్సు లేదు. ఆమె – ఏం చెయ్యాలా అని ఆలోచిస్తూ వుండగా – అప్పుడు పడింది ఆమె దృష్టి వాటర్ టాంక్ మీద.

దానినుంచి బయటకొచ్చిన నీళ్ళపైపు కూడా వేడికి, ఎర్రగా పొగలు చిమ్ముతూంది. లోపల నీళ్ళు కుతకుతలాడుతున్నట్టు శబ్దం వినిపిస్తూంది. టాంక్ మీద మంటలవల్ల చీలికలు కనపడుతున్నాయి.

షి వాంటెడ్ టు హేవ్ హెర్ లాస్టు లాఫ్. చచ్చేముందు అతడిని కనీసం గాయపర్చాలి.

ఆమె చుట్టూ చూసింది. బాల్కనీ మీద వున్న మొక్కలన్నీ అప్పటికే వేడికి మాడిపోయాయి. కుండీల పక్క చిన్న ఇనుపవూచ వుంది గుడ్డతో దాన్ని తీసుకుని టాంక్ దగ్గరకి వచ్చింది.

ఇంకెంతో సమయంలేదు. మంటలు దగ్గిరకి వస్తున్నాయి. పైనున్న చెక్క పందిరి ఏ క్షణమైనా కూలిపోయేటట్టూ వుంది.

ఆమె రెండు రకాలుగా ఆలోచించింది. నీళ్ళటాంకుకి చిన్న రంధ్రం పెడితే ఆ నీటిధార అతడిమీద పడి- కనీసం నాలుగురోజులపాటు బాధ పెట్టేటంతగా మొహం బొబ్బలెక్కుతుంది. ఏ మాత్రం అదృష్టమున్నా, అతడు ఆ బాధలో వుండగా (ఏ కాలూ ఫ్రాక్చర్ కాకపోతే) కొంతదూరం పరుగెత్తి సహాయం కోసం కేకలు వెయ్యవచ్చు. అది వీలుకాక ఏ ఎముక అయినా విరుగుతే, అతడు తనని మంటల్లో తోసేలోపులో అతడిని గాయపర్చవచ్చు.

అతడెక్కడ వున్నాడా అని ఆమె టాంక్ పక్కనుంచి క్రిందకి చూసింది. ఉన్నట్టుండి ఆమె బాల్కనీ లోపల మాయమైపోవటంతో అతడు అయోమయంగా గోడ క్రిందికి వచ్చి- పైకి చూడసాగేడు. సరీగ్గా ఆ సమయానికి పైన హిమజ నీళ్ళటాంకు చీలికని చేతిలో ఊచతో బలంగా కదిపింది.

ఎవరూ ఊహించని సంఘటన అప్పుడు జరిగింది. చివరి పొర సిమెంటు మాత్రమే ఆధారంగా వున్న ఆ టాంకు- పెద్ద శబ్దంతో రెండుగా విడిపోయింది. శివుడి జడలనుండి గంగ జారినట్టుగా ఒక్కసారిగా నీళ్ళు ఉవ్వెత్తున అందులోంచి క్రిందకి ధారగా జారాయి. అలా జారి ప్రకాశరావు మొహంమీద పడ్డాయి. ఆయన పెట్టిన కేక దీపావళి హడావుడిలో ఎవరికీ వినపడలేదు. కానీ చాలా భయంకరంగా వుంది ఆ కేక. గుండెలవిసేలా వుంది. ఆ ఆకస్మిక పరిణామానికి కాలుకూడా వెనక్కి వేయలేకపోవటంతో ఆ నీళ్ళు పూర్తిగా శరీరాన్ని తడిపేశాయి. అప్పటికప్పుడు మాంసం వుడికిపోయినట్లు తయారైంది. అయితే ఇదేమీ హిమజకు తెలీదు. తెల్లటి నీటి ఆవిరి పొగలమధ్య వేడికి తట్టుకోలేక ఆమె క్రిందికి దూకేసింది.

దూకీ, పడటంతోనే ఆమె స్పృహ తప్పింది.

"నిజం కోసం దేన్నైనా త్యాగం చెయ్యాలి. కానీ దేని కోసమూ నిజాన్ని త్యాగం చేయకూడదు-" స్పృహ తప్పబోతూ వుండగా ఆమె అనుకున్న మాటలవి.

ఉపసంహారం

ప్రకాశరావు ఇంటిమీద దాడి జరిగింది. దేశరక్షణకు సంబంధించిన అనేక రహస్య పత్రాల కాపీలను, ఎన్నో ఏళ్ళుగా ఆయన రహస్యంగా జరుపుతున్న కార్యకలాపాలను రుజువు చేసే పత్రాలను సి.బి.ఐ. స్వాధీనం చేసుకున్నది. దీన్ని సాగర్ నిర్వహించాడు. 61908 కోడ్ ఆధారంతో లార్కిన్స్ బ్రదర్స్, కుమార్ నారాయణ్, రామ్ స్వరూప్ కేసులని మించిన గూఢచారి ముఠా ఆచూకీ బయటపడింది. పూర్తి సాక్ష్యాధారాలతో– ప్రకాశరావు ఇంట్లో కాగితాలవల్ల.

లార్కిన్స్ సోదరులు సర్వీసునించి రిటైరయిన తర్వాత తమ పలుకుబడితో స్నేహితుల ద్వారా వాళ్ళకు ఏ మాత్రం అనుమానం కలగకుండా, దేశరక్షణకు సంబంధించిన సమాచారాన్ని సేకరించి విదేశీయులకు అందజేస్తూ పట్టుబడ్డారు. కుమార్ నారాయణ్ తనుపనిచేస్తున్న సంస్థ యజమాని లాల్‌తో కలసి ప్రధానమంత్రి కార్యాలయంలో డిఫెన్స్ సెక్రటేరియట్‌లో పనిచేస్తున్న అధికారులతో పరిచయం చేసుకుని వారి ద్వారా సీక్రెట్ ఫైల్స్ తెప్పించి, కాపీలు తీయించి విదేశీయులకు అందచేస్తూ పట్టుబడ్డాడు.

అయితే వాళ్ళు చేసిన తప్పులేవీ ప్రకాశరావు చేయలేదు. బయట వాళ్ళకు ఏ విధమైన అనుమానం రాని విధంగా ప్లాను వేసేవాడతను. నిజాయితీ గల ఆఫీసరుగా తనకున్న పలుకుబడిని చాలా నేర్పుగా వినియోగించుకున్నాడు. అతని పథకం ప్రకారం అతనెవ్వరి దగ్గరకు సమాచారం కోసం వెళ్ళవలసిన అవకాశం వచ్చేదికాదు. వాళ్ళంతట వాళ్ళే వచ్చి ఆయనకు రహస్యాలు అందించి అభిప్రాయాన్ని కనుక్కుని వెళ్ళేవారు. ఆయనకు రహస్యాలు అందించిన వాళ్ళలో కేంద్రమంత్రులు,

రాష్ట్రమంత్రులే కాకుండా ప్రధానమంత్రి కార్యాలయంలో, డిఫెన్స్, హోం సెక్రటేరియేట్‌లలో పనిచేసే ఉన్నతాధికారులు కూడా ఉన్నారు. తమ దగ్గర నుంచి రహస్యాలు గ్రహించి అదంతా విదేశాలకు అందించాడనే వార్త వాళ్ళను ఆశ్చర్యంలో ముంచివేసింది. పరోక్షంగా బాధ్యతను స్వీకరించి తమ పదవులకు రాజీనామా చేశారు నిజాయితీపరులైన అధికారులు కొందరు. అయితే ఎక్కువ బలవంతం చేయకుండానే ప్రకాశరావు ఏ విషయమూ దాచకుండా అన్నీ వివరంగా చెప్పడంతో వాళ్ళ రాజీనామాలు ఆమోదించాలో వద్దోనన్న సంశయంలో పడ్డాడు ప్రధానమంత్రి.

అసలు కథ ప్రారంభం అయి పుష్కరం దాటింది. అప్పటికి ప్రకాశరావు సర్వీసులోనే వున్నాడు- డిఫెన్స్ మినిస్ట్రీలో డిప్యూటీ సెక్రటరీగా.

మనిషిలో ఒకోసారి ఒక చిన్న బలహీనతే వాళ్ళ జీవితాన్ని ఎంతగా నాశనం చేస్తుందో, వాళ్ళచేత ఎటువంటి విపరీతపు పనులు చేయిస్తుందో ప్రకాశరావు జీవితమే ఒక ఉదాహరణ. ఆయనెప్పుడూ డబ్బుకి ప్రాధాన్యత నివ్వలేదు. స్వతహాగా ఆస్తిపరుడే. సంఘంలో మంచి పేరు ప్రతిష్టలున్నాయి. అవి నిలబెట్టుకోవాలనే తాపత్రయం ఉంది.

మొదటినుంచీ ఆయన భార్య ఆరోగ్యం సరిగా వుండేదికాదు. రాధ పుట్టిన తర్వాత ఆమె ఆరోగ్యం మరింత క్షీణించింది. దేశరక్షణకు సంబంధించిన వ్యవహారాల గురించి రోజంతా మంత్రులతోనూ, విదేశీ రాయబారులతోనూ చర్చలు జరిపి అతి ముఖ్యమైన నిర్ణయాలు తీసుకొని టెన్షన్‌తో ఇంటికి వస్తే భార్య సాహచర్యం, శారీరక సుఖం సరిగా లభించక చాలా అసంతృప్తికి లోనయ్యేవాడు. ఆ మెంటల్ టెన్షన్‌నుంచి తప్పించుకోవడానికి ఏదో ఒక క్లబ్బుకి వెడుతుండేవాడు. అలా ఒక క్లబ్బులో పరిచయమయ్యాడు ఆయనకు విశ్వనాథం.

విశ్వనాథం భార్య పోయి చాలా కాలమయింది. కూతురు సుందరి కాలేజీ చదువు పూర్తిచేసి ఇంట్లోనే ఉంటున్నది. గిరిధర్ చిన్నవాడు. క్లబ్బులో బోర్‌కొట్టినప్పుడల్లా ప్రకాశరావు విశ్వనాథం ఇంటికి చేరేవాడు. అప్పుడే ప్రకాశరావు సుందరి ఆకర్షణలో పడ్డాడు. తల్లి లేని పిల్ల అని విశ్వనాథం చేసిన గారాబంతో సుందరి కాస్త విచ్చలవిడిగానే తిరిగేది. అంతపెద్ద అఫీసరు తనను ఆరాధిస్తున్నట్టు

వినిపించగానే ఆమె ముందు గర్వంగా ఫీలయింది. అది తనలో గొప్పతనం అనుకుందామె. వాళ్ళిద్దరి మధ్య చనువు బాగా పెరిగింది.

ఒకరోజు సాయంత్రం ఎప్పటిలాగానే విశ్వనాథం ఇంట్లో కూర్చుని కబుర్లు చెపుతున్నాడు ప్రకాశరావు. ఉన్నట్లుండి గుండెనొప్పిగా ఉందని పక్కకు వాలిపోయాడు విశ్వనాథం. డాక్టరు వచ్చేలోపల ఆయన ప్రాణం పోయింది.

ఆయన హఠాన్మరణం ప్రకాశరావు, సుందరిలను మరింత సన్నిహితంగా చేసింది. కేవలం ఆకర్షణతో సెక్సుకోసం మొదలయిన ఆ అనుబంధం ప్రేమగా మారింది.

మిసెస్ ప్రకాశరావుకి అనుమానం రానేవచ్చింది. అప్పుడే ఆమె ఆరోగ్యం కాస్త కుదుటపడుతోంది. రోజూ ఇంట్లో గొడవ పెట్టుకోవడం మొదలు పెట్టిందావిడ. నలుగురిలో ఆ విషయం బయట పెడతానన్నపుడు మాత్రం భయపడ్డాడు ప్రకాశరావు. ఇన్నాళ్ళూ తను కాపాడుకుంటూ వస్తున్న పరువు, ప్రతిష్ట, సంఘంలో మంచిపేరు, ఒక్క స్కాండల్‌తో కూలిపోతాయన్న నిజాన్ని గుర్తించగానే అతను సుందరిని దూరం చేసుకోవడానికే సిద్ధపడ్డాడు. ఈ లోపున మిసెస్ ప్రకాశరావు సుందరికో పెళ్ళిసంబంధం కుదిర్చింది. అబ్బాయి త్వరలోనే అమెరికావెళ్లిపోతున్నాడు. ప్రకాశరావు కాదనలేకపోయాడు. అమెరికా అనగానే సుందరి కూడా సంబరపడింది.

పెళ్ళయి సుందరి అమెరికా వెళ్ళిపోగానే కథ ముగిసిపోలేదు.

అయిదేళ్ళ తర్వాత డిఫెన్సు మినిస్టరుతోపాటు అమెరికా వెళ్ళాడు ప్రకాశరావు- డిఫెన్సు సెక్రటరీ హోదాలో. సుందరీ, ఆమె భర్త రంగారావూ హృదయపూర్వకంగా స్వాగతం చెప్పారాయనకు. వాళ్ళ బలవంతం మీద కొన్నాళ్ళు సెలవుపెట్టి అక్కడ వుండిపోయాడాయన. సుందరి భర్త ఎక్కువగా ఇంట్లో వుండేవాడు కాదు- సుందరి ప్రకాశరావుని సైట్ సీయింగ్‌కని తీసుకెళుతుండేది. ఆ సాన్నిహిత్యం వాళ్ళలో శృంగారాన్ని తట్టి లేపింది మరోసారి.

ప్రకాశరావు జీవితంలో ఎప్పుడూ అనుభవించనంత ఆనందాన్ని రుచిచూశాడు ఆ కొద్దిరోజుల్లో. అతనికి సుందరిని వదిలి వెళ్ళాలనిపించలేదు. ఇంకో రెండురోజులే ఉంది ఆయన సెలవు. ఆ రోజు ఆదివారం కావడంతో రంగారావు ఇంట్లోనే ఉన్నాడు. ముగ్గురూ కూర్చుని వీడియో పెట్టి సినిమా చూస్తున్నారు.

ఉన్నట్లుండి రంగారావు లేచాడు- మరో మంచి సినిమా చూపిస్తానంటూ.

ఆసక్తిగా కూర్చున్న ప్రకాశరావు, సుందరిలు, ఫిల్మ్ మొదలవగానే కాస్త ఇబ్బందిగా ఫీలయ్యారు. చూడబోతే అదేదో బ్లూ ఫిల్మ్‌లా అనిపించింది. అంత స్పష్టంగా కనిపించడంలేదు. కొద్ది నిముషాల తర్వాత ఆ ఫిల్మ్‌లో వున్నది తామిద్దరమే అని అర్థం కాగానే వాళ్ళ మొహాల్లో రక్తం ఇంకిపోయినట్లయింది.

ప్రకాశరావు చాలా భయపడ్డాడు. తనకేమాత్రం అనుమానంరాకుండా ఎలా తీశారో అతనికి అర్థం కాలేదు. బహుశా సుందరి ప్లానేమో ఇది అనుకున్నాడు. రంగారావు కోపంగా అరవలేదు. చిరునవ్వుతోటే చెప్పాడు. సుందరికి ఈ విషయం తెలియదని, వాళ్ళిద్దరి గురించి తనకెప్పుడో తెలిసి కావాలనే వాళ్ళకు ఏకాంతం కలిగించానని. అతని ట్రాప్‌లో వాళ్ళు సులభంగానే పడ్డారు. అతనికి వాళ్ళమీద కోపంలేదు. వాళ్ళిద్దరూ తన ఎదురుగా శృంగారక్రీడలు జరిపినా అతనికి ఏమీ అనిపించదు.

మరి అతనికి కావలసిందేమిటి? ఎందుకిదంతా ఫిల్మ్ తీశాడు?

అతనికి కావలసిందేమిటో తెలియగానే ప్రకాశరావు ఆత్మహత్య చేసుకుందామనుకున్నాడు. కాని ఆ విషయం పసిగట్టినట్టు నవ్వాడు రంగారావు. ఆత్మహత్యవల్ల సమస్య పరిష్కారం కాదన్నాడు. అది మరింత పెద్ద స్కాండలును లేపుతుందన్నాడు. కూతురు రాధ గురించీ, తను ప్రేమించిన సుందరి భవిష్యత్తు గురించీ ఆలోచించమన్నాడు. అతను ఒప్పుకోకపోతే ఆ ఫిల్మ్ కాపీలు తీయించి అతడి బంధువుల్లో పంచిపెడతానన్నాడు. సుందరి జీవితాన్ని నరకం చేస్తానన్నాడు. చివరగా చెప్పాడు తను సి.ఐ.ఏ. ఏజెంటునని.

అప్పుడర్థం అయింది ప్రకాశరావుకి, తను ఎంత లోతుగా కూరుకుపోయాడో. వాళ్ళ షరతులన్నిటికి ఒప్పుకుని అతను ఇండియాకు తిరిగి వచ్చాడు.

అది ప్రారంభం

వాళ్ళకు కావలసిన సమాచారం అందచేయడానికి ప్రకాశరావుకి విదేశ రాయబార కార్యాలయాలలో పనిచేసే కొందరు అధికారులతో పరిచయం చెయ్యబడింది. అందులో ముఖ్యుడు ఫ్రెంచి ఎంబసీలో పనిచేసే మైకేల్. అతను సి.ఐ.ఏ. ఏజెంటని తెలిసి ఆశ్చర్యపోయాడు ప్రకాశరావు. మైకేల్ నాలుగేళ్ళుగా పనిచేస్తున్నా అతనిమీద ఎవరికీ అనుమానం రాలేదు. దాదాపు అన్ని ఫంక్షన్లలోనూ కనిపిస్తుంటాడు. చలాకీగా కబుర్లు చెప్పి నవ్విస్తుంటాడు.

మైకేల్‌ని కలవడానికి చాలా కష్టపడవలసి వచ్చేది. ప్రకాశరావు స్వంత కారులో వెళితే ఎవరయినా గుర్తుపట్టవచ్చు. టాక్సీలో వెళితే స్వంత కారుండగా టాక్సీలో తిరుగుతున్నందుకు కుమార్ నారాయణ్‌ను అనుమానించినట్లు తనను అనుమానించవచ్చు. ఆ రకమైన రిస్క్ తీసుకోదల్చుకోలేదు ప్రకాశరావు. రాత్రివేళ రహస్యంగా వెళుతుండేవాడు, మరింత ప్రమాదమని తెలిసినా. అప్పుడే వచ్చింది అతనికో ఉపాయం. గిరిధర్ చదువు పూర్తి చేసుకుని వ్యాపారం చెయ్యాలన్న ఆలోచనలో ఉన్నాడు. అతనిచేత వీనస్ ఇంపోర్ట్సు అండ్ ఎక్స్‌పోర్ట్సు సంస్థను ప్రారంభింపచేశాడు. ఆ ఆఫీసులో అందరినీ కలుస్తూండేవాడు. వీనస్ సంస్థకు ఫ్రాన్స్‌తో వున్న వ్యాపారసంబంధంతో అక్కడ ఎవర్నీ అనుమానించే వాళ్ళుకాదు. తను ఫోన్ చేసుకోవడానికి అనుకూలంగా వుండేటట్లు అక్కడ అధునాతనమైన ఎలక్ట్రానిక్ స్విచ్‌బోర్డుని పెట్టించాడు.

ఆ తర్వాత ఆయన మరొకప్లాను వేశాడు. డా॥ రామకృష్ణ ఆయనకు చాలాకాలంగా తెలుసు. ఆయన అమాయకత్వం గురించీ, జీవితంలో అతని అనుభవాలగురించీ వివరంగా తెలుసు. బలవంతంచేసి రామకృష్ణను ఇండో-

తైవాన్ ఫ్రెండ్‌షిప్ అసోసియేషన్‌కు ప్రెసిడెంటుగా చేశాడు. ఆ అసోసియేషన్‌లో కేంద్రమంత్రులు, పార్లమెంటు మెంబర్లు సభ్యులుగా ఉన్నారు. వాళ్ళద్వారా తనకు కావలసిన సమాచారం సేకరించడానికి సులువయింది ప్రకాశరావుకి. ఈ రకంగా అతనీ వ్యవహారంలో పూర్తిగా కూరుకుపోయాడు.

మూడేళ్ళపాటు ఎట్లాంటి అంతరాయం కలగకుండా అతనిపని కొనసాగింది. ఈ మూడేళ్ళలో సుందరిని రెండుసార్లు పంపించాడు రంగారావు. అతను ఆమెను ఒక్కమాట కూడా అనలేదనీ, ఇంకా ప్రేమగా చూసుకుంటున్నాడనీ, బలవంతంగా ఇండియా పంపిందీ అతనేననీ చెప్పింది సుందరి. విని ఆశ్చర్యపోయాడు ప్రకాశరావు. అంతేకాదు - ప్రకాశరావు పేర్న స్విస్ బ్యాంకులో ఒక ఎక్కౌంటు తెరిచారని కూడా తెలిసిందాయనకు.

అయితే సుందరికి అమెరికా ఆకర్షణ తగ్గిపోయిందప్పుడు. కేవలం డబ్బుకోసం ప్రకాశరావుతో సంబంధాన్ని ఆమోదిస్తున్న రంగారావు దగ్గర ఆమె వుండలేకపోతోంది. తననూ బ్లాక్ మెయిల్‌చేసి మరెవ్వరితోనయినా సంబంధం పెట్టుకోమంటాడేమోనని భయపడుతుందామె. రెండోసారి వచ్చినప్పుడు ఇక వెళ్ళనని గొడవ చేసింది. ప్రకాశరావు అనునయించాడు. కొన్నాళ్ళలో తను సర్వీసునించి రిటైరవుతానని అప్పుడిక వాళ్ళ బాధ అంతగా వుండదని అప్పుడేదయినా ఉపాయం ఆలోచిస్తాననీ చెప్పాడు.

ఆయననుకున్నట్లు రిటైరయినా వాళ్ళతనిని వదలలేదు. అప్పటికే పద్మజ అతని దగ్గర పనిచేస్తోంది. ఆమె ద్వారా తమకు కావలసిన సమాచారం సేకరించమని పట్టుబట్టారు. నిండా మునిగినవాడికి చలేమిటన్నట్లుగా ఒప్పుకున్నాడు ప్రకాశరావు. ఆయనకిప్పుడు ఈ పని చాలా థ్రిల్లింగ్‌గానే వుంది.

రిటైరవగానే ప్రకాశరావుని మేఘాలయ గవర్నర్‌గా నియమిస్తానన్నాడు ప్రధానమంత్రి. మర్యాదగా తోసిపుచ్చాడు ప్రకాశరావు. తనిక పూర్తి విశ్రాంతి తీసుకోవాలనుకుంటున్నానని చెప్పాడు. ఉన్నత వర్గాలలో ఆయన గౌరవం మరింత పెరిగింది. ప్రధాన మంత్రి ఆయనను స్పెషల్ ఎడ్వైజర్‌గా నియమిస్తానన్నాడు. దానికీ ఆయన ఒప్పుకోలేదు. ఏ సమయంలోనయినా తన సహాయం వుంటుందనీ అది ఉద్యోగ బాధ్యతగా చేయవద్దనీ వేడుకున్నాడు.

ఆయన మీద గౌరవంతో ప్రధాన మంత్రే కాకుండా ఇతర మంత్రులు, ఉన్నతాధికారులు అన్ని పథకాలకు ఆయన సలహా అడగడానికి వచ్చేవారు. ఆయన సలహా పాటించేవారు కూడా. పద్మజ అయితే దేశ రక్షణకు సంబంధించిన ఏ వ్యవహారమైనా ఆయనతో సంప్రదించి చేస్తూండేది. ఈ రకంగా ఆయన కార్యకలాపాలు యధావిధిగా సాగిపోయాయి.

శేఖరానికి పద్మజమీద ఉన్న అభిప్రాయం తెలిసిందాయనకు శివయ్య ద్వారా. శివయ్యను తన మనిషిగా చేసుకున్నాడు చాలాకాలంగా. శేఖరం ఇంటిలో శివయ్య చాలా చనువుగా ఉండేవాడు. శేఖరం పద్మజలా అమాయకంగా వచ్చి అన్ని విషయాలూ చెప్పడు. ప్రకాశరావు ఇంటికి రావడానికి కూడా ఇష్టపడేవాడు కాదు. శివయ్య అతని ఏక్టివిటీస్ అన్నీ తెలుసుకుని ప్రకాశరావుకి అందచేసేవాడు. శేఖరం డైరీలు చదివి వస్తూండేవాడు. పద్మజ వివాహం శేఖరంతో జరిగితే పద్మజ తన దగ్గరకు ఎక్కువగా రాదనీ, వచ్చినా శేఖరం తన విషయం పసిగడతాడేమోనని అనుమానపడ్డాడాయన. పద్మజకు శేఖరం మీద అలాంటి అభిప్రాయం లేదని తెలిశాక కాస్త కుదుటపడ్డాడు. ఏం చెయ్యాలోనని ఆలోచిస్తున్నాడు.

ఆ సమయంలో పద్మజ వచ్చిందాయన దగ్గరకు ఫ్రాన్సు నుంచి ఆయుధాలు తెప్పిస్తున్న వార్తతో. అలా ఒక ప్రైవేటు నౌకలో ఆయుధాలు తెప్పించడం నచ్చలేదామెకు. కాని ఆమె చేతుల్లో ఏమీలేదు. అప్పుడే ప్రకాశరావు ప్లాన్ రూపుదిద్దుకుంది.

గిరిధర్ అప్పటికే శివరాం అన్న పేరుతో కొన్ని రహస్య వ్యాపారాలు సాగిస్తున్నాడు విదేశాలలో. అయితే శివరాం మీద అనుమానం వచ్చేసింది కొన్ని దేశాలలో. అతనిమీద ఒక కన్నేసి ఉంచాలని వార్త అందరికీ అందింది. ఇక 'శివరాం' కు స్వస్తి చెప్పి గిరిధర్‌గా బ్రతకాలని నిశ్చయించుకున్నాడు. అతనూ, ప్రకాశరావు ప్లాన్ వేశారు రెండు రకాలుగా లాభం వచ్చేటట్లు. ఆయుధాలు అమ్మడం ద్వారా చాలా డబ్బు సంపాదించవచ్చు. ఎప్పటికయినా విదేశాలకు వెళ్ళి సెటిలయిపోవచ్చు సుందరితో పాటు. 'శివరాం' ను చంపెయ్యడానికి ఇది మంచి అవకాశం కూడా.

ఓ చిన్న ఉపద్రవం మినహా వాళ్ళప్లాను విజయవంతంగా ముగిసింది.

తర్వాత కార్యక్రమంగా గిరిధర్‌ను పద్మజకు పరిచయం చేశాడు. శేఖరం విషయంలో పద్మజ ఒక నిర్ణయం తీసుకోకమునుపే వాళ్ళిద్దరి మధ్యా స్నేహాన్ని పెంచాలనుకున్నాడాయన. పద్మజ అభిరుచులు, అలవాట్లు ముందుగానే తెలిసిన వాడవటంతో గిరిధర్ పద్మజను వెంటనే ఆకర్షించాడు. శేఖరం ఊర్నించి రాకుండానే పెళ్ళి విషయం కూడా కదిపాడు. పద్మజ సులభంగానే ఒప్పుకుంది.

శేఖరం అనుకోకుండానే తాజ్ హోటల్లో బసచేయటం, తన పరిశోధనలో ప్రకాశరావు గిరిధర్ అనే వ్యక్తితో బొంబాయిలో అదే హోటల్లో దిగాడని తెలుసుకోవడం జరిగింది. వాళ్ళకు, హోవర్డుకు సంబంధం ఉందని తెలుసుకున్నాడు. అనుమానంతో శేఖరం తిరిగి వచ్చాడు. రాగానే ఇంట్లోనే అతనికి తెలిసింది పద్మజా గిరిధర్‌ల వివాహం గురించి. అతనికి ఏం చెయ్యాల్లో తోచలేదు. ప్రకాశరావునీ, గిరిధర్‌నూ పట్టివ్వడానికి పూర్తి సాక్ష్యాలు సంపాదించలేదింకా. తన అనుమానం గురించి పద్మజతో చెప్పినా తాను వాళ్ళ వివాహానికి అడ్డుపడుతున్నా ననుకుంటుందేమోనని భయపడ్డాడు. ప్రకాశరావుని పద్మజ ఎంత గుడ్డిగా నమ్ముతుందో కూడా బాగా తెలుసు అతనికి.

అతను వివరంగా రాయాలనుకుని కూర్చున్నప్పుడు అనుమానం వచ్చిన శివయ్య అతన్ని ఏదో మిషమీద లోపలకు పంపి ఆ ఉత్తరాన్ని చదివేడు. వెంటనే విషయం తెలియజేశాడు ప్రకాశరావుకి. ఆయనకేం చెయ్యాలో తోచలేదు. ఇంతకాలం తను జాగ్రత్తపడినా చివరిక్షణంలో అది బయటపడబోతోందని తెలియగానే ఆయనకు శేఖరం మీద చాలా కోపం వచ్చింది. శివయ్యకు చెప్పాడు చెయ్యవలసిందేమిటో.

ఆయన చెప్పినట్లు శివయ్య శేఖరం పిస్తోలుని తన వేలిముద్రలు పడకుండా తీసుకొచ్చాడు. శేఖరం, పద్మజ తోటలో మాట్లాడుకుంటున్నప్పుడు అక్కడే ఉన్నాడు తను చెట్లవెనుక. శేఖరం తన అనుమానం గురించి చెప్పడానికి ప్రయత్నిస్తే అక్కడే ఇద్దర్నీ కాల్చేయాలని అతని ఉద్దేశ్యం. శేఖరం పద్మజను చంపి తను ఆత్మహత్య చేసుకున్నట్లు నిరూపించాలని ప్లాను. దురదృష్టవశాత్తూ శేఖరం అసలు విషయం చెప్పకముందే పద్మజ లోపలకు వెళ్ళిపోయింది. అదే అదనుగా శివయ్య అతన్ని

కాల్చి పిస్తోలు అక్కడే పడేసి వెనుక తలుపుగుండా లోపలకు వెళ్ళిపోయాడు. కొద్ది క్షణాల తర్వాత వచ్చిన సాగర్ అతన్ని గమనించలేదు. శేఖరం హత్య ఆత్మహత్యగా నిరూపించింది.

చనిపోయే ముందు అనాలోచితంగా శేఖరం నోటినుండి వెలువడ్డ చివరి మాటలు ప్రకాశరావులో కొత్త ఆలోచనల్ని రేపాయి. అతనికి 'లా' గురించి బాగా తెలుసు. అందులో అప్పుడే అమెరికా ప్రెసిడెంటు రీగన్‌మీద హత్యా ప్రయత్నం చేసి శిక్షనుంచి తప్పించుకున్న వ్యక్తి గురించి చదివాడాయన. తను కాకపోయినా గిరిధర్ శిక్షనుంచి తప్పించు కోవడానికి పథకం వేశారు. గిరిధర్‌కి ఆ ఆలోచన బాగా నచ్చింది. పద్మజ ఎలాగూ డాక్టర్ రామకృష్ణ దగ్గరకే వెళుతుంది. ఆయన్ని ఎలా మభ్యపెట్టాలో గిరిధర్‌కు వివరించారు ప్రకాశరావు. ఆయన ద్వారా తమ పథకం ఫలిస్తుందన్న నమ్మకం అబద్ధం కాలేదు. ఈ ప్లానువల్లా రెండు రకాలుగా లాభం. పద్మజ ద్వారా ఆఫీసు విషయాలు తెలుసుకోవడం సులభం. ఆఫీసు ఫైల్సు చూడడానికి వీలుంటుంది. రెండోది రహస్యంగా దాచిపెట్టిన ఆయుధాలను పంజాబ్‌లోకి పంపడానికి పద్మజ పేరు వాడుకోవచ్చు.

ప్రకాశరావు, శివయ్య కలసి గిరిధర్‌కు ట్రెయినింగు యిచ్చారు. శేఖరంలా మాట్లాడడం, అతనిలా ప్రవర్తించడం, హాండ్ రైటింగ్ కూడా బాగా ప్రాక్టీసు చేశాడు గిరిధర్.

అనుకున్నట్లుగానే పద్మజ గిరిని శేఖరం ఆత్మ ఆవహిస్తున్నట్లు నమ్మింది. అన్ని విషయాలు అతనితో చర్చిస్తుండేది. ఎప్పుడూ ఆమెను టెన్షన్‌లో ఉంచడంతో ఆఫీసు ఫైల్సన్నీ ఇంటికి తీసుకొస్తుండేది. ఈ ఫైల్సు నించి కాపీలు తీయడం కష్టం కాలేదు. పద్మజకు మత్తు మందిచ్చి అనుమతి పత్రాలమీద సంతకాలు చేయించేవాడు గిరిధర్. పంజాబ్‌లోని ఆయుధాలు అనుమానం రాకుండా సరఫరా చేయగలిగారు. చాలావరకు ఆ పని అయిపోయింది. కొద్దిరోజుల్లో రాధ వివాహం చేసి ఏ కమ్యూనిస్టు దేశానికయినా వెళ్ళి రక్షణ కోరాలని, ఆ రకంగా ఈ బంధంనుంచి విముక్తుడవవచ్చుననీ అనుకున్నాడు ప్రకాశరావు.

అయితే హిమజ, సాగర్ తమను అనుమానిస్తున్నట్లు తెలిసింది గిరిధర్‌కు. అప్పుడు వెంటనే వాళ్ళవల్ల అపకారం లేకపోయినా ముందు ముందు ఏ

ప్రమాదమూ లేకుండా ఉండాలంటే తనను శేఖరం ఆత్మ ఆవహిస్తున్న విషయం బయట ప్రజలకు తెలిసి ఉండడం మంచిదని, అభిప్రాయపడ్డాడు గిరిధర్. దేవుడు మీద వాలిన మనిషికీ, దెయ్యం ఆవహించిన వ్యక్తికీ జనాలు చేతులెత్తి మ్రొక్కు తారన్న సత్యం బాగా తెలుసు గిరిధర్‌కి. ప్రజల సపోర్టు తనకుంటే హిమజ, సాగర్ ఏమీ చెయ్యలేరు తనని. అనుకోకుండా ఒకసారి రామయ్య చూశాడతన్ని- పద్మజను మత్తులో వుంచి సంతకాలు చేయిస్తుండగా. ఎవరికీ అనుమానం రాని విధంగా అతన్ని హత్యచేశారు. ఆ వార్తకు ఎక్కువ ప్రాముఖ్యం రాకుండా ఉండడానికి ఇన్‌స్పెక్టరు ముందే నాటకం ఆడాడు గిరి. అతననుకున్నట్లుగానే ఆ వార్త పత్రికలకెక్కింది. రోజురోజుకీ తనను చూడడానికి వచ్చే గుంపులను చూడగానే గిరిధర్‌కు మతిపోయినంత పనయింది. వాళ్ల సపోర్టు తనకుంటుందని అతననుకున్నదే అయినా మరీ అంత గుడ్డిగా పూజలు కూడా చేస్తారనుకోలేదు.

తన ప్లాన్ సక్సెస్ అయిందనే సంతోషంతో అతను కాస్త అజాగ్రత్తగా వ్యవహరించాడు. పద్మజకు అనుమానం వచ్చింది. అతన్ని జాగ్రత్తగా గమనించడం మొదలుపెట్టింది.

కొన్ని రోజులు అలా గడిచాయి.

ఒకరోజు ఉదయం ఆరుగంటలకే తనను చూడాలని వచ్చిన పద్మజను చూసి ఆశ్చర్యపోయాడు ప్రకాశరావు.

ఆమె ముఖం దీనంగా ఉంది. ఒక్క రాత్రిలో సమస్తమూ పోగొట్టుకున్న చక్రవర్తిలా ఉందామె.

అంతకుముందు రాత్రి గిరిధర్ తన ఆఫీసు ఫైల్సు ఫోటోలు తీయడం ప్రత్యక్షంగా చూసింది. ఆమెను చూడగానే శేఖరం ఆత్మ ఆవహించినట్లుగా నటించి ఏదేదో మాట్లాడడం మొదలుపెట్టాడు గిరి. ఆమె తనను అనుమానిస్తున్నట్లు అతనికి తెలిసిపోయింది. వెంటనే స్పృహ తప్పినట్లు నటించి పడిపోయాడు.

పద్మజకి ఎటూ పాలుపోవడంలేదు. ఒక పక్క తన కర్తవ్యం, ఆదర్శం. మరోపక్క భర్త అనే బంధం, కట్టుబాటు. దేనికి తలవంచడం? భర్త అన్నవాడు ఎంతటి నేరం చేసినా కడుపులో పెట్టుకుని అతనికి బాసటగా ఉండాలని ఆమె చిన్నతనం నుంచీ నేర్చుకున్న సంప్రదాయం అంటోంది. ఎవరైనా కానీ తప్పు

చేసినవాడు శిక్షింపబడాలి అని సంస్కారం చెపుతోంది. ఎటూ తోచక ఆమె ప్రకాశరావు దగ్గరకు వచ్చింది, ఎప్పటిలాగే సంప్రదించేందుకు.

తను సరిగ్గా పులినోట్లో తల పెడుతున్నట్లు ఆమెకు తెలియదు.

ఆమె చెప్పింది వినగానే మొదటగా అతనికి వచ్చిన ఆలోచన సొరుగులోంచి పిస్తోలుతీసి ఆమెనక్కడే చంపేయాలని. కాని ప్రకాశరావు అప్పటికే చాలా అనుభవం గడించాడు. తొందరపాటు కూడదు. తన చేతికేదీ అంటకుండా వ్యవహారం నడిపిస్తున్నా డింతకాలం.

ఒకటి, రెండు రోజులు ఎవరితోనూ ఏమీ అనవద్దని, గిరిని కూడా మళ్ళీ ఏమీ అడగవద్దనీ తనంతా తెలుసుకుంటాననీ ఎంతో ప్రేమగా చెప్పి పంపాడు పద్మజను. పద్మజ వెళ్ళగానే గిరి వచ్చాడతని దగ్గరకు. పద్మజ తన గురించి రిపోర్టు చేస్తుందని భయపడుతున్నాడతను. ఒకవేళ అలా జరిగితే ప్రకాశరావు విషయమూ బయట పెడతానని బెదిరించాడు.

వెంటనే పద్మజను హత్య చేయాలనుకున్నాడు. ప్రకాశరావు అతన్ని మందలించాడు.

హత్యచేసి తప్పించుకోవటం అంత సులభం కాదు. సెక్షను 84ను తమ కనుకూలంగా తిప్పుకోవాలంటే ముఖ్యముగా కావలసింది డాక్టరు రిపోర్టు. ఇన్నాళ్ళుగా రామకృష్ణ దగ్గర సంపాదించిన సాక్ష్యం బాగానే పనికి వస్తుందిగాని కోర్టుకు కావలసింది హత్యచేసిన సమయంలో హంతకుడి ప్రవర్తన. అలాంటప్పుడు డాక్టరు ఎదురుగానే హత్య జరిగితే సమస్య ఉండదు. సాక్ష్యం బలంగా వుంటుంది.

దురదృష్టవశాత్తూ మర్నాడే పద్మజ పుట్టినరోజు. ఆమె వద్దని వారిస్తున్నా గిరిధర్ అందర్నీ పార్టీకి పిలిచాడు.

పార్టీ మధ్యలో కావాలనే పైకి వెళ్ళాడు. తనను గమనించడానికి పద్మజ పైకి వస్తుందని తెలుసతనికి. అంతా ప్లాను ప్రకారం జరిగిపోయింది. కింది కోర్టు గిరిధర్‌కు శిక్ష విధించగానే కాస్త గాభరాపడ్డాడు. సుందరీ, ఆమె భర్తా రావలసివచ్చింది. హైకోర్టు తీర్పుతో సమస్య పరిష్కారమయింది. వాళ్ళ స్వార్థానికి బలయిపోయింది పద్మజ.

ప్రకాశరావు యిక రిస్క్ తీసుకోదలచలేదు. దేశం వదిలి వెళ్ళడానికి ప్లాను వేసుకున్నాడు. తను వెళ్ళేలోపల చెయ్యాల్సిన పని మరొకటుంది. అది శివయ్య విషయం. హిమజ పనిలోంచి తీసెయ్యగానే రామకృష్ణకు చెప్పి శివయ్యను అతని దగ్గర పనిలో పెట్టాడు ప్రకాశరావు. అతను అడిగినప్పుడల్లా డబ్బు ఇస్తున్నాడు. కాని శివయ్యను నమ్మడానికి వీల్లేదు. అనుకోకుండా ఈ లోపల ప్రసాద్ విషయం బయటపడింది. శివయ్యే ఈ వార్త నందించాడతనికి. అంతేకాదు, శివయ్య సి.బి.ఐ. దృష్టిలో ఉన్నాడని బయట పెట్టింది హిమజ పొరపాటున.

ఇంతవరకూ వచ్చి చివరి క్షణంలో తన విషయం బయటపడుతుందన్న భయం కలగగానే ఆయన విచక్షణ కోల్పోయాడు. ఎట్లాగయినాసరే, ఎన్ని హత్యలు చేయవలసి వచ్చినా తన విషయం బయటపడకూడదు. ఒక దెబ్బకు రెండు పిట్టలు పడేటట్లుగా ప్రసాద్‌ని చంపమని శివయ్యను, శివయ్యను అంతం చెయ్యమని మనిషిని పెట్టాడు. అనుకోకుండా శివయ్య ప్రసాద్‌ని చంపకముందే హిమజ కళ్ళలోపడ్డాడు. అక్కడ హత్య చెయ్యబడ్డాడు.

హిమజ ద్వారా ఇదంతా పత్రికల కెక్కబోతోందని తెలియగానే ప్రకాశరావు వణికిపోయాడు. ప్రెస్ అంటే అతనికి తగని భయం. ఏ రిపోర్టరు అయినా ఇన్వెస్టిగేట్ చెయ్యడం మొదలుపెడితే తన విషయం బయటపడవచ్చు. హిమజనూ అంతం చెయ్యక తప్పదనుకున్నాడు. ఆ ప్రయత్నంలో తనే పట్టుపడ్డాడు చివరికి.

* * *

సెక్షను 3, 5, 9 ఇండియన్ అఫీషియల్ సీక్రెట్స్ ఏక్టుకింద, సెక్షను ఐ.పి.సి. 120 (బి) క్రిమినల్ కాన్స్పిరసీ కిందా ప్రకాశరావు మీద కేసు పెట్టబడింది. బెయిలు ఇవ్వలేదు. రిమాండులో వున్నాడతను. ఎవరినీ చూడడానికి కూడా ఇష్టపడటంలేదు. ప్రకాశరావు బ్రతుక్కీ మృత్యువుకీ మధ్య ఊగిసలాడుతున్నాడు. అతడి మొహం అంతా కాలిపోయింది. శరీరం అక్కడక్కడ ఉడికి చచ్చుపడింది. వాటర్ టాంక్ బ్రద్దలయి ప్రమాదం సంభవించినట్టు పోలీసులు వ్రాసుకున్నారు. జైల్లోనే ట్రీట్‌మెంట్ జరుగుతూ వుంది. అప్పటివరకూ కేసు వాయిదా వేయబడింది. ఈ లోపులో ఫ్రెంచి ఎంబసీలో పనిచేస్తున్న మైఖేలీసు, విదేశీ రాయబార

కార్యాలయాల్లో పనిచేస్తున్న మరో నలుగురు విదేశీయులనూ, ఉన్న పాటున దేశం వదిలి వెళ్ళమని ప్రభుత్వం ఆదేశించింది.

పెద్ద పదవుల్లో అధికారంలో ఉండి గూఢచారులుగా పనిచేయటం, దేశ రహస్యాలను విదేశీయులకు అమ్మటం కొత్తేమీ కాదు. స్వాతంత్ర్యం వచ్చిన వెంటనే అంటే 1950లో షాదిలాల్ కపూర్‌నుంచి రామ్‌స్వరూప్ వరకు అతి పెద్ద పదవుల్లో వున్న భారతీయులు చిన్న చిన్న లాభాలకు ఆశపడి దేశ రక్షణకు సంబంధించిన వార్తలను విదేశీ గూఢచారులకు అందిస్తూ పట్టుబడ్డారు. అలాగే విదేశీ రాయబార కార్యాలయాల్లో పనిచేస్తున్న విదేశీయులు ఇప్పటికి 520 మంది దేశంలో ఉండటానికి వీల్లేదని చెప్పి పంపించి వేయబడ్డారు. ఇందులో 300 మంది రష్యా దేశానికీ, రష్యాతో స్నేహ సంబంధాలున్న తూర్పు యూరపు దేశాలకూ సంబంధించినవారు. అయితే ఇంతవరకు కేవలం 50 పేర్లు మాత్రమే బయట పెట్టింది ప్రభుత్వం.

దేశంలో అన్ని వార్తా దినపత్రికల్లోనూ ప్రకాశరావు విషయం కథలుగా ప్రచురించబడింది. దేశం నలుమూలలా ఈ వార్త ప్రజల్ని ఒక ఊపు ఊపేసింది. ఆ ఉధృతం పదిహేను రోజులపాటు సాగింది. ఆ తరువాత అన్ని సంచలన వార్తల్లాగానే చప్పబడిపోయింది.

పంజాబ్‌లో ఉగ్రవాద చర్యలు మళ్ళీ ఉధృతం కావడం, ఇండియన్ ఎయిర్‌లైన్స్‌కు చెందిన ఒక విమానాన్ని కూల్చివేయడంతో అందరిదృష్టి అటు మళ్ళింది.

ఆ సమయంలోనే ప్రకాశరావు ఆత్మహత్య చేసుకున్నాడు జైల్లో. ఆ వార్త మొదటి పేజీలోనే వచ్చినా ఎవర్నీ అంతగా ఆకర్షించలేదు. ప్రజల దృష్టిలో అది పాతబడిన విషయం. ఆయన్ను గురించి తెలిసిన వాళ్ళు 'అంతకంటే ఏం చేస్తాడు? మంచిపనే చేశాడు. కేసు కోర్టుకు రాకముందే' అని నిట్టూర్చారు.

అయితే అంత కట్టుదిట్టమయిన జైల్లో ఆయనకు విషం ఎలా అందిందీ, ఎవరు అందించారు అన్న ఆలోచన ఎవరికీ రాలేదు.

దాన్ని బయట పెట్టాలంటే మళ్ళీ ఏ సాగర్ లాంటి యువకుడో హిమజలాంటి అమ్మాయో పూనుకోవాలి.

దేశంలో అలాంటివారు చాలా తక్కువ. ఇందులోనే ఎక్కడో చెప్పినట్టు అనూషలూ, హిమజలూ, గాంధీలూ శేఖరాలూ ఫిక్షన్‌కే పరిమితం.

* * *

"అయితే ఇప్పుడు మనం మళ్ళీ కేసు ఫైల్ చేద్దాం" అంది హిమజ. ఆమె కాలు ట్రాక్షన్‌లో వుంది.

చిన్నగా నవ్వాడు సాగర్. "ఏమని? ఎవరిమీద?"

"ఇంకెవరు? గిరిధర్ మీద. ఇప్పుడు స్పష్టంగా తెలిసిపోయిందిగా అతని నిజస్వరూపం. అక్కయ్యను హత్యచేసిన నేరానికి అతనికి శిక్ష పడాల్సిందే".

"అదంత సులభం కాదు హిమా!"

"ఏం?" అంది హిమజ కోపంగా. "ఇంకా రుజువులు కావాలా మన న్యాయస్థానానికి?"

"నీకు సెక్షను 300 గురించి తెలియదు. సెక్షన్ 300 క్రిమినల్ ప్రొసీజర్ ఏమంటుందంటే Person once convicted or acquitted not to be tried for same offence. ఒక వ్యక్తిని ఒక నేరంమీద శిక్షించినా, విడుదల చేసినా అదే నేరం మీద అతనిపై తిరిగి కేసు పెట్టడం అసంభవం. అంతేకాదు- అతనిమీద అదే కేసు తిరిగి హైకోర్టులో పెట్టాలన్నాగాని, ఆ కేసుకు సంబంధించిన సాక్ష్యాలతో మరొక నేరం మీద కేసు పెట్టాలన్నా అది కోర్టు జడ్జిమెంట్ ఇచ్చిన ఆరు నెలలలోపే జరగాలి. మనకు ఆ వ్యవధి దాటిపోయిందిప్పుడు. అయితే ఒకటి- గిరిధర్ నిజంగా నేరస్తుడని ఇప్పుడు దొరికిన సాక్ష్యాల ఆధారంగా ప్రభుత్వం అతనిమీద చర్య తీసుకోవడానికి అధికారం ఉంది. పద్మజ హత్య గురించి కాకపోయినా మిగతా నేరాలమీద అతన్ని శిక్షించవచ్చు. ఆ అధికారం ప్రభుత్వానికే వుంది.

ఆ విషయమై ప్రభుత్వం చర్యలు తీసుకుంది కూడా. అయితే ఇప్పుడు ప్రభుత్వం కూడా నిస్సహాయస్థితిలో ఉంది. కారణం గిరిధర్ ఇప్పుడు మన దేశంలో లేకపోవడమే. మన అధికారులు అతడిని అరెస్టు చేయలేరు. దేశం వదిలి వెళ్ళే సమయానికి అతనిమీద వారెంటు లేకపోవడంవలన అక్కడ ప్రభుత్వం సహకరిస్తే

తప్పు అతన్ని మన దేశానికి బలవంతంగా రప్పించడానికి వీలుకాదు. అట్లాంటి రూల్స్ వుండబట్టే ఎంతోమంది నేరం చేయగానే విదేశాలకు వెళ్ళిపోయే ప్రయత్నం చేస్తారు. దానికి ఒక ఉదాహరణ ధర్మతేజ. జయంతి షిప్పింగ్ కంపెనీ అధిపతిగా అతను ప్రభుత్వాన్ని మోసంచేసి కొన్ని లక్షలు గడించాడు. అతన్ని భారతదేశానికి రప్పించడానికి ఆ రోజులలోనే ప్రభుత్వం పది లక్షల రూపాయలకు పైగా ఖర్చులు పెట్టవలసి వచ్చింది.

"కెనడాలో, బ్రిటన్‌లో ఉన్న ఉగ్రవాద నాయకులను మన ప్రభుత్వం బంధించలేకపోతోంది. ఈ కారణాలవల్లే హైజాకింగ్ లాంటి దారుణమైన నేరాలను చేసినవాళ్ళను కూడా ప్రభుత్వం శిక్షించలేకపోతోంది. అయిదేళ్ళ క్రితం ఇండియన్ ఎయిర్‌లైన్స్ విమానాన్ని దారి మళ్ళించి కరాచీ తీసుకెళ్ళిన వ్యక్తుల్ని పాకిస్తాన్ ప్రభుత్వం ఇంతవరకూ మనకు అప్పగించలేదు. అక్కడ కోర్టులోనే న్యాయవిచారణ జరుపుతోంది" సాగర్ వివరించాడు.

"అయితే అమెరికా ప్రభుత్వం గిరిధర్‌కు పూర్తి రక్షణ నిస్తుంది కాబోలు. ఎంతయినా వాళ్ళకే సహాయం చేశాడుగదా. ఇక హాయిగా ఏ అమెరికన్ అమ్మాయినో పెళ్ళిచేసుకుని అక్కడే వుండిపోతాడు సంతోషంగా. ఎంత దారుణం!! హత్యలు చేసినా, ఎలాంటి ఘోరమయిన నేరాలు చేసినా తప్పించుకుని సుఖపడడానికి అవకాశం కలిగిస్తోంది మన న్యాయవ్యవస్థ. అయినా అన్ని నేరాలు చేసిన వ్యక్తికి అమెరికా ప్రభుత్వం రక్షణ ఇస్తోంటే మన ప్రభుత్వము ఎందుకు ప్రొటెస్టు చేయకూడదూ? డబ్బు ఖర్చుపెట్టి డాక్టర్ ధర్మతేజలా గిరిధర్‌ను ఎందుకు తెప్పించకూడదు? అతను చేసిన నేరాలు ధర్మతేజని మించిపోయాయి గదా?" కోపంగా అంది హిమజ.

"మన ప్రభుత్వం అతని నేరాల గురించి వివరంగా అమెరికా ప్రభుత్వానికి తెలియచేసింది. అతన్ని అప్పగించవలసిందిగా కూడా కోరింది. కాని అతన్ని మనకు అప్పగించే స్థితిలో లేడతను".

"ఏం?"

"గత కొన్ని రోజులుగా అతడు ఆస్పత్రిలో వున్నాడు డాక్టర్ల నిశితమైన పర్యవేక్షణలో... అతడి రోగానికి డాక్టర్లు పెట్టిన పేరేమిటో తెలుసా?"

"ఏమిటి?"

"ఎయిడ్స్!"

హిమజ స్థాణువై అతడివైపు చూసి "నిజమా!" అంది.

"అవును! అతడిని మన న్యాయస్థానంలో శిక్షించలేకపోయినా కనీసం దేముడైనా అలా శిక్షించబోతున్నాడు.

"ఏమో- అతడే, శిక్షనుంచి తప్పించుకోవటానికి ఎయిడ్స్యొక్క ఎయిడ్ (సహాయం) తీసుకుని మోసం చేస్తున్నాడేమో".

"ఆ విషయం ఒక సి.బి.ఐ. ఆఫీసరుగా నేను చూసుకుంటాను. ఇక దాని గురించి మర్చిపో".

హిమజ కళ్ళు మూసుకుంది, సెక్షన్ 84, సెక్షన్ 300ల గురించి ఆలోచిస్తూ.... ఆమె ఆలోచిస్తున్నది గిరిధర్ గురించి కాదు.

గిరిధర్ సంగతి సరే- కానీ ఎంతమంది ఈ లొసుగుల ద్వారా తప్పించుకుంటున్నారా అని... కోర్టులో శిక్ష పడుతుంది. కానీ బోనులో ఆ పేరుమీద మరో వ్యక్తి వుంటాడు. అదే లొసుగు.

ఎనిమిది సంవత్సరాలు శిక్ష విధిస్తారు- అందులో ఆరు సంవత్సరాలు 'పెరోల్' మీద ఖైదీ బయటే వుంటాడు- అది మరో లొసుగు. భగవంతుడా! రక్షించు మా న్యాయవ్యవస్థని- మా కన్నా తెలివైన క్రిమినల్స్ నుంచి.

"ఏమిటాలోచిస్తున్నావ్?"

"ఏమీ లేదు".

"నీలాంటి చురుకైన అమ్మాయిలు అప్పుడప్పుడు చిన్న చిన్న అడ్వెంచర్స్ చేసి ఇలా కాళ్ళు విరగ్గొట్టుకోవటంలో నాలాంటి అబ్బాయికి కొంత సౌలభ్యం ఉంది సుమా!" అన్నాడు.

"ఏమిటి?" అనుమానంగా అడిగింది.

"మనసులో ఎంత ఇష్టమున్నా ముద్దుపెట్టుకొనేటప్పుడు ఆడవాళ్ళు కాస్త ప్రతిఘటిస్తారు. కానీ ఇలా కాళ్ళు ట్రాక్షన్లో ఉండటంతో వాళ్ళకా వీలుండదు. అదీ అడ్వాంటేజ్" అన్నాడు అతడు ముందుకు వంగుతూ. ఇక చెప్పటానికేమీ లేదు.

చివరిగా ఒక్క మాట

పరిష్కారం లేని సమస్యల్ని కథావస్తువుగా తీసుకుని వ్రాస్తే వచ్చే యిబ్బందే ఈ నవలకీ వచ్చింది. ఒక నేరస్తుడు నేరం చేసి కూడా సెక్షన్ 84 ద్వారా ఎలా తప్పించుకోగలడు అన్నది చెప్పటమే ఈ రచన ప్రధానోద్దేశమైతే, అది మొదటి అంకంలోనే చెప్పటం జరిగింది. ఆ విధంగా ఈ నవల ముగింపు నిజానికి మొదటి ఛాప్టర్‌తోనే పూర్తయింది. రెండో అధ్యాయం కేవలం పాఠకుల మానసికోల్లాసానికి (ఈగో సాటిస్‌ఫాక్షన్) మాత్రమే! ఏ కథలోనైనా ఎలాగో ఒకలా విలన్ శిక్షింపబడటమే కదా కావలసింది! కానీ నిజ జీవితంలో ఎప్పుడైనా అలా జరిగిందా? యదార్థానికి భిన్నంగా రచయిత ఆత్మవంచన చేసుకోలేక ఎయిడ్స్ యొక్క ఎయిడ్ తీసుకున్నాడు–

ఈ సమస్య 'అభిలాష', 'మరణ మృదంగం' నవలల్లో కూడా వచ్చింది. అభిలాషలో కూడా చిరంజీవి ఉరికంబం ఎక్కడంతోనే కథ అయిపోతుంది. మరణ మృదంగంలో కూడా సమస్య చిత్రణ వున్నంత ఉధృతంగా ముగింపుకానీ క్లయిమాక్స్ కానీ వుండలేదు.

ఇదంతా ఎందుకు వ్రాయవలసి వస్తూందంటే "క్లయిమాక్స్ బలంగా లేదు" అన్న విమర్శ ఇటీవల తరచు వినిపిస్తూ రావటం వల్ల! బ్రెక్టు "ఎక్కడో ఒకచోట ప్రేక్షకుల్ని కథలో లీనమయేటట్లు చేయటం నా ఉద్దేశ్యంకాదు. నా నాటకం చూసి సంతృప్తి కాకుండా, సమస్యతో ప్రతిస్పందించిన అసంతృప్తితో వారు లేచిపోవటం నాకు కావల్సింది" అంటాడు. అతడి నాటకాలలో అసలు క్లయిమాక్సు వుండదు! ఉన్నట్టుండి అయిపోతూ వుంటాయి.

అలాగే మరణ మృదంగం నవలలో 'వసంత్ దాదా ఉరికంబం నుంచి సులభంగా తప్పించుకోగలడు" అన్న చివరి వాక్యం వ్రాయకుండా నిగ్రహించు కోవటానికి నేను చాలా కష్టపడవలసి వచ్చింది. అలాగే ఈ నవలలో గిరిధర్‌కి ఎయిడ్స్ రావటం కూడా!

ఇవన్నీ క్లయిమాక్స్‌లు కావు. పాఠకుల 'ఈగో' ని సంతృప్తిపరిచే ముగింపులు. ఉక్కిరిబిక్కిరిచేసే క్లయిమాక్స్ వ్రాయటం పెద్ద కష్టంకాదు. తులసిదళం, వెన్నెల్లో ఆడపిల్ల, ముఖ్యంగా ప్రార్థన- ఈ నవలలన్నిటిలోనూ, ఈ బిగి స్ఫుటంగా కనిపిస్తుంది. పాఠకులకు గొప్ప సంతృప్తి మిగులుతుంది.

కానీ సమస్యాపరమైన నవలల్ని ఎన్నుకునేటప్పుడు కథని డామినేట్ చేసే పాత్రల్నీ, క్లయిమాక్స్‌నీ వ్రాయటం మంచిదేనా? శైలీ, శిల్పం, సస్పెన్సులతో ఊపిరాడకుండా చేసే విధానాన్ని రచయిత తప్పక అనుసరించాలా? తెలుగు నవలా రచనని మరో మలుపు (బ్రెక్టు మాటలలో చెప్పాలంటే పాఠకుల్ని కథావస్తువు నుంచి ఎలియనేట్ చేసే) తిప్పే వీలుందా?

ఈ విషయాలమీద విశ్లేషిస్తూ పాఠకులు తెలియచేస్తే సంతోషిస్తాను.

- యండమూరి వీరేంద్రనాథ్

యండమూరి వీరేంద్రనాథ్

మనోవైజ్ఞానిక రచనలు

తప్పక చదవండి ...! చదివించండి...!!

★ ప్రేమ ఒక కళ	★ విజయానికి ఐదు మెట్లు	★ విజయంలో భాగస్వామ్యం
★ లోయ నుంచి శిఖరానికి	★ విజయానికి ఆరో మెట్టు	★ విజయ రహస్యాలు
★ ఇడ్లీ - ఆర్కిడ్ - ఆకాశం	★ మైండ్ పవర్	★ చదువు - ఏకాగ్రత
★ తప్పు చేద్దాం రండి...!		

నాన్ ఫిక్షన్

మంచుపూల వర్షం (సుభాషితాలు)
విజయంవైపు పయనం
మిమ్మల్ని మీరు గెలవగలరు
మీరు మంచి అమ్మాయి కాదు!
మిమ్మల్ని మీ పిల్లలు ప్రేమించాలంటే...
గ్రాఫాలజీ
పడమటి కోయిల పల్లవి (Poetry)

మంచి ముత్యాలు (Quatations)
పాపులర్ రచనలు చేయటం ఎలా?
పిల్లల పేర్ల ప్రపంచం
SECRET OF SUCCESS
THE ART OF STUDYING
FIVE STEPS TO SUCCESS

నవసాహితి బుక్ హౌస్
ఏలూరు రోడ్ • గాంధీనగర్ - 520002